குறத்தியாறு

குறத்தியாறு

கௌதம சன்னா

கிழக்கு

ஓவியங்கள்
சந்ரு

குறத்தியாறு / Kurathiyaaru by *Gowthama Sanna* ©

Kizhakku First Edition: October 2017 Printed in India.

ISBN : 978-81-8493-813-5 Kizhakku - 1036 272 Pages

Kizhakku Pathippagam
177/103, Ambal's Building, Lloyds Road,
Royapettah, Chennai 600 014. Ph: 4200-9603
Email : support@nhm.in Website : www.nhm.in

Kizhakku Pathippagam is an imprint of New Horizon Media Private Limited.

படையல்

சிரணம்புதூர் சட்டாம் பிள்ளை
செங்கல்வராயன் அருள்தாஸ் பாட்டனார்
மதனம்பேடு செந்தாமரை பாட்டி

மேல்நல்லாத்தூர் நடேசன் பாட்டனார்
மொண்ணவேடு தனமாணிக்கம் பாட்டி

மதனம்பேடு கதை சொல்லி கூத்தன்
சின்ன பாட்டனார் கதிர்வேல்
மதனம்பேடு சின்ன பாட்டி லட்சுமியம்மாள்

விண்ணேறி வாழும் தங்கை வெண்ணிலா

ஆகியோருக்கும்

அவர்கள் உருவாக்கிய தொன்மத் தாக்கங்களுக்கும்

அல்லி வட்டம்

எண்ண வகையற்ற தலைமுறைக் கணக்கில் என்னுடைய கண்ணியின் தொடர்ச்சியை நான் தொடர்கிறேன். இதில் யாருடைய தயவும் தண்டனையும் இல்லாநிலை வாய்க்க விருப்பம். ஆயின், இயற்கையின் இணக்கத்தில் இதற்கு வாய்ப்பேது. முன் சொல்லப்பட்டதும் பின் சொல்லப்படாமல் போகக்கூடியதுமான தொன்மங்களுக்கு இடையில் ஊடாடும் ஒரு யதார்த்தத்தில் ஏற்படும் மனவலிகளுக்கு மயிலிறகாகப் போவது எது என்ற நெருடலின் தொடர்ச்சியில் உருவாகிய ஓர் எத்தனம்.

சின்னஞ் சிறு பருவத்தில் கதைகளைக் கேட்க பெரும்பாலும் இரவுகள்தான் வாய்ப்புகளை உருவாக்கித் தரும் கரும் தருக்கள். பகல்பொழுதுகளில்.. ஆற்றுக்குப் போகும் போதும், தாத்தனுக்கும் பாட்டிக்கும் கலயத்தைக் கொண்டு கூட்டமாக கழனிக்குப் போகும் போதும், அந்தி சாய்ந்த பின் மாலைப் பொழுதுகள் சரியும் முன்னிரவு நேரங்களில் திண்ணைகளில் கூட்டமாய்க் கூடி இன்னிக்கு ‘யார் சொல்லப் போறா கதைய’ என்று நச்சரிப்புகள் பெருகி ஒலித்த போதும்...

ராத்திரி உணவை அவசர அவசரமாக முடித்துவிட்டு, எங்கே கதை முடிந்து போய்விடுமோ என்ற பதட்டத்தில்.. இருள்வழி கடக்கும் அச்சத்தின்

தனிமையை விரட்ட பாட்டு பாடிக்கொண்டே கூட்டமுள்ள திண்ணைகளுக்கு ஓடிச் சேர்ந்தபோதும்...

இருள் மட்டும் தங்கிய கூரையின் விதானத்தில் கண்களை துழாவிப் பார்த்தால் அலைந்து நெளிந்து தெரியும் மாய உருவங்களைச் சபித்து தூர ஓட்ட முனையும் போதில், கழனியில் உழைத்த ஆயாசத்தில் அயர்ந்த பாட்டியின் மீது காலைப் போட்டுக்கொண்டு கதை சொல்லச் சொல்லி நச்சரித்தபோதும்...

பள்ளிவிட்டு பரபரத்து வீடுநோக்கி ஓடும்போது எதிர் வரும் தாத்தனிடம் 'இன்னிக்கு இன்னா கதை' என்று கேட்க.. பொக்கை வாயைக் குதப்பி, காஜா மார்க் பீடியின் நுனியில் புதிதாய் நெருப்பு வைத்துக்கொண்டு பாக்கலாம் போ.. போ.. என்று விரட்டும்போதும்...

பின் மாலைப்போதில் மின்மினிகள் மிதக்கும் கூரைக்கு அடியில் சாய்ந்து படுத்திருந்த செம்பேட்டுத் தாத்தனிடம் வாங்கிய கதை வாக்குறுதியை மற்ற பசங்களிடம் சொல்லி பின் கூட்டமாய் வந்து அவர் திண்ணையை நிறைத்து நச்சரித்துக் கதையைச் சொல்ல வைத்தபோதும்...

பொழுதுகள் புனையும் வெற்று நாட்களில் கதை சொல்ல யாரும் கிடைக்காத வெறுப்பில், வகுப்பறையில் நண்பர்களோடு திட்டம் தீட்டி 'இன்னிக்கு உன் ஆயா கிட்ட கேட்டு வை, நாளிக்கு வந்து சொல்லு' என ஆலோசனை கொடுத்தனுப்பும் சதிகாரர்களில் ஒருவனாய் திரிந்தபோதும்...

கதைகளில் மிதந்து, கதைகளில் வாழ்ந்து மாறிய காலங்கள் காட்டிய மாயத்தை என்னவெனச் சொல்வது. ஆயினும் புறவெளிகளைக் கடந்த அந்த மாயக் கதை வெளிகளில் பயணிக்க யார் கற்றுக் கொடுத்தார்? ஏன் கற்றுக் கொடுத்தார்..?

தூவானத்தின் மாறுதலைப்போல காலம் சிறிது மாறி, பிறந்து வளர்ந்த சென்னையிலும், சிறுவயதின் ஒரு பகுதியை கிராமத்தின் பாதைகளிலும் மாறி மாறி ஓடி விளையாடிய காலங்கள்.. பரபரப்புக் கொஞ்சம் ஒதுங்கிக் கிடக்கும் மெட்ராசின் வடக்கில் ஒரு சின்னஞ்சிறு குடியிருப்பில் சிறுபிராயத்தின் கதைவெளிகள் எந்தவிதத் தொல்லையுமின்றி வீட்டு வாசல்களிலும், இரவேறிய பொழுதுகளில் தெருக்களில் படுத்தபடி கூட்டமாய்ப் பேசும் கதைகளில், போட்ட விடுகதைகளை உடைப்பதற்குக் குசுகுசுப்பாய் காதோடு காதாகப் பேசிப்பேசி நாளொரு நாளாக வாழ்ந்த காலங்களில் சொல்லப்பட்ட கதைகள்தான் எத்தனை எத்தனை..

சிறுபிராயத்தினை இழந்து பெரியவனாகி கல்லூரி சென்று பட்டங்களைப் பெற்று சமூக வளர்ச்சியின் ஓட்டத்தில் நானும் ஒருவனாய் மாறிக் கலந்து கொண்டிருந்த போதும்; நூறு வயதை நெருங்கிக் கொண்டிருந்த என் சின்னத் தாத்தனிடம் கதை கேட்கவும்; கூத்துப் பாட்டுக்களைக் கேட்கவும் இருந்த ஆர்வம் குறைந்து போகவில்லை; அவர் மறையும் வரை. இப்படி காலவோட்ட வளர் சிதைகளின் ஊடாகக் கேட்ட கதைகளில், சொல்லிய கதைகளில் நான் ஒருவனா அல்லது நாங்கள் பலரா என்று யாராலும் பிரிக்க முடியவில்லை.

எங்களுக்காக யார் உருவாக்கிய கதை என்றும் தெரியாது. ஆனால் அம்மாவுக்கும் அப்பாவுக்கும் தாத்தனுக்கும் பாட்டிக்கும் அவர்களுக்கு முன் தலைமுறைகள் எங்களிடம் சொல்லுங்கள் - என்னிடம் சொல்லுங்கள் என்று சொல்லி வைத்த கதைகள் அத்தனையும் எதற்காக..

இந்த உருவ உலகிற்கு மாற்றாக எத்தனையோ தலைமுறைகளாக உருவாக்கிக்கொடுத்த உருவமற்ற உலகம் காட்டும் பிரமாண்டத்தின் பிரமாண்டத்தை எப்படிச் சொல்வது? அது அண்ட சராசரத்தையும் விஞ்சக்கூடிய பிரமாண்டங்களின் மனவெளி.. வார்த்தைகளுக்குள் கட்டுப் படாத அந்த மனவெளியினை நமக்கிருக்கும் சொற்பமான வார்த்தைகளைக் கொண்டு; எம் முன்னோர்கள் உருவாக்கிய ஜாலத்தினை எப்படிச் சொல்வது? அந்த பிரமாண்ட மாயாஜாலத்தின் ஒரு கோட்டினை அல்லது என் தாத்தனின் பாட்டியின் விரலைப் பிடித்துக்கொண்டு உருவாக்க முயன்ற ஒரு சின்ன மனவெளியின் கீற்றுதான் இந்தப் புதினம்.

அந்தக் கீற்று உருவாகக் காரணம் உண்டு; திருவள்ளூருக்கு வடக்கே பன்னிரண்டு கிலோமீட்டர் தொலைவில் உள்ளது என் அம்மா பிறந்த மொன்னவேடு எனும் பேர் கொண்ட கிராமம். சின்ன வயதில் நான் வளர்ந்த கிராமமும் அதுதான். அங்குதான் அந்தக் கீற்று கமுக்கமாக என்னிடம் கைமாற்றப்பட்டது. அதுமட்டுமின்றி அந்தக் கிராமத்தின் எல்லா வெளிகளிலும் சிறுவயதில் நான் கேட்ட கதைகளின் தாக்கம், வாழ்ந்த மாந்தர்களின் தாக்கம், மட்டுமின்றி; மனதைக் கொள்ளை கொள்ளும் வயல்கள், காடு, மேடு, மடு என யாவும்; மட்டுமின்றி, அங்கு மிக அழகாக அமைதியாக ஓடிக் கொண்டிருக்கும் கொற்றலை ஆறும் தான் காரணம். அக் கிராமத்திற்கு ஒரு வரலாற்றுச் சிறப்பும் உண்டு. அது யாரும் அறியாத சிறப்பு. அங்கே கொற்றலையின் கரையில் ஏராளமான பழைய கற்கால கல்லாயுதங்களை இன்றும் கண்டெடுக்க முடியும். சொல்லப்போனால் அக் கரைநெடுக கல்லாயுதப் பட்டறைகள் இருந்த சுவட்டைப் பார்க்க முடியும். அப்படிப் பழஞ் சிறப்பு வாய்ந்த அந்த ஆறு வரலாற்றுக்கு முந்தைய காலத்தில் திசை மாறிப்போய்

பாலாறு எனப் பேர் பெற்றுவிட்டது. ஆனால் எஞ்சியது மட்டும் அதன் மிகப் பழைய பெயரான கொற்றலையாறு என்ற பெயரோடு ஓடிக்கொண்டிருக்கிறது. மட்டுமின்றி அதன் மற்றொரு புனைப் பெயர் குறத்தியாறு ஆறு என்றும், வடமொழியில் குசஸ்தலை ஆறு என்ற பெயரோடு அழைக்கப்படுகிறது.

பெயர்கள் மாறினாலும் அந்த ஆறு செல்லும் கரையோரத்தின் ஓரிடத்தில் குறத்திக்கு ஒரு கோயில் இன்றும் உள்ளது. குறத்தியம்மன் கோயில் என்று அழைக்கப்பட்ட அக் கோயில் இன்று அங்காள பரமேசுவரி அம்மன் கோயில் என அண்மையில்தான் மாற்றப்பட்டுள்ளது என்பது மட்டுமின்றி; அக்கோயில் குல தெய்வமாக இன்றும் வழிபாட்டில் உள்ளது. இப்படிப் பற்பல பிம்பங்களைக் காட்டும் கொற்றலை ஆற்றிற்குக் குறத்தியாறு என ஏன் ஒரு பேர் வந்தது என்பதற்கு என் சின்னவயதில் சொல்லப்பட்ட ஒரு சின்னக் கதை இந்தப் புதினத்திற்குக் கரு. அதுதான் அந்த கீற்றும் ரகசியமும்.

அந்தச் சின்னக் கதையின் கரு ஒருவகையில் புராணப் பின்னணியுள்ளது. ஆனால் எந்த மதத்தின் பின்னணியும் இல்லாதது. ஆயினும் கங்கைப் புராணத்தோடு ஒப்பிடும் வாய்ப்புள்ளது. எனினும் இப் புதினத்தை எழுதும்போது கங்கையின் புராணத்தைப் பற்றி எனக்கு எதுவும் தெரியாது. அதைப் பிற்காலத்தில்தான் அறிந்து கொண்டேன். நமது நாட்டில் உள்ள ஒவ்வொரு நதிக்கும் ஒரு கதையுண்டு. அவற்றிற்குப் பொதுவான பின்புலம் இருப்பதைப்போலவே ஆண் அல்லது பெண் என்ற பின்னணியும் உண்டு. ஆயினும் ஆண்பால் பெயர் கொண்ட நதிகள் குறைவே. பெண்பால் மற்றும் பொதுவான பெயர் கொண்ட நதிகள்தான் பெரும்பாலும் இருக்கின்றன. அவற்றில்

கங்கைக்கு என்று பல கதைகள் உண்டு. மேலும் அந் நதியின் புனிதத் தன்மையானது மதத்தின் பேரால் பாதுகாக்கப்பட்டு வருகின்றது. சொல்லப்பட்ட பல கங்கைக் கதைகளில் பலவற்றை ஒதுக்கிவிட்டாலும் கவனத்தைக் கவரக்கூடிய ஒரு கதை மகாபாரதத்தில் காணப்படுகிறது. அக் கதையில்..

வருணன்-கங்கை தம்பதியருக்கு பீஷ்மர் மகனாவார். ஒருமுறை பிரம்மனைத் தரிசிக்க கங்கையும் தேவர்களும் சத்திய லோகத்திற்குச் சென்றனர். அப்பொழுது கங்கையின் கணவரான வருணதேவன் தன்னுடைய ஆற்றலினால் மெல்லிய காற்றினை அங்கே வீசச்செய்தார். அதனால் கங்கையின் மேலாடை விலகியது. அதைக்கண்டு அதிர்ச்சியடைந்த தேவர்கள் கங்கையின் தோற்றத்தைக் காணமுடியாமல் முகத்தைக் கவிழ்த்துக்கொண்டு நின்றனர். வருணனின் தகாத இச்செயலினைக் கண்டு கோபமடைந்த பிரம்மா பூலோகத்தில் மனிதனாகப் பிறக்கும்படி வருணனுக்குச் சாபமிட்டார். அத்துடன் மேலாடையைச் சரி செய்யத் தவறிய கங்கையையும் பூலோகத்தில் பெண்ணாகப் பிறக்க வேண்டுமெனவும், அப்படி மனிதனாகப் பிறக்கும் வருணனைக் கங்கை திருமணம் செய்து தனது கணவனுக்குப் பிடிக்காத செயல்களைச் செய்வாள் எனவும் சாபமிட்டார்.

பிரம்மனின் சாபத்தினால் வருந்திய கங்கை சாப விமோசனம் கேட்டாள். மனமிறங்கிய பிரம்மா கணவனுக்குப் பிடிக்காத செயல்களைச் செய்து வருவாயென்றும் அப்போது அவளது கணவனான வருணன் மோகம் நீங்கிய நிலையில்; எப்போது காரணம் கேட்கின்றானோ அப்பொழுது சாப விமோசனம் கிடைக்கும் என்றும் சொன்னார் பிரம்மா. பின்பு சாபத்தின்படியே வருணன் பூமியில் பிறந்து சந்தனு மகாராஜாவாக ஆனார். பூமியில் பிறந்து குமரிப்

பருவத்தில் உள்ள கங்கையைக் கண்டவுடன் சந்தனு அவளின்மீது காதல் கொண்டு, திருணம் செய்துகொள்ள விரும்பி கங்கையின் இசைவைக் கேட்டார். சந்தனுவின் விருப்பத்தை ஏற்றுக்கொண்ட கங்கை தான் செய்யும் எந்தச் செயலையும் ஏன் என்று தட்டிக் கேட்கக்கூடாது என நிபந்தனை விதித்து, அதை ஏற்றுக்கொண்டால் திருமணம் செய்துகொள்வதாகச் சொன்னாள். ஏற்றுக் கொண்ட சந்தனு கங்கையைத் திருமணம் செய்து கொண்டார்.

இருவருக்கும் முதல் குழந்தை பிறந்தவுடன் அதை கொண்டு சென்று ஆற்றில் மூழ்கச் செய்து கொன்றாள் கங்கை. சந்தனு கங்கை சொன்ன நிபந்தனையின் காரண மாக அக் கொலையைக் கேட்க முடியாமல் இருந்தார். ஆனால் அடுத்தடுத்து பிறந்த ஐந்து குழந்தைகளையும் ஆற்றில் மூழ்கடித்துக் கொன்றாள் கங்கை. கடைசியாக ஏழாவது குழந்தை பிறந்தது. அக்குழந்தையையும் ஆற்றில் மூழ்கடிக்க கங்கை கொண்டு செல்ல அப்பொழுது அதைக் காணச் சகிக்காத சந்தனு ‘ஏன் அவ்வாறு செய்கிறாய்? உடனே அதை நிறுத்து..’ எனத் தட்டிக் கேட்டார். கங்கையின் செயலைத் தன்னுடைய மோகம் விலகிய நிலையில் சந்தனு தட்டிக் கேட்டதால் இருவரின் சாபமும் விலகியது. அப்படித் தன் குழந்தைகளையும் கொன்றவளாயும் கொலை செய்யப் பயன்பட்ட ஆறாக இருந்ததும் கங்கையே என்பது மகாபாரதம் சொல்லும் கதை.

இருப்பினும், இந்தக் கதைக்கும் குறத்தியாறுக்கும் ஒரு தொடர்பும் இல்லை என்றாலும், ஒரு சில ஒப்புமைகள் உண்டு என்பதால்தான் இங்கே இதைப் பதிவு செய்தேன். ஆனால் குறத்தியாறு காப்பியம் தனித் தன்மை வாய்ந்தது. இந்தக் கதையில் உள்ள மாந்தர்கள் பெரும்பாலும் அந்தக் கிராமத்தில் வாழ்ந்தவர்கள்.. சிலர் இன்னும் வாழ்ந்து கொண்டிருப்பவர்கள்.

இடங்களும் சுற்றியுள்ள இடங்கள்தாம். அந்த வகையில் கொற்றலை நதிக்கான ஒரு புதிய புராணம் என்றுகூட இதைச் சொல்லலாம். சிறுவயதில் வற்றியே பார்க்காத அந்த நதி காலவோட்டத்தில் தன் ஆற்றோட்டத்தை இழந்துவிட்டது என்பது சகிக்கவொண்ணா வேதனை. இந்த வேதனைக்கு மாற்றாக மனவெளியில் நதியோட்டத்தைக் காணும் ஒரு கதைவெளி இது.

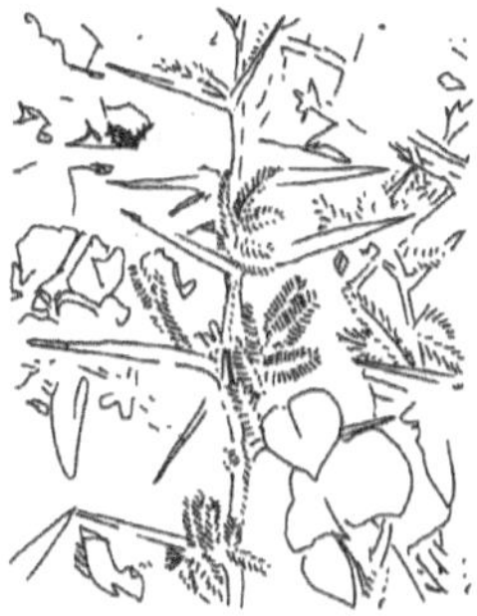

எனினும் இந்தப் புதினம் தமிழ் இலக்கியச் சூழலால் எப்படி எதிர் கொள்ளப்படும் என்று தெரியவில்லை! வெளிப்படைத் தன்மை என்பது அருகிப் போய்விட்ட நமது சமூகத்தைப்போலவே, இலக்கியச் சூழலும் ஆரோக்கியமற்ற நிலையில் இருக்கிறது என்கிற ஆதங்கம் நிலவிக் கொண்டிருக்கிறது. எல்லாவற்றிற்கும் ஒரு பின்னணியைத் தேடும் வகையில் பொதுப் புத்தி தகவமைக்கப்பட்டுள்ளதுதான் அதற்குக் காரணம். இது எப்போது மாறுமோ தெரியவில்லை. ஆயினும், ஓர் அறிமுகத்திற்காக ஒரு சிறிய முன் மதிப்பீட்டை இப் புதினத்திற்கு வழங்குவது பொருத்தமாக இருக்கும் என்று நினைக்கிறேன்.

குறத்தியாறு: சங்க காலம், சங்கம் மருவிய கால கட்டங்களின் இலக்கிய மரபுகளையும் மற்றும் சமண, பௌத்த இலக்கியங்களின் நுட்பங்களையும் மறுபலிக்கக்கூடிய கூறுகளையும், தொண்டை மண்டல கூத்து மரபின் தாள நய ஒத்திசைவுகளோடு கூடிய ஒரு காப்பிய மரபையும் இப் புதினத்தில் காண முடியும். ஆயினும் காப்பியங்களில் முன்னிறுத்தப்படும் குறிப்பான தனி மனித முக்கியத்துவம் இதில் இல்லை. முழுக்கவும் வெகு மக்களின் சமூக உறவுகளில் உள்ள உன்னதமான உணர்வெழுச்சிகளை முன்னிறுத்தி, அதன் மூலமாகத் தனது அறத்தை இப் புதினம் படைத்துக் கொள்கிறது.

அதே வேளை இதன் நடையோட்டம் விதிகளுக்குட்பட்ட செய்யுள் நடையோட்டமாக இல்லை. வசனக் கவிதை மரபோ புதுக்கவிதை மரபோ இதில் பிரித்துக் காண்பது கடினம். ஆயினும் நடையொழுக்கில் கவி நயமும் இசை நயமும் பின்னிப் பிணைந்திருப்பதால் ஒருவித புதிய உணர்வெழுச்சியைக் காணமுடியும். அந்த வகையில் இது புதிய காலத்திற்கான சிறிய அளவிலான ஒரு மக்கள் காப்பியம் என்று குறிப்பிட விரும்புகிறேன்.

இந்தப் புதினத்தை எழுத வேண்டும் என்ற நோக்கம் எனக்குத் துளியுமில்லை. என் இளவயது கதை வெளியின் தாக்கங்கள் எனக்குள் சிலவேளை உந்துதலை உருவாக்கி அசை போட வைத்து யதார்த்தத்தில் இருந்து விலகி ஆற்றுப்படுத்திய தருணங்கள் எத்தனையோ கணக்கிட முடியாது. அப்படிப்பட்ட ஒரு தருணத்தில் யோசனையின்றித் திடீரென அமர்ந்து சுமார் இருபது பக்கங்களுக்கு மேல் எழுதி வைத்துவிட்டு அதை மறந்தே போய்விட்டேன். பிறகு ஒரு நாள் நண்பர் அமைதி அரசு அவர்களிடம் அதைப் படிக்கக் கொடுத்தேன். படித்த அவர் இதை நெடுங்கதையாக மாற்றும்படிக் கேட்டார். எனக்கு மனத் தயக்கம். ஏனெனில் நான் கதை இலக்கியவாதியல்ல. இலக்கியத்தைக் கதையில் மட்டுமே காணும் நம் தரை தட்டிய சூழலுக்குப் பொருத்தமில்லாதவனும்கூட. எனவே என்னைக் கதையளப்பவனாகக் கருதிக்கொள்ள பெரும் தயக்கம் இருந்து வந்தது. எனினும் எனக்குள் தரித்த தாக்கங்களை விட்டுவிடவும் முடியவில்லை.. இதன் தொடர்ச்சியாகத்தான் திடீரென ஒரு நாள் அதிகாலை நான்கு மணிவாக்கில் எழுத உட்கார்ந்து முதல் இரண்டு அத்தியாயங்களை எழுதினேன். பிறகு ஒவ்வோர் நாளும் அதிகாலையில் உட்கார்ந்து காலை

எட்டரை மணிக்குள் எழுதுவேன். மொத்தம் பத்து நாட்களுக்குள் ஒட்டுமொத்தக் காப்பிய புதினத்தையும் எழுதி முடித்துவிட்டேன்.

எழுதிய காப்பியப் புதினத்தை ஒரு மாதம் கழித்து கோர்வையாகத் திருத்திய கையெழுத்தில் எழுதுவதற்கு இருபத்தைந்து நாட்களுக்கு மேலானது. அப்போதும் காலை வேளையைத்தான் பயன்படுத்திக் கொண்டேன். அதன் பிறகுதான் இதை பேரா. அமைதி அரசு அவர்களிடமும் நண்பர் சதா என்கிற தில்லைநாயகம் அவர்களிடமும் படிப்பதற்குக் கொடுத்தேன். அவர்கள் படித்துப் பாராட்டினாலும் ஏனோ இதை வெளியிடுவதற்கான மனநிலை வாய்க்கவே இல்லை. வழக்கறிஞர்கள் பாண்டிமாதேவி, கவிதா மற்றும் எழுத்தாளர் வேட்டைக் கண்ணன் ஆகியோர் புதினத்தைப் பற்றிக் கேட்டு அதை வெளியிடத் தூண்டிய பிறகுதான் இப்போது இது அச்சேற வந்துள்ளது. எனவே இங்குக் குறிப்பிட்டுள்ள நண்பர்களுக்கு என் நன்றியைத் தெரிவித்துக் கொள்கிறேன்.

இந்தப் புதினத்தைப் படித்தவுடன் தன் மகிழ்ச்சியை, ஆர்வத்தை வெளிப்படுத்திய; கோட்டோவியத்தில் தனி ஆளுமையாகவும், முன்னோடியாகவும் உள்ள ஓவியர் சந்ரு அவர்களின் ஓவியப் பங்களிப்பு மற்றும் அட்டை வடிவமைப்பிற்கு எனது நன்றியினைத் தெரிவித்துக் கொள்கிறேன்.

என் சமூகப் பணியில் எப்போதும் உடனொத்துவரும் நண்பர்கள் கணித வல்லுநர் க.குடியரசு, ப.கு.பத்மநாபன், சி.வெங்கட்ராமன், பா.ரசினிகாந்த். இரா.சிவசங்கரன் ஆகியோருக்கும், இப்புதின ஆய்வுகளுக்கு உதவியாக இருந்த காளி.ஆல்பர்ட், க.உதயகுமார், ர.அசோக் ஆர்யா, நரேஷ் மற்றும் இந்த காப்பியப் புதினத்தினை அச்சேற்றிய தொழிலாளர்களுக்கும் என் நன்றி.

இந்தப் புதினத்தில் வரும் மாந்தர்கள் என்னை வாழ் வித்த மாந்தர்கள். சின்னஞ் சிறுவனாய் அவர்களோடு வாழ்ந்த நாட்களை எண்ணிப் பார்க்கிறேன். விவரிக்க முடியாத உள்ளுணர்வில் ஏறும் களிப்பும் நினைப்பும் உருவாக்கும் பெரும் ஏக்கத்தோடு அவர்களுக்கு என் மனமார்ந்த நன்றிகளைக் காணிக்கையாக்குகிறேன்.

எனக்கு இப்படி ஒரு வாழ்வை அமைத்துக்கொள்ள என்றும் அன்புடன் துணையாக இருக்கும் என் பெற்றோருக்கும் உடன் பிறந்தாருக்கும் நன்றிகள் பல..

இறுதியாக, இப்புதினக் காப்பியத்திற்கு கொற்றலை என்கிற பெயர்தான் வைக்க வேண்டும் என்று முதலில் எண்ணினேன். ஆனால் நூலின் கரு அதை அனுமதிக்காததால் குறத்தியாறு என்று தலைப்பிட்டேன். ஆயினும் இது கொற்றலை என்றே உள்ளீடாய் ஓடும். எனக்குள் ஓடும் கொற்றலை காட்டிய பல முகங்களில் ஒன்று குறத்தியாறு. அந்த வகையில் கொற்றலையே என் முன்னோள். அவளைத் தொடர்ந்து வாழ்ந்த என் முன்னோர்கள் எனக்கும் எங்களுக்கும் அளித்த கதை வெளிகளை ஒரு கண்ணியாக இருந்து கைமாற்றும் தொடரில் இது உங்களுக்கும்...

இசை கூட்டிப் படியுங்கள். காட்சிகள் துலங்கும்.

அன்புடன்

7.1.2015

ஜா. கௌதம சன்னா

writersannah@gmail.com
www.sanna.online

புல்லி வட்டம்

ஜனவரி 7, 2015 அன்று குறத்தியாறு புதினக் காப்பியத்தின் முதல் பதிப்பு வெளியிடப்பட்டது. இது மார்ச் 2017. இக்கால இடைவெளியில் இரண்டாம் பதிப்பு வெளியாவது எழுத்தாளனாக மகிழ்ச்சி அளிக்கக்கூடிய செய்தியே. ஆயினும் நூலினை விற்று அதில் வரும் வருமானத்தில் எழுத்தாளன் வாழ்ந்து விடுவதில்லை; அதற்கான சாத்தியமும் தமிழகத்தில் இல்லை. அப்படியாயின் எழுத்தாளனை வாழ வைப்பது எது..? படைப்பு எவ்வாறு எதிர்கொள்ளப்படுகிறது என்பதும், அது எந்த அளவில் தாக்கத்தை உருவாக்கி, தனக்கென ஒரு வரலாற்றுப் பாத்திரத்தையும் ஏற்றுக்கொள்கிறது என்பதுதான்.

அந்த வகையில் குறத்தியாறு புதினக் காப்பியம் வெற்றி பெற்றுள்ளது என்றே தோன்றுகிறது. வெளியீட்டு நிழ்ச்சியில் பேசிய எழுத்தாளர்கள் சி.மகேந்திரன், கோணங்கி, ஜெயமோகன் மற்றும் மனுஷ்யபுத்திரன் ஆகியோர் தங்களது விரிவான பார்வையை முன்வைத்தனர். மேலும் அவர்கள் தமது பேச்சில் 'குறத்தியாறு தமிழ் இலக்கிய வரலாற்றின் திருப்புமுனை' என்று ஒருமித்துக் கூறினார்கள். அதை நான் எதிர்பார்க்கவில்லை. எழுதும்போது அப்படி ஓர் எண்ணமே எனக்குத் தோன்றவில்லை. ஆனால் முன்னணி இலக்கியவாதிகள் ஒரு வரலாற்று நோக்கோடு அதைப் பிரகடனப்படுத்தினார்கள் என்றே எனக்குப்பட்டது. எனவே எடுத்த எடுப்பிலேயே குறத்தியாறு தனக்கான இடத்தை தேர்ந்தெடுத்துக் கொண்டது என்று சொன்னால் அது மிகையில்லை.

ஆயினும் குறத்தியாறு எளிய வாசகர்களால் எப்படி எதிர்க் கொள்ளப்படும் என்கிற அச்சம் இருந்தது. அதைப் போக்கும் விதமாக ஒரு சம்பவம் நடந்தது. வெளியீட்டுவிழா நிகழ்ச்சி முடிந்து நான்காவது நாள் ஒரு பெரியவர் என் வீட்டிற்கு வந்தார். தன் பெயர் கு.தேவேந்திரன் என்று அறிமுகம் செய்துகொண்டார். அவரை அமரச் சொன்னேன். அவர் அமரவில்லை. எவ்வளவு வற்புறுத்தியும் அவர் நின்று கொண்டே பேசினார். பேசும்போது அவரது நா தழுதழுத்தது. என் கையில் ஒரு காகிதத்தைத் தந்தார். குறத்தியாறு நூலில் திருத்த வேண்டிய அச்சுப் பிழைகள் வரிசையாக குறிக்கப்பட்டு தொகுப்பட்டிருந்தன. 'நீங்கள் செய்த பணிக்கு ஏதாவது கைமாறு செய்ய வேண்டும், என என் மனம் பதைக்கிறது. ஆனால், என்னால் முடிந்த சிறு உதவி இதுதான், என்னைத் தவறாக எண்ணவேண்டாம் என்று சொன்னதுடன். குறத்தியாற்றினைப் பற்றி எழுதியதுபோலவே கூவம் நதியின் தேவதையான கூவாத்தாளைப் பற்றி எழுத வேண்டும் என்று கேட்டுக்கொண்டு விடைபெற்றார். அதற்குப் பின்பு ஒருநாள் தன் மகனை என்னைப் பார்க்க அனுப்பி வைத்தார். இது ஒரு எளிய சம்பவமாக எனக்குத் தோன்றவில்லை. ஓர் எளிய வாசகரின் தீவிர வாசிப்பு கரிசனமாகவே எனக்குப்பட்டது.

இன்னொரு சம்பவம், குறத்தியாறு காப்பியத்தைப் படித்த ஜெர்மனியில் வசிக்கும் முனைவர் சுபா கனகரத்தினம் அவர்கள் இணையம் வழியாக என்னைத் தொடர்புக் கொண்டு நூலைப்பற்றி விரிவாகப் பேசியதுடன், குறத்தியாறு கதை நடக்கும் இடத்திற்கு அழைத்துப் போக முடியுமா என்று ஒரு வேண்டுகோளை முன்வைத்தார். எனக்கு ஆச்சர்யமாக இருந்தது. எனினும் சரி என்று சொன்னேன். தமிழகம் வந்தார், தன் பயணத்தின் ஒரு பகுதியாக குறத்தியாறு கதை பகுதிகளுக்கு பயணம் செய்தார்.

இதுபோன்ற பல சம்பவங்கள் குறத்தியாறு நூல் வெளி வந்தவுடன் நடந்தன. அவற்றை இங்கே விவரிப்பது கடினம். எனினும் ஒன்றை மட்டும் உறுதியாகச் சொல்ல முடியும். குறத்தியாறு படித்தவர்களிடத்தில் ஒரு நேச பூர்வமான

தாக்கத்தினை அது உருவாக்கியிருக்கின்றது. இது ஒரு புனை விலக்கியப் படைப்பாளனாக எனக்கு மன ஊக்கம் தருகிறது. மேலும், குறத்தியாறு ஒரு மக்கள் காப்பியமாக தனக்கான வரலாற்றுப் பாத்திரத்தை விரைவில் எட்டும். கல்விப் புலங்களைத் தாண்டி மக்கள் நடுவில் கொண்டு செல்லப்படும் காலத்தில் அது உறுதிபடும் என்று நம்புகிறேன். அந்த வகையில் இந்த இரண்டாம் பதிப்பு தேவை கருதி வெளிவருகிறது. முதல் பதிப்பில் இருந்த அச்சுப் பிழைகள், சந்தப் பிழைகள் முழுமையாக நீக்கப்பட்டுள்ளன. அதற்குத் தாமாக முன்வந்து உதவி புரிந்த திரு கு.தேவேந்திரன் மற்றும் திரு முனைவர் ச.மகேஸ்வரன் (மேனாள் இயக்குநர், உதகை பழங்குடிகள் ஆய்வு மையம்) வழக்கறிஞர் பாவேந்தன் மற்றும் கவிஞர் பிரதிபா ஜெயச்சந்திரன் ஆகியோருக்கு என் நன்றி.

மேலும் இரண்டாம் பதிப்பு செம்மையாக வெளிவர தமது ஆலோசனைகளையும் உதவிகளையும் வழங்கிய திரை இயக்குநர் ஜனநாதன், முனைவர் சுபா கனகரத்தினம், இரண்டாம் பதிப்பிற்கான புதிய முன்னட்டையை வடிவமைத்த கிழக்கு பதிப்பகத்தார், நம் மரபு சார்ந்த ஓவியக்காட்சியமைப்பை சாத்தியப்படுத்திய ஓவியர் சந்ரு, பதிப்பித்த கிழக்கு பதிப்பகம் மற்றும் அச்சகத் தோழர்கள் ஆகியோருக்கு என் நெஞ்சம் நிறைந்த நன்றி.

நிறைவாய்.. 2015 திசம்பர் 1 முதல் ஒரு வாரம் பெருமழையில் வட தமிழகம் மூழ்கியது. இக்காப்பியத்தில் விவரிக்கப்படும் வெள்ளம் பாயும் காட்சியானது இந்த மழை நாள்களில் மீண்டும் நிகழ்ந்தது. அதுவும் நாற்பது ஆண்டுகளுக்குப் பிறகு நூலில் குறிப்பிடும் இடங்களில் அதே அளவோடு பரந்து பாய்ந்துபோய் கடலில் கலந்தது கொற்றலை எனும் குறத்தியாற்று வெள்ளம். நினைவில் படிந்த காட்சி நனவில் நிகழ்ந்தது என்பது ஒரு விந்தையான மகிழ்ச்சி... அனைவருக்கும் நன்றி.

அன்புடன்

01.03.2017 **ஜா. கௌதம சன்னா**

உறையுள்...

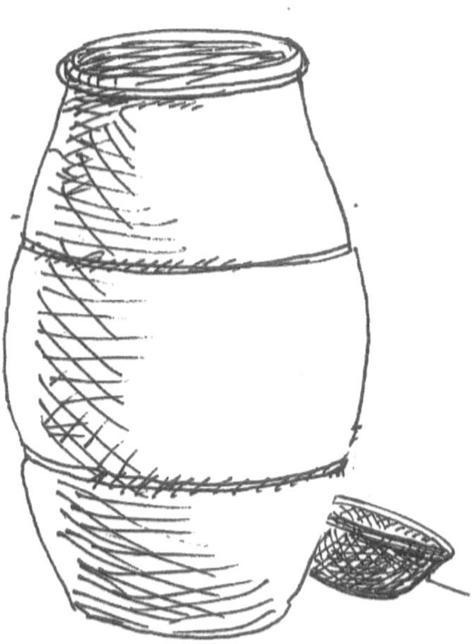

தோன்றும் வினைகளை யெல்லாம்
சூனியங் கண்டாயே
தோன்றாமல் தோன்றி விடும்
சுத்த வெளிதனிலே

- அகப்பேய்சித்தர் - 66

01
அனலாறு

அனல் உலவும் காலை நேரம், மணல் கருகிய ஆற்று வெளியெங்கும் கலைந்திருந்த காலடித் தடங்களில் வேறொரு அடி குவிந்து நாளாகிறது. மீந்திருக்கும் சிறு குட்டை நீரில்; வெந்து மிதக்கும் மீன் குஞ்சுகளைத் தின்ன விருப்பின்றிக் கரைந்தோடிய காக்கைக் கூட்டம் சலசலக்கும் பனைமரத் தோப்பில் அடங்கிப் போனது.

நாணலும் கோரையும் பாசியும் கருகி, வண்டிகளோடிப் பொடிந்து படர்ந்து நெளிந்த ரெட்டையடிப் பாதை; நெடும்

பாம்புகள் உரித்த இரு சட்டைகளென குறுக்காய்க் கிடக்கின்றன மணல் மீந்த ஆற்றில்.

கலப்பைகள் பல தேய்ந்து தேய்ந்து வரியோடிக் கிடக்க; சிவந்து கொதிக்கும் கீழ்வான ஆற்றுப் பாதையில், அனல் வரிகள் படரப் படரக் கால்கள் புதைகின்றன சுடு மணலில். தோளில் கட்டிய தூளியில் சிவந்து மிளிர்ந்த கால்களை ஆட்டியபடி வரும் குழந்தையைச் சுமந்து நடக்கிறாள் குறத்தி..

ஒதுங்கிய நுரைப் பொதிகள் வீசும் தண் வளியில் பிசிறிட்டுப் பறந்து.. மெல்லென வெடிக்கும் பொதிக் குமிழ்களும்; காற்றில் சிதறிச் சிதறித் தூவானமென வரியலைகளோடு நீரின் மேல் அடங்க.. காற்றின் அலையிழுப்பில் இருகரை தொட்டு சுழித்துச் சுழித்து ஓடிய அந்தப் புனலோட்டக் கரையின் ஏக்கம்; குளிர்ந்து வீசும் கடந்து போன ஞாபக வளியென வருடுகிறது மனக் கொதிப்பை..

புனலாடிய பொடியர்களின் கூச்சலும், நிரைகளின் கத்தலும், பெரிசுகளின் அதட்டலும், நீருள் பாய சிறகடிக்கும் சிரல்களின் மென் சத்தங்களும், உருளும் கூழாங்கற்களின் உரசலில் மேலெழக் கேட்கும் சலசலப்பும், நாணலில் சிக்கித் துளாவிய வேகத்தில் ஆற்றோட்டம் மீறி துள்ளிக் குதிக்கும் கெண்டைகளின் குதூகலமும், எங்கும் நீரின் மௌன ஆரவாரம் கேட்ட நினைவுகள்; நதியின் ஞாபகம் பாதங்களை அனலாய் வருத்தியது..

நடக்கிறாள் குறத்தி...
கடக்கிறாள்..
வெம் மணலாற்றில்..

02
பனைவானு

கள்ளிச் செடியடைகளைச் சுற்றிப் படர்ந்து முட்காயம் பட்ட பிரண்டைக் கொடிகள்; சாறூறித் திரண்டு கனத்துத் தரையூர்ந்து தவழ்ந்த கரைமேட்டு வெளியெங்கும், காரப் புதர்களின் குறு முட்களிடை ஒளிரும் மஞ்சள் பொதிகளாய் ஆவாரம் பூத்திருக்கும் காலமது.

கூனி மேட்டின் முதுகில்; பருத்து, உயர்ந்து, வெளிதுருத்தித் தன்னந் தனியாய் நிற்கும் கூந்தற் பனையில் தொங்கும் தூக்கணாங் கூடுகள் அசைந்தாட, அலகுகளுரசிக் காதல் பேசும் குருவிகளின் கீச்சங்கள் மிதந்து மெல்லென மோதும் கூழாங்கற்களின் குளிர்ந்த வழுவழுப்பில் நத்தைகளூறும் நேரமது.

பனியிழுக்கும் நீரோட்டக் காலையில்; தயிர்ப் பானைகள் சுமந்து வரும் கூனி மேட்டு வடக்குத் திசையறிந்த பெண்களோடு குறத்தி வருவாள். அனல் தகித்த ஆற்றில் காலடிகளால் தேய்ந்து தேய்ந்து கெட்டிட்ட குறுக்குப் பாதை; ஆற்றின் குறுக்காய் தெண்டனிட்டு நொப்பும் நுரையோட்டப் புனலில் மூழ்கியிருக்க, மீந்திருக்கும் கரையோரப் பாதையில் படர்ந்திருந்த கூழாங்கற்கள் நசநசக்க அமர்ந்து.. நாழிகள் சில கடக்க.. திமில் சிலிர்க்க.. கொம்புச் சலங்கையும் அச்சாணிச் சலங்கையும் ஒலிக்க ஒலிக்க வரும் வண்டிக்குக் காத்திருக்கும் புலர் காலையில்..

சால் மூழ்கும் குபுக்கோசையோடு, நீரோட்டம் எதிர்த்தேறும் ஏற்றப்பாட்டு கேட்கும் வெளுக்கும் கீழ்வானில்; எல்லோர் காதும் கிறங்கி இருக்கும். பாட்டு முடிந்த தருணம் வண்டி வந்து சேரும்.

சிணுங்கும் வண்டியேறி மறுகரை அடைந்து ஈரம் மீந்த மணலில் கால் பதிய கீழ்க் கதிர் முளைத்தெழுந்தது; பனிவிலகாக் கரையேறிய கால்கள் பாதைகளைப் பற்ற; தயிர்ப் பானைகள் பிரிந்து கிராமங்கள்தோறும் செல்லும் வழி தாண்டி குறத்தி போவாள். எங்கே போகிறாள்.. எதற்குப் போகிறாள் என்றவள் யாருக்கும் சொல்வதில்லை. நாளும் நடந்து.. நாளும் கடந்து கரைகிறாள் தன் பாதை வெளிகளில்...

கடக்கும் நேரம் மீறி மிஞ்சிய நேரம்கூட குறத்தி பற்றின கதைகள் கை முளைத்து, கால் முளைத்துச் சேரி ஊராய்ச் சுற்றி வரும்...

அவள் மாயக்காரி, மந்திரக்காரி. அவள் பேசாமல் பேசவைக்கும் சாகசக்காரி. அவள் உடலெங்கும் குத்தியிருக்கும் பச்சைகள்; அம்புலி மறைந்த நடுச்

சாம ராவில், அவள் மேனியெங்கும் ஊர்வதைக் கண்ட பயந்தாங் கொள்ளியொருவன் வாய் பிளந்து, ரத்தம் கக்கி மாண்டு போக; அவன் நாக்கில் புழுத்த புழுக்கள் வேனல் தாக்கி மரித்து, அனல் கள்ளி ஊசி முட்களில் பேய்களாய் குடி புகுந்த கதையை வயசாளி ஒருவன் ஊகித்துச் சொன்னான்.. கதை கேட்டவன் தொண்டை வற்றி, நாவுலர்ந்து, மேலண்ணம் ஒட்ட, பேச்சிழந்து போனான் அன்றொரு நாளில்...

பனி மூடிய பாதை பிடித்து நடக்கும் குறத்தி, மொண்ணேட்டு எல்லைக் கிணற்றோரம் சாமந்திப்பூ சில பறித்துச் சூடிக்கொண்டு எப்போதாவது போவாள்.. வெள்ளிச் சுட்டி வகிடில் சூடி; அஞ்சனமிட்ட பசலை பூத்த வதனத்தோடும், நவநிற மணியாரம் புரண்ட கழுத்தோடும், தாழம்பூ நிறத்தோடும்; நறுமணம் வீசிய ஒற்றையாளாய் அவள் அசைந்தாடி அசைந்தாடிச் செல்லும் ஒய்யாரத் தோரணைகண்டு; நீர் சேந்தும் பெண்டிரெல்லாம் மதி மதர்த்துக் குசுகுசுப்பாய்ப் பேசுவார்கள்.

நடை பயிலும் அவள் கெண்டைக்காலில்; பாம்புருவாய் சுற்றியிருக்கும் புசங்கக் கடகம் எனும் கிளிச்சிறைப் பொன் தண்டத்தின் சிணுங்கலில் ஆசை கொண்ட கிணற்றடிப் பெண்களின் கையுறு விய தாம்புக் கயிறு; தளும்பிய குடத்தோடு நீர் தெறித்து ஆழ விழுந்த சத்தத்தைக் கேட்டும் கேளாமலும் போனாள் குறத்தி மற்றொரு நாள்...

03
அந்தி

ஊருக்கும் சேரிக்கும் புதியவளாய்க் கடந்து போவாள் குறத்தி நாள்தோறும்... கொசவனிடம் நெல் கொடுத்து வாங்கிய பருப்புச் சட்டியில், ஊர் சந்தையில் வாங்கிய எள்நெய் அடைத்த சீசா இருந்தது. தலைச் சும்மாட்டில் சட்டியைத் தாங்கி, சூரியனை விழுங்கிய நாகலாமலைக் கருநிழலைக் கண்டபடி ஆற்றைக் கடந்து போனாள் ஒரு புதிராக. ஒரு நாளுமற்ற திருநாளாய் போனது அவள் முதன்முதலாய் வாங்கிய சட்டியும் சீசாவும் கதையளக்கும் வாய்களுக்கு.

நாள்தோறும் குறத்தி வருவாள். நாள்தோறும் போவாள். யாருடனும் அவள் பேசாதபோதும் எல்லோரும் அவளைப் பற்றிப் பேசினார்கள்.

களாப் பழம் பழுத்துக் கருமணியாய்ச் சிந்தியிருக்கும் ஆவாரங் காட்டில், கை கூசும் கூழாங்கல்லில் நாதேறி முள்ளை நசுக்கி நீக்கி, பல்லிடுக்கில் கடுகடுக்கும் விதைகளோடு சுவைத்த சப்பாத்திப் பழம் குதப்பிய வாயையெல்லாம் சப்புக் கொட்டி; நாதேறிச் சிவப்பேறிய நாக்கை நீட்டிப் பார்த்துக் கெக்கலிடும் மாட்டுக்காரப் பொடியருக்குக் கதிர்காணா மங்கிய மாலையில் கிலி பிடிக்கும்.

ரெட்டைவால் குருவியும் உள்ளானும் ஆக்காட்டியும் கூட்டமாய்ப் பறக்கும் சிட்டுக்களும் அடங்கிய காரப் புதர்களின் காட்டமைதியில்; சிற்றொலிக் கீச்சங்கள் சிதறித் தெறிக்கக் கிலி கூட்டித் துரத்தும். குலையெலாம் மேலேற கால் சராய்களை இறுகப் பற்றி; ஓட்டமும் பெருநடையுமாய் மாடுகளை வீடுதோறும் சேர்ப்பார்கள் முன்னிரவு தொடங்கும் முன்பு.

வயதேறா அந்தப் பொடியரின் அந்தி சாய்ந்த ஆறு தரும் கிலிக்குள் தேவதையர் கதையொன்று இருந்தது. பகல் முழுக்க ஊரும் சேரியும் குளித்துக் கலக்கிய தேர் மடு, வெட்டியான் மடு, பேட்டை மடு, ஏற்ற மடு, திரிகல் மடுவெனப் பேர் கொண்ட துறைகளில்; முன்னிரவு முடிந்து தொட்டுத் தொடங்கும் நடுநிசிச் சாமத்தில் சப்த தேவதையர் குளிக்க வந்து புனலாட்டமாடுவார்கள். அவர்கள் ஆற்றைக் கலக்கும் சலசலப்பும்; புனலாட, புனலாட எழும் கந்தர்வ கானங்களும் கின்னர சங்கீதமும் யார் காதிலும்

சிந்தாமல், சிதறாமல் கூனி மேட்டில் எதிரொலிக்கும். யாராவது அவர்களைக் கண்டாலோ, கண்டு கானம் கேட்டாலோ, வாய்பிளந்து, ரத்தம் கக்கி மாள்வார்கள் எனும் கிலி தரும் அந்தப் புதிரான கதை மாட்டுக்காரப் பொடியர்களின் பயத்தை நாளெல்லாம் தூக்கியடிக்கும்.

பிணம் சுடும் பாசத் தாத்தன் எனும் பச்சைத் தாத்தன் பிணங்களை எரித்து மிஞ்சும் தணலை நீக்கி; எஞ்சிய அனல் தகிக்கும் சுடு சாம்பலை நடுச்சாம மையிரவில் வெட்டியான் மடுவில் கரைத்துத் திரும்பிய நாட்களில்; ரத்தம் கக்காத அவன் வாயைக் கண்டு வாய்பிளந்த பொடியருக்குத் தேவதையர் குளித்ததாய் ஒரு நாளும் அவன் கூறக் காணோம்.

பேக்கடையில் சேர்ந்த எருவைக் கூட்டி, பின்பு கூட்டிய கூள எருவைச் சல்லியில் சேர்த்து, காளைகளைப் பூட்டிய வண்டியில் ஏற்றி, லாடக் குளம்புகள் நறநறக்க, தெரு கடந்து, ரெட்டை வடமாய் நீண்டு நெளியும் பாட்டை பிடித்துக் கழனிக்குப் போகும் முற்பகலில்; தரை பதியும் பாதங்களின் விரலிடுக்கில் பொசுபொசுத்து மென் மண் பீய்ச்சிச் சிதறச் சிதற.. மரச் சக்கரம் புதைந்தோடும் வண்டியின் பின்புறத்தில்; ஒய்யாரமாய் ஆடித் தொணதொணக்கும் பொடியருக்கும்.. எருவிறக்கி இறைத்துவிட்டு வீடு வந்து அயர்ந்து சாயும் அந்தி நேரத்தில் புனலாடும் தேவதையர் கானத்தைக் கேட்டுத் துளைத்தெடுக்கத் துவளாது வட்டமிடும் பொடிசுகளுக்கும்; அவன் தார்க் குச்சிச் சொடுக்கல் சத்தம் தூர விரட்டி விடும் எப்போதும்.

கதை பேசும் கட்டியங்கார செம்பேட்டுக் கிழவன் நாள்தோறும் விரித்து வைக்கும் கதை வெளியிலும்;

காணாமல் போன பொடியருக்கு ஒரு நாளும் அவன் சப்த தேவதையர் ரகசியத்தை அவிழ்க்கக் காணோம்.

பேய்களும் பூதகணங்களும் தோற்றுக் கிலி பிடித்தோடும் செம்பேட்டுக் கிழவனின் மாயக் கதைகளில்; தேவதைகள், கந்தர்வக் கன்னிகள், கின்னர கீதமொத்தாடும் தேவலோக குமரிகள், எப்போதாவது தலைகாட்டும் தெய்வங்கள் என யாரும் அந்தச் சப்த கன்னியர் வருகையை வெளிப்படுத்தவில்லை. கதை கேட்கும் பொடியர்கள் கன்னியர் கதை முடிச்சைக் கேட்டுத் துளைக்கும் சங்கையான தருணங்கள் யாவும்; அவன் கூத்துப் பாட்டுகளில் ஓங்கியொலிக்கும் அடவு கட்டிய மெட்டுக்களில் தடம் மாறிப் போகும்.

முதற் சாம ராவின் இருளோட்டிய விளக்குத் திரி தீய்ந்து கரிந்த வாசனை அவன் கொட்டாவியைத் தூண்டி.. வாய் பிளந்து, விழி மறந்த பொடிசுகளை அவன் கோட்டுவாய் பற்ற கதையின் கடைசிச் சாமம் முடிந்துவிடும். ராவயர்ந்த நட்டநடு ராவில் நதியோட்டப் புனலாடும் சப்த கன்னியர் ரகசியம் எல்லோரது தூக்கத்திலும் புதைந்து போகும்.

பின்னிரவு சாமங்களில்; மாயங்களைப் பின்னும் செம்பேட்டுக் கிழவனின் கதைகளில் அவதாரமெடுத்த பூதங்கள் சிலதைச் சொப்பனத்தில் சந்தித்த பொடியர் சிலர் கால்சராய் நனைய அலறும் சத்தம் மாயக் கிழவனை அசைப்பதில்லை எந் நாளும்....

◆ ◆ ◆

இடைவிடா நெடுவோசை மீட்டும் சுவர் கோழியும் ராக் கோழியும் கும்மிருட்டின் ஆழ் வெளியை ஊடுருவு கின்றன. பாகைகள் நகர்ந்து சுக்கான் முளைக்க, கீழ்

காலை வெளுக்கக் கூவும் சேவல்களைப் பெண்களின் சாணித் தெளிப்புகள் எழுப்புகின்றன. எறவானக் கொட்டாயில் கால் கொலுசுகள் உரசும் சிணுங்கல் கேட்டு திமிர் வலித்தெழும் மாடுகளின் கழுத்து மணிகள் சிதறும் சத்தத்தைப் பெண்கள் கண்டும் காணாமல் புலர்ந்தார்கள் காலையில்..

மேற்கு நோக்கி நீண்ட நிழல்களைச் சுருக்கி மேலெழுந்த சூரியனை அவிந்த அடுப்பின் வரட்டிப் புகை மறைக்கும் புலர் காலை. சப்த தேவதையர் முகம் பார்த்து தன் முகம் வெளுக்க எழுந்து; வீச்சமடிக்கும் கால் சராயைத் தொட்டுப் பார்த்த பொடியனொருவன் பையில் நனைந்திருந்த முத்துச்சோளத் துணுக்குகளை மேயும் கோழிக்குப் போட்டு பேக்கடைக்கு ஓடினான் கால் சராயைக் கழட்டியபடி.

கூசியில் கட்டிய மாடுகள் கயிறவிழ்த்து ஏரி பார்த்துப் போகும் செம்மண் பறந்த சாலையில்; சுறு சுறுக்கும் காலையின் மாட்டுக்காரப் பையன்கள் கழி சுற்றி, நா மடித்துச் சீட்டியடித்துக் குரல் கொடுத்துப் போகிறார்கள் மேய்ச்சல் வனம் நோக்கி...

ஊரழுக்குப் பொதியேற்றிய கழுதைகள் ஆற்று மடுக் களுக்கு அசைந்தசைந்து ஓடின வெளுக்கத் தோதான திரிகற்களை நோக்கி. விசும்பு மீன்கள் கண்ணொளி காட்டும் ராக்களில் ஓழ மண்ணெடுக்கத் திரியும் வெள்ளாவி மங்கைக் கோதை சுள்ளிவீசி விரட்டி ஓடிவந்தாள் கழுதைகளோடு.

மாடு விரட்டிப் போன முருவன் கேட்டான்...

...ஓ... ஓழ மண்ணெடுத்துத் துணி அவிக்கும் வெள்ளாவி கோதையே.... மண் தேடியலையும் ரா முற்றிய சதுப்புக் காட்டில் சப்த கன்னியரைப்

பார்த்தாயா நீ... எத்தனை ராக்களில் கன்னியர் ராகங்கள் கேட்டிருப்பாய்.. மயங்கும் பேரழகு கசியும் ராகமா.. வதனமா.. சொல்லேன்... என்றான்.

குரல் கேட்டு சிரித்த கோதை சொன்னாள்.

...கொள்ளிவாய் பிசாசுகள் தலையெலாம் எரிந்தலறி பயம் காட்டும் சதுப்புக் காடென்ன... கருப்பாய் கண்கட்டும் காட்டேரி அலையும் அவுரி படர்ந்த ஏரிக்கரையென்ன... உன் வயசுதொட்டு நானும் காணத் தேடுகிறேன் புனலாடும் கன்னியரை. பொதியமுக்குப் பொசுங்கிப் போனாலும்; அவித்த துணிகள் வெளுத்து மறு அழுக்குச் சேரும் காலங்கள் மாறி மாறி வந்தாலும்; காணேனே அந்தக் கன்னியரை.. பூடகத்தைப் பூக்கக் கேட்கும் புண்ணியவானே.. புண்ணியமாய்ப் போகும் உனக்கு, கன்னியரை நீ பார்த்துவிட்டால் மறக்காமல் சொல்லு சேதி எனக்கு...

...துகிலைத் துவைத்து, முண்டைத் துவைத்து, துண்டைத் துவைத்துத் தலைமுறை கடந்த உன் தாத்தனும் பாட்டனும் கூடவா சொல்லவில்லை அந்த மாயக் கன்னியரின் மங்காத வதனம் பற்றி.. என்று கேட்டான் முருவன்.

...தாத்தனும் பாட்டனும் பூட்டனும் கனாக்களில் கண்டு சொன்ன கன்னியரோ என்னவோ அந்த மாயலோகப் பெண்கள். என் அம்மாவும் அப்பனும் சொல்லித்தானே தெரியுமெனக்கு; அந்தத் திரிகல் மடுவில் புனலாடும் கன்னியர் கதை. ஐயகோ..! கதையைச் சொன்னவர்கள் அக் கமுக்கத்தை உடைத்துக் காட்டவில்லையே.. என் செய்வேன்..? மந்தை காக்கும் மாயவனே கேட்டுச் சொல்லேன் சீக்கிரம் அந்த ரகசியத்தை நீயாவது...

என்று உரத்துச் சொல்லி, நடிப்பாய்ச் சிரித்து... நீண்ட கருஞ்சுள்ளிக் குச்சியை மீண்டும் ஓங்கிச் சொடுக்கி சுடு காட்டுப் பாதையில் மறைந்து போனாள் கோதை தன் பொதிக் கழுதைகளோடு..

மந்தையோட்டி ஆற்றில் நீர் காட்டி கலங்கிய வெது நீரோட்டம் கடக்கத் துணிய துலங்கி வெளுத்திருந்தது காலை.. ஆற்றைத் தாண்டி வரும் தயிர் பானைத் தலைகளோடு குறத்தி வந்தாள் எந் நாளும்போல் அன்றும்.

அவள் வந்த வேளை.. ராக் குளியல் தேவதையரை விசாரிக்கும் ஆசையெண்ணம் விழுந்து துவண்ட வேளை. கண்களின் சொப்பனங்கள் வெளுத்த காலையில் குறத்தியைக் கண்டவுடன் ராவேக்கம் மறந்துபோன மந்தையோட்டும் பொடியர்களின் பிடிபடா ஏக்கம் பார்த்துப் புரிந்தும் புரியாமல் சுளுக்கித் தளுக்கிச் சிரித்துப் போனாள்; ஆறு தாண்டிப் போனாள் குறத்தி...

04

ஞாபக வெளி

சேரியின் ஞாபக வெளியில் குறத்தியும், சப்த கன்னியரும் எப்போதும் நிறைந்தார்கள். மாடு மேயும் மந்தை வெளிகள், நீர் இறைக்கும் ஏரி மடு, ஆற்று மடு, உள் நீச்சலும் மேல் நீச்சலும் காணும் நீர் தளும்பும் கேணிகள், கூனிமேட்டு களாக்காடு,மொக்கை முளைத்த பாத்திகள், சலசலக்கும் பனந்தோப்பு, ஊசிகளை உதிர்க்கும் சவுக்குத் தோப்பு, பாசி படிந்து காய்ந்த வாய்க்கால், வரப்பு, மாடுகள் தேய்த்த புளியமரம், நெல்லடிக்கும் ஒப்புடி களம், கல்லடிக்குச் சிலிர்த்துக்கொள்ளும் கிழவனின் கைத்தடி

பேசும் பாக்கம் மாந்தோப்பு, கொசவன் பள்ளக்குளம், பிசுபிசுக்கும் வட்டக் களத்தில் சுற்றும் மாடுகளோடு நெய் வழியும் செக்கடி என எங்கும்; பொடியர் கூடுமிடம் சப்த தேவதையர் விசாரிப்புக் களமாக, குறத்தியின் புறணி பேசும் இடமாக எப்போதும் மாறியபடி இருக்கும்...

கதிரேறி ஒரு முகூர்த்தம் கழிய; அறுப்பறுத்த பாத்தி களில் துளிர் வேகும் மொக்கைகளின் ஈரம் வற்றிய வாசம் கமழ்ந்தது கழனி வெளியெங்கும். குறுமணி, பொன்மணி, பிசினி, காரையோடு சம்பாவின் பாத்திகள்தோறும் மொக்கைகளின் இடுக்குகளில் சிந்திய நெல் மணிகளைப் பொறுக்கித் திரியும் புள்ளின இரைச்சலின் காலையில்...

நுங்கு ருசித்த குடக்கை வண்டியுருட்டி, சீழ்ட்டியடித்து ஓட்டும் பாந்தவனின் கால் பட்டு சற்று நிதானித்த குடக்கையின் கிறக்கலில் வெளிவந்த சுள்ளியை; ஈரம் சிதறிய நடுத் தட்டையில் மீண்டும் சொருகி உந்தித் தள்ளினான். ஒட்டிய மண் சிதறச் சிதற விர் விர்ரெனச் சத்தமேற்றிச் சுழன்று எகிறிய குடக்கை ஓடியது; முச்சந்தி கடந்து நெல் மணிகள் காயும் ஒப்புடிக் களத்து மேடு நோக்கி. குடக்கை சுழன்ற வேகமான வேகத்தில் சிக்கிச் சுழன்ற எறும்புகள் கிறுக்கலித்து மயங்கி விழுந்தன திசைகள் தவறி. மயங்கி விழும் எறும்புகளோடு சட்டெனச் சிக்கும் சிறுவண்டுகளும் விழுந்து மாளும் வகையறியா பாந்தன் கால்கள் பறக்கப் பறக்க ஓடினான் குடக்கையோடு.

வெயில் வறுக்கும் களத்து மேட்டில்; பறவை வர்க்கம் பறக்க மனமின்றி தத்தி, கத்தி வந்தன காய்ந்து உலரும் நெல்மணிகளைச் சுற்றிச் சுற்றி. நெல் களத்தில்

காவலிருந்த சன்னமணி பாந்தனின் குடக்கை சுற்றும் வேகம் கண்டு முகமலர்ந்து முறுவலித்தான். நீண்டு துருத்திய வெண்வேல முள்ளில் குத்திய ஓலை விசிறி சுழன்று படபடத்தது சக்கரமாய் அவன் கையில்.

கிறுக்கலித்த பாந்தனின் குடுக்கையைச் சட சடத்துச் சுழலும் சன்னமணியின் ஓலை விசிறியை நிறுத்திய கணத்தில்; சக்கரமும் குடுக்கையும் கைகள் மாறித் தொடர்ந்தன ஓட்டம். சுழல்களின் சாகசம் கண்ட தொம்மைக் குருவி, சிட்டுக் குருவி, வனசுகம், வாய் சிவந்த மைனா எனப் பறவைகள் கலைந்து கலைந்து சேர்ந்தன. விரட்டியோடிய சன்னமணி கைகுச்சி கை மறந்து விழ, மீளவும் சேர்ந்த பறவைகளை; வரிகள் நெளிந்த நெற்பரப்பில் சுழன்றோட்டிய அவன் குடுக்கை ஒலியோடு குறுக்கு வரிகளைப் போட்டபடி விரட்டியது. விடாமல் விரட்டினான் விரட்டியபடி...

வெம்மை ஏற ஏற, முறுக்கேறிய நெல் மணிகள் ஈரம் வற்றிய முற்பகல் வேளை. வெகுல் விளைந்த ஏரிக்கரை இடிந்து தூர்ந்திருந்த சீயம்பாக்க ஒற்றைப் பாதையில் அரவு தீண்டிச் செத்த காளையொன்று வீங்கி அழுகி வெடித்து வீசும் சகியாக் கொடுநாற்றம்; நாகலா சாரல் மறித்த காற்றில் மிதந்து வந்தது. நாற்றம் சகியா நாசிகளைப் பொத்திய பொடியர்களை ராஜாளிகள் வான வட்டம் வாய் பிளக்க வைத்தன. வெளுத்த மஞ்சு பொதியில் றெக்கை நனைய படர்ந்து மிதக்கும் அதன் வான் உயரம் பொடியரின் சங்கைகளைக் கிளர்த்தி வருத்தியது. மோவாய் வலிக்க வலிக்கப் பார்த்த சன்னமணி சொன்னான் ஏக்கம் தொனிக்க..

..பாந்தவா வானைப்பார்.. றெக்கை அசையாமல் வானத்தில் மிதந்து வட்டமிடும் ராசாளியின்

மாயமென்ன... ராசாளியோடு நீயும் நானும் உயர உயரப்போய் ஆற்றைப் பார்த்தால் புனலாடும் தேவதையுலகைப் பாப்போமா...!

சன்னமணியின் ஏக்கம் பாந்தவனைப் பற்றி உசுப்பிய வருத்தம் வாட்டிய தருணத்தில்; தொலைதூரத்தில் உயர மிதக்கும் ஒற்றை ராஜாளியின் தனிமைக் கிலியில் தள்ளியது பொடியரை. தன்னந் தனியனாய் மிதக்கும் ராஜாளியைச் செத்த மாட்டின் பேய் பிடித்தாட்டினால் என்னவாகும்...?

பகல்வேளை நினைப்பே ராவென மிரட்டியது ரெண்டு பேரையும். நேரம் சில கடக்க ராஜாளி மயக்கம் கலைத்தது சிடுசிடுத்த ஓலைச் சக்கர விசிறி. சுற்றிச் சுழலும் விசிறிக் குச்சியை மண்ணில் சொருகி நெல்மணிகளைப் பொறுக்கிய தவிட்டுக் குருவியைக் குடுக்கையோட்டிய வேகத்தோடு விரட்டினான்: வார்க்குச்சை வீசினான் சன்ன மணி. நாக்கை மடித்துச் சீட்டியடித்துக் கத்தினான். நெல் மணிகளில் மோதிய சீட்டிச் சத்தத்திற்கு எதிர்ச் சத்தம் போட்டு பறக்காமல் தத்தின பறவைகள்.

◆ ◆ ◆

வெயில் தளர்ந்து நிழல்கள் துவண்டபொழுது தொடங்கி; பறவைகள் கூடுசேரக் கீச்சிட்டு கூட்டத்தைக் கூவியழைக்கும் ஓசைகள் பெருகும் முன்மாலை நேரத்தில், வீச்சம் நுகர்ந்து தொடரும் காக்கையை எடைநிறுத்தும் வீசைக் கட்டையால் விசையாய் விரட்டியபடி வந்தாள் மீன்காரி. சிங்கார நடையோடு ஒய்யாரப் பாட்டோடு வருமந்த கூனி மேட்டு மீன்காரியிடம், அரை வீசம் வாங்கிய தட மீனோடு குறத்தி பூர்வீகம் கேட்டாள் பஞ்சம் பயத்த தனமணி.

வாயொழுகிய தாம்பூலத்தைத் தூரத் துப்பிய மீன்காரி செம்பற்கள் தெரியச் சிரித்து..

..சின்னஞ்சிறு சிங்காரியே.. கன்னியர் மாயத்தைச் சொல்லப் போனால் பரி சேர்ந்த மீனெலாம் கருவாடாகும்.. நாசியேறும் நாற்றம்போல நெடுதூரம் வீசும்... ஆனதினாலே அம்மணியே ஆளைவிடு..

என்று சொல்லிக் கிளம்ப, தனமணி தூக்கிவிட்ட கவுச்சிக் கூடையைத் தொடரும் காக்கைகளை வசையாடி வண்டையாய் திட்டியபடி போனாள் அந்த மீன்காரி...

முச்சந்தி கூடி, மொண்ணேட்டுப் பெண்டிரெலாம் சூழநின்று, கூறு கட்டிய மீன்களைப் பேரம் பேசும் பொழுதில்; எட்டப் போகும் பெண்களைக் கூவிக் கத்தி அழைத்த மீன்காரியண்டை துள்ளிய பொடிசுகள் கூடிவந்தார்கள். வந்தவர்களைப் பார்த்து வியந்த மீன்காரியிடம் ஆளுக்கொரு சங்கைகளை அள்ளித் தெறித்தார்கள் பொடிசுகள்.

..வலை போடும் நாளிலோ, பரி போட்டு மீன் அள்ளிய ராவிலோ, புனலோட்டம் பெருகி வெள்ளம் மீறிய கரை நின்று வலையறுக்க இழுக்கும் பெருமீன்கள் சிக்கிய ராக்களிலோ, புனலாடும் கன்னியரைக் கண்டாரா உன் கணவன்...

..வெகுலுக்கும் மரத்துக்கும் இடைபோட்டுக் கட்டி வைத்த பெருவலை வீசிய ராக்களில் மீன்துடுப்புப் போட்டு நீந்தும் கன்னியர்கள் சிக்கியதுண்டா.? அல்லவெனில் சிக்கிய கன்னியர்கள் புலர்ந்த காலையில் மறைந்த மாயமென்ன.. மறு ராவில் மீளவும் வந்து செல்லும் மர்மம் தானென்ன..?

..கன்னியரைக் கண்ட உன் கண்ணாளன் கன்னியர் துப்பைச் சொல்வானா..? சொல்லிச் சென்றால் புண்ணி யமாய்ப் போகும்.. உன் மீனெல்லாம் விற்றும்போகும். சொல்வாயா...? அந்த மாய மீன்பிடிப்பை...

விடாமல் நச்சரித்து விசாரித்த நெல் காத்த பொடியர் களை மென்நகையோடு வசைபாடி, வீசைத் தராசைப் பொய்யாய் வீசி ஓங்கிச் சிரித்துப் போனாள் மீன்காரி. தொடர்ந்தன வீச்சம் பிடித்த காக்கைகள் கரையக் கரைந்தபடி...

மீன்காரி சொல்லாச் சேதிகள் வாட்டின பொடியர் களை. பொடியர்கள் மட்டுமின்றி மொன்னேட்டு மாந்தர்களும் பொடியர்களின் மனமொத்துத் திரிந்தனர் உள்ளும் புறமும். இலவத்தியான பனி மறுநாளில் துளிர்ப்பதைப்போல் நாளும் துளித்தார்கள் மருகிய மனதோடு.. மீன்காரி கரைந்தழைத்துப் போனாள் மற்றொரு ஊர் பார்த்து..!

05
நதியாட்டம்

தேவதையர் நதியாட்டமும், குறத்தியின் மாய நடைப் பயணமும் தீராத சொள்ளைகளாய்; அவிழா மாயச் சிறு சிறு முடிச்சுகளாய்; பெருகிப் பெருகிக் குவிந்த காலத்திலொன்றாய்க் குறத்தியவள் வருவதைக் காணாக் காலமும் ஒன்று வந்தது.

முன்பனி தொடங்கி, முன்னிரவுச் சாமங்கள் குளிர்ந்து அட்டைகள் பிசு பிசுத்து நகர்ந்த மின்னும் வரிகள் பாம்புகளாய்த் தெரிந்த காலமும் அவள் வருவதைக் காணோம்.

மோர் சிலுப்பி வெண்நெய் பிரித்துச் சேர்ந்த பானைகள் உரிகளில் ஏற்றிய நாட்கள் சில கரைந்து.. இறக்கிய உரி வெண் நெய்யில் முருங்கைக் கொழுந்தினையிட்டு காய்ச்சி மணந்த நெய்ப் பானைகளை எறும்புகள் தேடியலைய; உறைந்த நெய்யின் மணம் பின்பனியில் உறைந்து அடங்கிய காலமும் அவள் வரவில்லை.

சேரி - ஊரெங்கும் பழைய கூளமும் புதரும் கொளுத்திப் பெருகும் தீ நாக்குகளைச் சுற்றிக் கைகளைச் சிவக்கக் காட்டி; அடிப்பாதத்தைத் தேய்க்கும் மாந்தரின் மனங்குளிர்ந்த மாதத்தின் கடைசிக் காலையில், வீடுகளின் நடுவீட்டில் தலைமுறைகளின் மூப்பர்களை நினைத்துப் பாடிய ஒப்பாரியோலங்கள் ஒலித்தன. கட்டியழுத பெண்டிரின் பாட்டுக்கெளெல்லாம் சிறுவர்களின் சிறு பறைகளின் சிதறியடித்த தாளக் கட்டுகள் காற்றில் கரைந்து கரைந்து ஓய்ந்தன. பொடிசுகளின் பாட்டுச் சத்தமும் புகை மூடிய பறையோசையோடு கலந்து சிதறிக் கரைந்தன புலர் பனியில்...

கதிரோடு கதிர் உரசி, கனம் கூடி, கானல் காய்ந்த கழனியெல்லாம் கனகம் பொழிந்ததுபோல்; கண் பறிக்கும் ஒளியோடு படர்ந்து கிடக்கிறது கீழ்வானம் வரை நெல்வயல். ஏற்றமசைந்து பாட்டிசைத்து நாள் சில ஆகின்றது. திரிகல் மடுவோரம்.. ஏற்றத்தில் ஏறி மிதித்துப் புனலோட்ட ஆழத்தில் அமிழ்த்த ஆளின்றி தனியாய் நிற்கிறது நீண்டுயர்ந்த சால் கோர்த்த தொங்கு கழி. ஆவாரஞ் செமைகளும் பொன் பூத்த திட்டுகளாய் கார முட்களில் சிக்கி ஒளிர்ந்தன கரை மேட்டு வெளியெங்கும்.. காண யாருமின்றி.

பொழுதேறத் தொடங்கியது. வெம்மை கூடி நீரோட்டப் பனியெல்லாம் கரைந்தோடிய ஆற்று

நீருக்கு ஆள் அரவம் கேட்கத் தொடங்கின. மந்தைகளை ஓட்டிய பொடியரும், ஏர் மாடுகளை ஓட்டிய காளையரும் வண்டிகளோடு வந்து சேர்ந்தனர் ஆற்றின் மடுக்களுக்கு.

தவழும் ஆற்றின் பனி வெளுக்கும் மடுக்களில் மாடுகள் குளிக்கத் தொடங்கி கதிர் முளைத்து ஏறியிருந்தது. வைக்கோல் பிரியின் தேய்ப்பில் சுகம் கண்டன மாடுகள்: தேய்க்கும் பிரி திமிலில் பட, சிலிர்த்த சுழிகளைத் தட்டித் தேய்க்கும் பொடியரின் சத்தங்கள் பேச்சொலியில் கரைந்தன. மாடுகள் குளம்பு கலக்கலில் கலக்கம் கொண்ட நெத்திலியும் குறவையும் கெளுத்தியும் கெண்டையும் உளுவையும் சேறு மறைத்த நீர் வழி காணாமல் மோதி மோதித் திரிந்தன.

மாடுகளைக் குளிப்பாட்டும் சேரியர் யாரும் தேவதைகளைப் பேசவில்லை. எருமைகள் முதுகில் அடையெனப் படர்ந்த பசலை பூத்த பொடியர்கள் மடுக்களின் ஆழத்தில் எம்பிக் குதித்துக் கலக்கிய கலங்கலில் ராத்திரி தேவதையர் குளிப்பார்களா...? உள் நீச்சலில் மூச்சு முட்டும்போதெல்லாம் திரிகல் திண்டுகளில் குத்திய தேவதையர் பயமாய்த் துழாவினார்கள் பொடியர்களை மீன்களின் வடிவாய்...

மாடுகள் கரையேற, காய்ந்துலர்ந்த மெய்யோடு பளிச்சிட்ட திமிலிகளைத் தடவிப் பார்த்து மென்முறுவல் சிந்திய சேரியர் வீடு சேர்ந்தனர். தெம்பேறிய மாடுகளுக்குத் திலகமிட்டு, ஆவாரம் பூக்கோர்த்து பின்னி வைத்த புதுநாரில் பிரண்டைக் கொடிகளைத் தோரணமாக்கிக் கட்டினர் வாசற்காலில். வாசற்படிகளைப் புதுமஞ்சள் பூசிப் புதிதாக்கி, திண்ணைகளின் ஒட்டுகளில் செம்மண் பட்டையெழுதி, எந்திரத்திலரைத்த நொய்யரிசி மாக்கோலம்

சுவரெல்லாம் அலங்காரமிட, குத்திய புத்தரிசி புதுப் பானைப் பொங்கலோடு தொடங்கினார்கள் அறுவடை உச்சத்தின் முதற் பொழுதை.

மொண்ணேடு சேரி - ஊரெங்கும் பொங்கும் பொங்கச் சத்தமும், பருப்பும் நெய்யும், கரும்பும் வெல்லமும் கலந்து மணம் வீசி பொங்கலோடு பொங்கலோசையில் கலந்தன. கட்டிய தோரணங்கள் வாசல்களில் வாடத் தொடங்கி மாலை மங்கியது. நாகலாமலைச் சாரலில் குளிரும் பனிக் காற்றின் ஈரத்தில் கதிரொளி சாய்ந்த அந்திப் பொழுதிலும் குறத்தி வரவில்லை.

மறுநாள் முகிழ்ந்தது. குளித்து ஓய்ந்திருந்த மாடுகளின் மூக்கில் இளஞ்சிவப்புப் புதுக் கயிறுகள் ஏறின. சீவிய மாட்டுக் கொம்புகளில் வண்ணச் சாந்திட்டுக் காய, வெண்கலச் சலங்கை கோர்த்த பொன்னொளிரும் புதுப் பூண்கள் முளைத்தன. பனைக் குருத்தோலைக் கீற்றில் சீவிச் செய்த மெல்லிய ஜல்லி வழவழக்க, காளையின் காது மறைக்க அதைக் கொம்பிரண்டில் மாட்டி உசுப்ப, அசைந்து நடக்கும் மாட்டின் அழகில் மயங்கிய சேரிப் பெண்டிர் சூடம் ஏற்றிச் சுற்றிக் காட்டி அண்டையரின் கண்ணடிகளைக் கழித்தனர் கழிப்புகளால்.

செய்த சில பலகாரங்கள் செமித்துப்போய் மாலை வந்தது. முன்மாலை வெளிச்சத்தில் ஊர்த் தெரு எல்லையில் கூடின சேரிக் காளைகள். சூடத் தேங்காய் சூரையாய் உடைக்க, சிதறிய ஈரச்சத்தம் கேட்டு துள்ளிக் கிளம்பிய காளைகள் ஓட்டம் பெரு ஓட்டமாய் வீடடைந்த வேகத்தில் முன்னிரவு தொடங்கியது.

மாவரைக்கும் ருப்புக் கல்லில் புதுச் செம்பானையில் ஊறிய உளுந்தும் புதுப் பச்சரியும் ஈரலித்து மசியும்

சத்தங்கள் வீடுதோறும் எழுகின்றன. பாட்டும் கதைகளும் மெல்லெனக் கேட்க நீண்ட ராவும் கழிந்து பின்பனி கலைந்தது புலரியில். புகைந்த அடுப்புகளை உசுப்பிய ஊதாங்கோல்களின் நாதத்தில் வார்த்த தோசைகள் செரித்த காலையும் குறத்தி வரவில்லை.

தரை குளிர்ந்த மாதம் தொடங்கி பொழுதுகள் சரிகின்றன நெடுமர நிழல்களென வேகமாய். அறுப்பறுத்த கழனிகளில் புதுமணம் வீசிய மொக்கைகள் சருகாகி புல் முளைத்து ஆடுகள் மேயத் தொடங்கிய திங்கள் போயும் குறத்தியவள் வரவில்லை.

இளவேனில் தொடங்கி இலையுதிர்த்த கல்லத்தி மரங்களில் வேனிற் சூடுபட்டுக் கத்திய குருவிக் குஞ்சுகள் ஆவாரங்காட்டுக் கள்ளிப் புதர்களில் குடியேறிய காலம் தொடங்கியது.. காணாமல் காய் காய்க்கக் கண்டு பூப்பூத்து மஞ்சள் துளிகளாய் ஒளிர்ந்தன கல்லக்காய் கழனிகளெங்கும். கீழ்வான மெல்லொளியில் மடைமாற்றி விடப்போன யாரையும் எந்தத் தேவதையும் அடிக்கவில்லை. ஏரியில் செத்த காளையின் ஆவியும்கூட ஏதும் செய்யா அதிசயம் கண்டு வியந்தது பொடியர் கூட்டம்.

அவுரி கரைத்த பெருந் தொட்டியெனப் பரந்து வெளிர்ந்த வானில் மஞ்சுப் பொதிகள் கலைந்தும் கலையாமல்; காணாமல் போயும் கண்டுகொள்ளவில்லை யாரும் குறத்தியைப்போல. குறத்தியின் பாதங்கள் தேய்த்த பாதைகள் மறக்க, மறைய திங்கள் சில மறைந்து போக, புறணிப் பேச்சுகளெல்லாம் ராவில் கண் பூத்த அல்லி வாசனையாய்க் கரைந்தும் போயின.

சேரிக்கும் ஊருக்கும் புதிரவளாய் இருந்த குறத்தி இனி ஓடைக்க மறந்த வெடியா! கன்னியர் கதையும், கடக்கும்

குறத்தியும் சொப்பனத்தில் தோன்றிய மாயக்காட்சி யோவென மறைய சேரியர் திரிந்தனர் நாளும் வேலையென. புதிரும் புதிருமான பெண்ணும், ஏழு கன்னியரும் கரைந்து மறையும் ஞாபக வெளியில் இனி நிறைவது எது...?

யோசனையில் இருந்த செம்பேட்டுக்கிழவன் சினந்தான் தன்னுள்....

அரிதாரம் கட்டிக் கட்டிக் காத்த கன்னிமாரெல்லாம் சேரியர் அதீத உள்வெளி நினைவுகளைச் சீவிச் சீவிச் சுழற்றி ஒளிர்ந்த தலைமுறைச் சொப்பனங்கள் என்னாவது...? மறக்கும் மனங்களை மீளத் தூண்டாமல்போய் பெரும் சாபம் வந்து பொசுக்கினால் என்னாவது..?

...முதற் சாமம் தொடங்கி, நெய்வற்றித் திரியொளி குன்றும் மூன்றாம் சாமத்திற்குள் கன்னிமார் சந்திக்க வருவார் யார்...! வந்தவர் கேட்கச் சொல்வேன் சொப்பனத்திலும் காணாத கன்னியர் புராண சங்கைகளை...

செம்பேட்டுக் கிழவன் சொல்லி அனுப்பிய பரிபூரணம் சேதி விட்டாள் சேரிப் பொடியருக்கு.

06
ஆறுதாண்டி

வெகுல் வேய்ந்த கூரையில், கழை துளைக்கும் கரு வண்டோசையோடு ராக்கோழி ரீங்காரம் கேட்டபடி, முடி மட்டை நார் பிடித்து எட்டுக்காலி பின்னும் புது வலையின் அடியில்; தலை சாய்த்து திண்ணையில் சயனிக்கும் செம்பேட்டுக் கிழவன் தன் அரிதார நினைவு வெளியை உசுப்பினான். கட்டை கட்டி, அடவு கட்டி, உச்சத் தொண்டையில் நாட்டைப் பாட்டுப் பிடித்துக் குரலெடுத்தான்.

நாட்டைப் பாட்டு உச்சியேறி முடிய, ரா வண்டுகள் பல்லிடுக்கில் மேயக் கேட்ட பொடியரும், பெண்டிரும் மயங்கிடும் புதுமையோடு புதினக் கிழவன் குரல் காட்டும் கதையூரில் குதித்தனர்...

சொல்லத் தொடங்கினான் செம்பேட்டுக் கிழவன்...

ஆறு தாண்டி; மலை தாண்டி; எண்ணாயிரம் ஊர் தாண்டி: மடு தாண்டி; குளம் தாண்டி; குட்டை தாண்டி; ஏரி தாண்டி; இருள் தங்கும் ஆரண்யமும் தாண்டி: வானமும் பூமியும் சேரும் கடல் தாண்டி; பாற்கடல், தேன்கடல், தயிர்க்கடல், நெய்க்கடல், வெண்ணெய்க்கடல், வெந்நீர்க்கடல், பன்னீர்க்கடல் என இருக்கப்பட்ட கடலோடு ஏழு கடலும் தாண்டி....:

விண்ணவரும், விண் காக்கும் மன்னவரும், கின்னரரும், கிம்புருடரும், முப்பத்து முக்கோடி தேவாதி தேவரரும்; பூலோக பாதாள சூரரும், அரக்கரும், ராக்கதரும்; மன்னாதி மன்னர்களும், முற்றும் துறந்த திரிகால ஞான தேசிகரும், புலவரும் புதுப் பாப் புனையும் பாவலரும்; மற்றுமுள்ள யாவருக்கும் கண் கவரும் சொர்ண மாளிகையொன்று இருந்தது எல்லூர் எனும் ஓர் ஊரில்.

கிழக்கே வானம் முடியுமட்டும், வனம் மேய்ந்து வளம் தந்த எண்ண வகையற்ற கோடான கோடி காராம் பசுக்கள் மடி பெருத்து, காம்பு புடைத்து, கறப்பதற்கு ஆளின்றி, சேர்ப்பதற்குக் கலனின்றி; மடியூறிய காம்புகள் தானே பொழிந்து பாலாறு பல தோன்றி ஓடிக் கலக்கின்றன திசையெட்டும்.

மேற்கே வானம் முடியுமட்டும், கண் கோடி இருந் தாலும், காணக் கூசும் அத் திசையில். சொர்ணமான சொக்கத் தங்கம் மலைகளாய் வளர்ந்து நிற்க: குவிந்து

கிடக்கும் நவமணி கற்களும், பொற்பொடிச் சிதறலும் அடி வானம்வரை கொட்டிக் கிடக்க; அளப்பதற்கு ஆளின்றி, எடுப்பதற்குத் தோதின்றி, காக்கையும் கோட்டானும் ராப்பகல் குழம்பி நாளெல்லாம் கூச்சலிடும்.

தெற்கே வானம் முடியுமட்டும் கொட்டிக் கிடக்கும் தானியத்தைக் கட்ட ஆளின்றி, களஞ்சியத்தில் சேர்க்கத் தோதின்றிக் கிடக்க; தூரத்துத் திசைகளின் பறவைக் கூட்டங்களும், வனப்பேறிய வனத்து மான்களும், தின வெடுத்துப் பிளிறியலையும் யானைக் கூட்டங்களும், ஆடு மாடுகளும் தின்று சலித்து மந்திட்டுக் கிடக்கும் காணுமிடமெல்லாம்.

வடக்கே வானம் முடியுமட்டும்; விண்ணவரும், மன்னவரும், வேறு நாட்டு ராசக் குமாரரும்; குறவரும் மறவரும் பாணரும் கணியரும் கூத்தரும் கழைக் கூத்தாடியரும்; பாட்டுப் புலவரும் ஓவியக்காரரும் கட்டிடத் தச்சரும் படைக்கருவிக் கருமரும்; மற்றுமுள்ள திறத்தோரும் சுமக்க மாட்டாமல் போட்டுப்போன எல்லூர் பரிசுகள் வடக்கு வானம் மட்டும் சிதறிக் கிடக்கும்.

திக்கெட்டும் புகழப் பேர் பரப்பும் எல்லூரின் செழிப்பு கண்டு, அவ்வூருக்கு அளக்க வழியறியா ஆதியனாரே சினம் கொண்டு; எவ்வூரும் பெறாத சிறப்பும், வனப்பும், செழிப்பும், கொழிப்பும் எல்லூர் பெற்று வந்த மாயமென்ன மாயமோ என மருகி; படியளக்கும் தொழில் மறந்த எல்லூரிலே வாழ்ந்து வந்தான் மன்னாதி மன்னன். சூராதி சூரன் எனப் பேர் பெற்ற... நாகர் குல மாபெரு வேந்தன் எல்லன் என்ற செய்யன்...!

கருத்த மேனியன். ஒளி மிக்க வதனத்தோடு, மாறாப் புன்னகை பூத்த இதழோடு, அருளும், அன்பும் கொண்டவன்: நெய்யும், நறுமணத் தைலமும் பூசிய நீண்ட கூந்தலோடு; சிரசில் சூரியனை விஞ்சிய ஒளியோடு மிளிர.. தாமம், முகுடம், பதுமம், கோடகம், கிம்புரி எனப் பஞ்ச லட்சணம் முழுசாய்ப் பொருந்த; சாந்தரூபம், கிளிச்சிறை, ஆடகம், சாம்புநதம் என நால்வகை பொன்னிழைத்து: குருவிந்தம், சாதுரங்கம், சௌந்திரம், கோவாங்கமென நால்வகை மணிகள் பதித்து: உச்சிக் கோடக முகப்பில்; வயிரத்தில் உயர்ந்த சந்திரகுரு பதித்த நாகர் எனப் பேர்க்கொத்த கிரீடமணிந்தான் செய்யன்.

தேவரரும், உலகாளும் பெரும் வேந்தர்களை யெல்லாம் விஞ்சும் ஒளியோடிருந்த செய்யன் அணிந்திருந்த அணிகளை மேலும் கேளுங்கள்..

அவன்; ஆணிப்பொன் புஜகீர்த்தியைத் தோளில் அணிந்து, தேவாதி தேவர்களும் இந்திரனையொத்த அரசர்களும் அணியும் பூராணம் எனும் மாலையோடு, ராசாதி ராசன்கள் பலரை வென்று அணியும் வயிரம் பல பதித்த சிங்கத்தாமணி எனும் பதக்கத்தை மார்பில் அணிந்து, இடுப்பில் பொன்மணி வேய்ந்த பவள வடமும், அணிந்தவனின் புகழ் ஓங்கக் கூடுதலாக அணிந்திருந்தது என்னவென்றால்..

அவன்; உக்கிரமான போரொன்றில் தேர்கள் நூறு, யானைகள் நூறு, குதிரைகள் ஆயிரம் கொன்று; உடன் வந்த பத்தாயிரம் வீரர்களைக் கொன்று, அதன் பெருமைக்குச் சான்றாய் இடக்காலில் இசைக்கழல் எனும் வீரக்கண்டயம் அணிந்திருந்தான்.

அவன்; மற்றொரு உக்கிரமான போரில் பத்தாயிரம் வீரர்களைக் கொன்று, எதிர்ப்பட்ட

யானைகளையெல்லாம் கதையடித்துக் கொன்று பெற்ற புகழை நிலைநிறுத்தும் விருதான இசைமணியையும் இசைநூபுரத்தையும் வீரக்கண்டயமாய் வலக்காலில் அணிந்திருந்தான்.

அவன்; மற்றுமோர் சிறு போரில், விளையாட்டாய் வாளையும் கதையையும் சுழற்றி நூறு பரிகளைக் கொன்று; பரிகள் மேலமர்ந்த வீரர்களையும் கொன்று; யாவரும் புகழும் வண்ணம் இசைவளை எனும் பேர் கொண்ட சிறு வளையத்தை வலக்கால் பெருவிரலில் அணிந்திருந்தான்.

காதில் நவ வயிரம் பதித்த நவப்பூ சாவந்த கடுக்கண் அணிந்திருந்த செய்யன்; வெற்றிகளை ஒளியாய்ச் சிந்தும் விருது கொண்ட பன்மணிக் கழலும், கடுக்காழி, விரலாழி, விரற்பூண் என மூவகை மோதிரங்களை விரலுக்கொன்றாய் அணிந்திருந்தான்.

எல்லூருக்கு ஒளி தரும் சுடரோ எனச் சொல்லத்தக்க கண் பறிக்கும் மணிகள் பல பதித்த செங்கோலை ஏந்திய செய்யன், எட்டுத் திக்கும் நோக்கும் பெரும் மணிபல பதித்திழைத்த தந்தத் தாளடியும், பொற்பீட படிகளும் பெற்ற இந்திரரை விஞ்சும் சிங்காதனம் ஏறி; பாதத்தில் பதுமராகம் பதித்துப் பட்டு மெத்தென செய்த வெண்டயக் காலணியை அணிந்து, வலக் காலடி தங்கச் சிங்கத்தின் சிரசின் மேல் தாங்கியிருக்க; கருணை பொழியும் ராசனின் பக்கத்தில் ராணியரும்; உயர்ந்த வெண் சாமரம் வீசும் சேடியரும், குலகுருவாம் அரசகுரு போதி தேவரும், மதியூக மந்திரிமாரும், வெற்றிகளை மட்டும் ஏந்தும் சேனாதிபதிகளும், தூதுவரும்; கப்பங்கட்டும் குறுநில அரசரும், மக்களும் என யாவரும் வணங்கப் பரிபாலனம் செய்து வந்தான் செய்யன்...

ஏழடுக்கு அந்தப்புரத்தில் ஏழாயிரம் ராணிமாரும், அவரோடு சேடியரும்; காவலுக்குப் பேடியரும் கொண்ட அரண்மனையில்; ஏழாவது ராணியாய்ப் பட்டம் கட்டி, செய்யன் மனதில் நிரந்தரமாய் பரிவட்டம் கட்டி பரிபாலனம் செய்து வந்தாள்...

மகாராணி எல்லி.

எல்லி; அழகிலும் அழகி.. பெரும் பேரழகி. உலகம் காணாத காந்தள் நிறத்தழகி. அவள் எப்பேர்க்கொத்த அழகி என்பதைச் சொல்கிறேன் கேளுங்கள்..:

எல்லி; கருஞ்சூல் கொண்ட கரு மஞ்சென வழியும் கூந்தலும்; அலர் முலை மறைக்கும் நவமணி அணிந்த கழுத்தும்; தோற்ற மயக்கமும்; வாக்கில் அமுதும், விழியில் மதுவும்; வகிடில் பிறையும்; வாயுவும் பெருமை கொள்ளும் நாசியும் கொண்டு மிளிர்ந்த பேரழகாய் இருந்த எல்லி ராணி; நிறைசூல் கொண்டவளாய்த் தொந்தி சரிந்திருந்தாள்.

எல்லி; தனக்குப் பிறப்பது ராச குமாரனாயிருப்பான் என்றெண்ணி: கருவாய் வளரும் மைந்தனுக்கு போதிக் கதைகளைச் சொல்லக் கேட்டு; விநய கானங்களைப் பாடி, போதி ரங்கனின் போதனைகளை மந்திரமாய்ச் சொல்லி.. மண்ணில் உதிக்கும் நாள் முதல் மக்கள் மனம் நிறைவான் ராசக்குமாரன்.. என்ற மனம் பூரிக்கும் நிறை நினைவோடு மாளிகையில் உலவிய எல்லி முகம் பொலிந்தது அருளும் அன்பும் வழிந்தபடி...

எல்லூர் மாமன்னன் செய்யன் எல்லியிடம் மட்டும் மாறா மையல் கொண்டு மற்ற ராணியரை மறந்தான்; அவர்களோடு தூமை சுகச் சேர்க்கைகளையும் மறந்தான்.

எல்லி மீது செய்யன் கொண்ட மாறா மையலினால் ஆற்றாமை கொண்டு; பொறாமை மேலிட,

மனமெலாம் சினமேறிச் சிவந்து, மதியெல்லாம் திரிந்து, நெஞ்சமெலாம் கல்லாகி; காலம் கனியட்டுமெனச் சதி வேலை பார்த்து வந்த ஆறாயிரத்து தொள்ளாயிரத்துத் தொண்ணூற்றொன்பது ராணியரின் எண்ணவோட்டம் என்னவெனப் பாராமல், பரிபாலனத்தில் இருந்த செய்யன்: வேட்டையாடப் புறப்படத் தயாரான ஒரு நாளில்.. சேவுகனை அழைத்துச் சொன்னான்.

..அடே சேவுகா.. காலம் பல ஆகிவிட்டது. கானகம் ஏகி வேட்டை செய்த காலம் பல போன எண்ணமும் வந்துவிட்டது. பல்கிப் பெருத்துத் திரியும் வன மிருக வர்க்கமதை வேட்டையாடச் செல்வோம்.. வேண்டிய ஏற்பாடுகளைச் செய்.. எனக் கட்டளையிட்டான்.

செய்யனின் ஆணையேற்ற சேவுகன் செய்து முடித்தான் வேண்டிய ஏற்பாடுகளை. போனவன் திரும்பி வந்தான். பணிந்து வணங்கி நின்றான். யாவும் தயாரென்றான்..

ஆபரண மாளிகைக்குச் சென்ற செய்யன் அணிந்திருந்த ஆபரணங்களைக் களைய, களைந்த அணி மணிகளை அதனதன் மாடங்களில் வைத்தனர் சேவுகர். வெற்றுடம்பில் அகிற்தூபம் காட்டி, பன்னீரில் ஒற்றித் துடைத்து, வேட்டைக்குத் தோதான ஆனைத்தோல் கவசங்களை அணிவிக்கத் தொடங்கினர் செய்யனுக்கு.

காதில் மோசகம் மாட்டி, தோளில் வீரக் கோயுரமும் உடலில் மெய் மறைப்பும், காலில் வீரவெண்டயமும் அணி வித்து, கவசப் பொருத்தங்கள் பார்த்த பின் இடையில் குத்துவாள் ஒன்றும், ஈட்டிவாள் ஒன்றும் கோர்த்தனர். முதுகில் அம்பாரம் கட்டி அம்புகளை நிறைத்து, வில்லில் நாணை முறுக்கேற்றித் தோளில் மாட்டி, கவச உடுத்தலை முடித்தான் செய்யன்.

செய்யனுக்குப் பூட்டிய கவசங்கள் சரி பார்த்த சேவுகர்கள் அவனை முன்றிலுக்குக் கூட்டி வர; சேடிப்பெண்கள் வாழ்த்தொலிக்க வந்தனர். செய்யன் முகத்துக்கு நறுமணத் தூபமேற்றி; வாசலெங்கும் பூத்தெளித்து இறங்கும் படிகட்டில் நிறுத்தி நெற்றிக்குச் செந்தூரமிட்டு; அரண்மனை முற்றத்திற்கு அழைத்து வந்தனர் செய்யனைச் சேடியரும் சேவுகரும், மதியூகி மந்திரிமாரும். மாடத்தில் நின்ற ராணியர் அனைவரும் வாழ்த்தொலிக் குலவைகள் அதிர்ந்தன.. அதிர்ந்தன.. பின் அமைதியானது அரண்மனை.

பரிவாரச் சேனைகள் தயாரானவேளை கொம்புகளின் நெடுவோசைகள் எழுந்தன; பேரிகைகள் பெருவோசை அதிர எழுந்தன; கொம்பொலிகள் சன்னமாய்த் தொடங்கிப் பெரிதாய் ஒலித்தன; பறைகள் பெரும் பறைகளோடு போட்டி போட்டு பெரு ஒலிகள் வெள்ளமெனப் பாய்ந்து விண்ணைத் தொட்டன; ஜண்டைகள் அதிர, உடுக்கைகள் அதிர, யானையோட்டும் உறுமிகஅதிர, பம்பைகஅதிர, தாரை, தப்பட்டை, எக்காளம் எல்லாம் நெடு ஓசைகளெழுப்ப; ஆரவாரத்தோடு நின்றன வேட்டைப் பரிவாரங்கள் தயாராய்...

பொன் வேய்ந்த ஆனை மாடத்தில் நின்ற செய்யன், பழுத்த தேக்கிலைபோல் பரந்த காதுகளசைந்திருக்க; வெண்பொதி மஞ்சொத்த உடலாய், தெங்கொத்த கால்களுமாய் நின்று, சுடர்மிகு பொன்சுழி மாட்டி, கிம்புரி பூட்டிய நெடுங்கோட்டுடன் வந்து நின்ற பஞ்சவதமெனப் பேர்கொண்ட வெள்ளை யானை மீதேறி; நவமணி பதித்த பொன் அம்பாரியில் அமர்ந்தான்.

விண்ணதிர, மண்ணதிர, வாழ்த்தொலிகள் பிளந்தெழ யானையேறிய பாகன், பசும்பொன்

பூணிட்டு கூர் மழுக்கிய தோட்டி எடுத்து நெப்பமாய்க் குத்திக் கிளப்பினான் பஞ்சவத யானையை. நடந்தது யானை.. வலப்பக்கம் வெண் குடை பிடித்தவொரு யானையும், இடப்பக்கம் வெண் சாமரம் பிடித்தவொரு யானையும் நகர்ந்தசைய.. நகர்க் கோலம் தொடங்கியது.. வாழ்த்தொலிக்கும் மக்களின் மனங்குளிரக் கையசைக்கிறான் செய்யன்.

நகர்ந்த யானைகளும், பரிவாரப் பெரும்படையும் பூமாரி பொழியும் அரண்மனை மாடத் தெருக்கள் சில கடந்து; பின் வைரக் கோட்டையினை விஞ்சும் எல்லூர் கோட்டைக்குள்ளிருந்த கருமத்தலைவர் சேரி, அறிஞர் சேரி, நிமித்தர் சேரி, சாக்கையர் சேரி, வள்ளுவர் சேரி, பண்டாரச் சேரி, கணியர் சேரி, மெய்க்காவலர் சேரி, காவலர் சேரி, மருத்துவர் சேரி, பறைச்சரி, பூவைசியச் சேரி, கோவலர் சேரி, இடையர் சேரி, வணிகர் சேரி, நாயகர் சேரி, பரதவர் சேரி, பாகர் சேரி, மாலுமிச் சேரி, மீகாமன் சேரி, வலவன் சேரி, இயவர் சேரி, பாணர் சேரி, உவணர் சேரி, கலைஞர் சேரி, மண்டையார் சேரி, குயவர் சேரி, வேட்கோவர் சேரி, கொல்லர் சேரி, கன்னாளர் சேரி, தச்சர் சேரி, பள்ளிச் சேரி, கொசவர் சேரி, கோலியர் சேரி, சாலியர் சேரி, செட்டிச் சேரி, வேளாளர் சேரி, தட்டார் சேரி, ஈரங்கோலியர் சேரி, வண்ணார் சேரி, துன்னர் சேரி, பொற்கொல்லர் சேரி, தையற்காரர் சேரி, புலைஞர் சேரி, செக்கர் சேரி, பிழியர் சேரி, பீடியர் சேரி, ஆசான் சேரி, பணிக்கர் சேரி, கல்தச்சர் சேரி, கருமாஞ் சேரியோடு இருந்த இன்னும் பல சேரிகளையுங் கடக்க..

மாடப் பெண்கள் வீசிய பூக்களெல்லாம் சரியச் சரிய; நகர் சூழ்ந்த மதில்கள் ஏழும் கடந்து.. முதலையும், பாம்பும், மீன் வர்க்கமும் மேயும் அகழி கடந்து;

தோப்பும் துரவும் வளத்திற்குப் பேர்போன வயக்காட்டு வெளிகளையுங் கடந்து; விண்ணுயரப் போட்டிருக்கும் வைக்கோல் போர் களங்களைக் கடந்து; தூரத் தெரியும் தோப்பையும், தோப்பிற்கு அடுத்துத் திக்கு முடியுமட்டும் பரந்திருந்த வன்கொடிய மிருகம் மேயும் இருள் தங்கும் காடுள் புகுந்தான் செய்யன்.

கடும் காடுள் ஆழச் சென்று சற்றயர்ந்தான் செய்யன்; தோதான இடம் பார்த்துப் பாடியமைத்து, பரிவாரங்களைத் தங்க வைத்தான். வேட்டைக்குத் திட்டமிட்டு ஆளுக்கொன்றாய்க் கட்டளைகளை இட்டான் மாமன்னன் செய்யன்.

வனம் கலங்கத் திசைக்கொன்றாய்க் காட்டில் செலுத்திய பரிவாரப் படைகள் கானகத்தில் கண்ட மிருகமெலாம் வேட்டையில் பாய்ந்து அலைந்தன. பேரிகைச் சத்தங்களைக் கேட்ட வனத்தின் உயிர்களெல் லாம் இடியோசையோ, அந்தகாரப் புயலோசையோ எனக் கலங்கி திக்குத் தவறி ஓடிய வேகத்தில், மண்ணுயி ரெல்லாம் துருத்தி மேலெழுந்து கண் மறைக்க.., சட்டென நின்ற செய்யன் பேரிகைச் சத்தங்களை நிறுத்தச்சொல்லி யாரையும் பின்தொடரக் கூடாதெனச் சைகை காட்டி யானையை விட்டிறங்கிப் புரவியேறினான். தன்னந்தனியாளாய் இடையில் வாளும் கையில் வில்லும், அம்பாரத்தில் கூர் மின்னும் அம்பும் கொண்டு வலித்து எய்தியபடி வேகமான வேகத்தில் வேட்டையைத் தனியே தொடங்கினான் செய்யன்.

செய்யன் செய்த வேட்டையின் வேகத்தில் காற்று நடு நடுங்கிச் சூடேறி வனத்தின் இலைகள் கருகின. எய்த அம்புகள் குறிவைத்த மிருகமதை மாய்த்துத் துளைத்து வெளியேறி வேகம் குறையாமல் மேலும் பாய்ந்து குறுக்கிட்ட மரங்களைச் சுளுவாய்த் துளைத்து வேரோடு சாய்த்துப் போட்டன.

வனமெலாம் அதிர அதிர அவன் வேட்டையாடிய வேகம் கண்டு கிலிகொண்ட மிருகங்கள் நடுநடுங்கித் தரையைத் தொலைத்து அங்குமிங்குமாய்ச் சிதறித் தெறித்தன.. அலறித் தெறித்தன.

வேட்டையாடி.. வேட்டையாடி அசந்த களைப்பில் சற்று அயர்ந்தான் செய்யன். கண்கள் சொருக கல்லால மர நிழலில் சாய்ந்தவேளை.. வலுவேறி வரிபடர்ந்த பெருத்த வேங்கையின் பெரும் உருமலோசை கேட்டான். கேட்ட வேகத்தில் அலுப்பெல்லாம் தீர்ந்தவனாய்த் துள்ளியெழுந்தான். அம்பாரியில் நிறைந்த அம்புகளில் கூரான கூராய்க் குத்தும், கடைநுனி இறகுகள் கருகிப் போகும் வேகமான வேகம் போகுமொரு நீண்ட அம்பொன்றை நாணில் பொருத்தி, கண்மூடி உருமல் வரும் திசையதை நோக்கினான். அவன் திசைபார்க்க மனங்குவித்த நேரம் நட்ட நடுப் பகல்நேரம். ராவில் பறக்கும் கூகையொன்று திசை தவறி வானில் தத்தளித்த கெடுங்குறியதைக் காணாமல் குறிவைத்தான் வரிவேங்கையைச் செய்யன்.

உறுமல் சத்தம் அருகில் கேட்க திசையை அறுதியாக்கி வலித்து எய்தான் பூட்டிய அம்பை. பெருமரக் கிளையின் நுனி குந்திய வேங்கை சட்டெனத் தரையில் பாய்ந்து ஓடி மறைந்தது ஒரு மாயப் புதரில். விட்ட பாணமோ வேகம் குறையா வேகமேறிக் காற்றைக் கிழித்து, அக்கினி கக்கி, மரத்தைத் துளைத்து வீழ்த்தியது: மரத்தில் தொங்கிய மந்தியைத் துளைத்து.. வானில் பறந்த கூகையைத் துளைத்து.. அருகில் பறந்த அன்னத்தைத் துளைத்து.. திரும்பிய வேகத்தில் வனத்தில் மேய்ந்த யானைக்கூட்டத்தில் சூல் கொண்ட மடப்பிடி வயிற்றைத் துளைத்து.. வயிற்றில் உறைந்த யானைச் சிசுவைத் துளைத்து.. மண்ணைத் துளைத்து மறைந்து போனது.

தன் வயிற்றைத் துளைத்து, பச்சைச் சிசுவைத் துளைத்து மறைந்த அம்பு வந்த திசை நோக்கிய யானை, அடங்காப் பெரு வலியது துவைக்க; ஆற்றாமை கடுங்கனமாய்ச் சினந்து கொதிக்க; சிறுவிரு கண்களும் கடுந்துயரமதைச் சிந்த; மதகுடைந்து வழியும் விழி நீருடன் அம்பு விட்டவன் திசையைப் பார்த்தது யானை. குறி தவறிய ஆத்திரத்தில் கடுப்பேறி நின்றவன் அடுத்த அம்பைத் தொடுக்கும் வெறியேறியவன் முகத்தைப் பார்த்தது. உயிர்வலி உக்கிரமாய் உயிரெடுக்க; உரத்த குரலெடுத்துப் பிளிறிய பெண் யானை வயிற்றில் சிசுவும் கத்த வாயின்றி உயிர் வலியில் துள்ளித் தள்ளியது.

இருவலியும் படுபாதக வலியாய் பெண் யானை மாய்க்கத் தள்ளப் பெருங்குரலெடுத்துக் கத்தியது. உயிர் துறக்கும் வயிறுறை சேய்க் குரலும் தாய்க் குரலும் கேட்டு வனம் நடுங்கியது; மரங்கள் நடுங்கின; கொடிகள் நடுங்கின; ஆற்றில் நீந்திய மீன்கள் நடுங்கின; மலைகள் நடுங்கின; பறவைகள் நடுங்கின; கொடு விலங்குகளும் நடுங்கின. இடி இடித்து மலை பிளந்த ஓசையோவெனக் குரலெடுத்து ஓய்ந்தது யானை.

உயிர் பிரியும் முன்னே சபித்தது செய்யனை...

சாபத்தின் வகையறியாச் செய்யன், வேட்டையைத் தொடர்ந்தான். அவன் விட்ட பாணங்கள் திசைக்கு ஒன்றாய்ப் பாயப் பாய, மதிமீறிச் சுற்றியலைந்தான் இருள் தங்கிய காடெல்லாம்.

அவன் பாணம் விட்டுக் கொன்றவையும், வாள் வீசிக் கொன்றவையும், ஈட்டி எய்திக் கொன்றவையும், கதை யடித்துக் கொன்றவையும், பறப்பதும், நடப்பதும், ஊர்வதும், தாவுவதும், பாய்வதும், நீந்துவதுமென

மிருக வர்க்கமதை வகை வகையாய்க் கொன்று குவித்தான் செய்யன்...

ராத் தங்கிய வனத்தில் சேவுகரும், சேனையரும் சுட்டுத் தின்ற மிருக வர்க்க எலும்பும் தோலும், மலையோ.. குன்றோ எனக் குவிந்திருக்க. நடு ஜாம வேட்டைக்கும் போனான் செய்யன்.

ரா மேயும் மிருகமதன் வாசத்தை வைத்தும், சருகுகள் நொறுங்கும் சத்தத்தை வைத்தும், மின்மினிகள் சிதறிக் காட்டும் வெளிச்சத்தை வைத்தும், ஆந்தைகள் அலறும் ஒலியைக் கேட்டும், தூரத்தில் பளிச்சிடும் மிருக நயனங்களைப் பார்த்தும் பாணங்களை விட்டு வேட்டையாடி ஓய்ந்தான் செய்யன். வனத்தில் அடித்த பாடி வீடு வந்து வீழ்ந்தான் மூன்றாம் சாமத்தில்.

சேவுகர் செய்யனுக்கு அகிலிட்டுக் காய்ச்சிய வெந்நீரில் குளிப்பாட்டி, தூபம் காட்டி; மயிற்பீலி மெத்தையில் அமர வைத்து; சுட்ட கறி, சமைத்த கறி, புழுக்கிய கறி, அரைத்த கறி, பொறித்த கறி என வகைக்கொன்றாய் வைத்தனர். வைத்தவற்றைப் பெருமிதம் பெருகத் தின்று முகமலர; தன் பெருமை மிளிர அயர்ந்த செய்யன் தூதுவனைக் கூப்பிட்டான்.. வாய் பொத்தி, தீபம் ஏந்தி நின்ற தூதுவனை நோக்கி...

...அடே தூதுவா! நீ வாயு வேகம், மனோ வேகம் சென்று எல்லி ராணியிடமும்; மற்றுமுள்ள ஆறாயிரத்து தொள்ளாயிரத்துத் தொன்னுத்தொன்பது ராணியரிடமும்; மதில் சூழ் மக்களிடமும் இச் சேதியைச் சொல்... கதிர் சாயும் முன் மாலைப் போதில் பரிவாரம் சூழ எல்லூர் கோட்டைக்குள் வருவேன் எனப் போய்ச் சொல்... என்றான்.

தூதுவன் சென்றான்...!

07
எல்லி அலங்காரம்

ஆதுவன் கிளம்பிப்போய் ரா முற்றத் தொடங்கியது. மனம் மிரளும் காட்சிகளெல்லாம் விசும்பில் தோன்றின. ரா வானில் மின்னும் கீழ்வான நட்சத்திரங்கள் திசைக்கொன்றாய் எரிந்து விழப் பார்த்த சேவுகரும், காவலரும் கதிகலங்கி நின்றிருக்க, வெள்ளி முளைத்து மெல்லிய வெளிச்சம் பரவிய கருக்கலில் எழுந்தான் செய்யன். விண் எரி மீன்கள் வீழ்ந்த சகுனம் காட்டும் குறி என்ன குறியோ எனச் சொல்ல பயந்த சேவுகரைப் பார்த்த செய்யன்.. சந்தனமும் அகிலும் எரித்துக் கொதித்து அடங்கிய வெந்நீரில்

குளித்து; அரச தோரணங்களை அணிந்து பின் பரிவாரச் சேனைகளைக் கிளம்ப ஆணையிட்டான்.

செய்யன் கரியேற.. கிளம்பியது பரிவாரம் நாடு நோக்கி..

பூமியதிர எழுந்த தூசி விசும்பு மறைக்க, இசை முழங்கி பறை முழங்கி நகர்ந்த பரிவாரச் சேனையெலாம் காடு கடந்து நாடுள் நுழைந்தன. பரிவாரம் கடந்து வந்த ஊரெங்கும் வேட்டையாடிய மிருக வர்க்கமதைப் பிரித்துக் கொடுத்தது சேனை குடிகளுக்கு. புலை நாறிய பாதை யெங்கும் வாழ்த்தொலிகள் மண்ணதிர, விண்ணதிர, வான் மிதக்கும் மஞ்சதிரக் கடந்து வந்தான் செய்யன்.

தூதன் வந்து சேதி சொன்ன நாழி முதல் எல்லூர் கோட்டை விழித்தது. செய்யன் வரும் சேதி கேட்டு எல்லூரே மகிழ்ந்தது. அலங்கார வேலையெல்லாம் தொடங்கியது. தெருவெங்கும் கோலமும் ஆரத்தியும் சூடமும் நறுமணத் தைலமும்; அகிற்புகை நெருப்பும் நறுமணப் பொடிக் குவியலும், தூவியழைக்க வண்டாடும் பூக்கூடைகளும், வண்ண வண்ணக் கொடிகளும் என எல்லாம் தயாராயின எல்லூர் நகரமெங்கும். மன்னவனை வரவேற்க எல்லாமே காத்திருக்க..

செய்யன் விட்ட சேதி கேட்டு களி கொண்ட எல்லிராணி சேடியரைக் கூப்பிட்டாள். பட்டாபரணம், சொர்ணாபரணம், மணியாபரணம் என இருக்கப்பட்ட ஆபரணங்களைக் கொண்டு தன்னை அலங்கரிக்க ஆணையிட்டாள்.

நிறைசூல் ராணியைப் பன்னீரில் குளிப்பாட்டி, பசுந் துணியில் ஒத்தித் துடைத்து, அகிலும், சந்தனமும்

சேர்த்துத் தூபப் புகையிட்டு அளகம் கோதி, சிக்கு நீக்கி, நெய் தடவி, நாற்பிரியாய் சேர்த்துப் பின்னி கேசத்தினை அலங்கார அணிகளுக்குத் தோதாக்கிய சேடியர்; எல்லியின் மஞ்சள் பூசிய வதனத்தில் மின்னும் கண்களுக்கு அஞ்சனம் தீட்டி, பிறைநுதலில் செந்தூரத் திலகமிட்டு, மணக்கும் குழைச்சேறு சந்தனத்தை மென்தோளும், தேமல் படர்ந்த தனங்களைப் பூசிய பின் ஆபரணங்களால் அலங்கரிக்கத் தொடங்கினர்.

பின்னும் சலிக்காமல் விட்ட குறைகளைத் தொடர, தலையின் உச்சியில் சொக்கச் சாம்புநத பொன் உச்சிப் பில்லை, வகிடின் இடப்பக்கம் வைரம் பதித்த சந்திரப் பிரபை, வகிடின் வலப்பக்கம் பெரும் வைரக் கல்லைச் சுற்றி நீலக்கல், கோமேதகம் பதித்த சூர்யப் பிரபை சூடி, மின்னும் நேர் வகிடில் உச்சிச் சுட்டியும், வகிடு சரிந்து பின்பக்கம் தொடங்கும் பின் பாதம் தொட்ட கூந்தலைப் பின்னி சடை முழுதும் சூடாணியைச் சூடி, தலையணியாம் பிஞ்சகம், மத்தகம், வடபல்லியெனும் ஆபரணங்களைச் சூடி, நாகர் குலத்தைக் காட்டும் குலவாபரணத்தை அணிவித்தனர் சேடியர்.

பின்னும் சலிக்காமல் விட்ட குறைகளைத் தொடர.. வலப்பக்க மூக்கில் வைரத்தில் உயர்ந்த சந்திரபாணி பதித்த செந்தாது மூக்குக் கடுக்கணும், இடப்பக்க மூக்கில் காஞ்சனப் பொன் மின்னும் மரகத நாசிப் பிரபையும், நடுத்தண்டில் நித்திலம் பதித்த கிளிச்சிறைப் பொன் புல்லகம் சூட்டிய பின், வலநாசி வலக் கர்ணம் இணைக்கும் சுத்த சொர்ண பத்ரலேகாவை மாட்டி; உடன்.. நந்து வைரம் பதித்த ஆனிப் பொன்னுருக்கிச் செய்த கம்மல், கொடை சிமிக்கி மாட்டிய குழையொடு மாட்டலும், கீழ்க் காது தொடங்கி மேல் காதுவரை புகிடி, தளுக்கு, நாக முடிச்சு அணிவித்தனர் சேடியர்.

பின்னும் கைகளுக்குத் தொடங்கியது அலங்காரம்.. பின் கையில் அஞ்சுமுக உக்கம் எனும் பொன்னால் செய்த வங்கி, நாகமுறி; முன்கையில் ஆடக முன்வளை, மினுக்கன் வளை; விரல்களுக்கு அங்குலி, அங்குரீயம், கற்கட்டு, காவிதிக் கணை, விரலாழி என ஐவகை மோதிரங்களும் விரலுக்கொன்றாய் இரு கைகளுக்கும் போட்டு நிறுத்த..

பின்னும் தொடங்கியது அலங்காரம்.. கொங்கைகளைத் தாங்கி பிடிக்கப் பொற்கச்சும்; எல்லன் கட்டிய நாகபட பொன்தாலியும்; சாதுரங்கம், குருவிந்தம், சௌந்திகம், கோவாங்கம் என நால்வகை ரத்தினம் பதித்த மோகன மாலையுடன்; மாணிக்கக் கண்டி, மரகதத்தாள் செறி, நெஞ்சு மறைக்கப் பூரானட்டிகை சூடி: விருதுக்கு ஒப்பான நாகாபரணம், கருகு மணி கடகம் என எல்லாம் அணிவித்த சேடியர் ஆசுவாசப் பட்டனர் சில நாழி..

விடாமல் பின்னும் தொடங்கியது அலங்காரம்.. சூல் திரண்டு சிசு நெளியும் எல்லியின் இடுப்பில் பட்டாபரண புடவை சுற்றி, தாங்கிப்பிடிக்கச் சாமீகரப் பொன் குறங்குசெரி சொருகி, அதன்மேலே வித்தகப்பொன் அட்டி கையைக் கட்டி, நித்தில மேகலையைச் சுற்றி விட்டனர் சேடியர்.

ஆபரணங்கள் அலங்காரமாய் ஏற ஏற; மனங்குளிர்ந்த எல்லி கொஞ்சம் ஆசுவாசமாய் அமர்ந்துகொண்டு; கற்கண்டும், குங்குமப்பூவும் சேர்த்துக் கலந்தாறிச் சுண்டிய பசும்பாலை அருந்தினாள். சற்றயர்ந்த எல்லியின் ஓய்வு கண்டு மகிழ்ந்த சேடியரும் ஓய; பின் அலங்காரம் செய்ய எல்லியை வேண்டினர். ஆசுவாசமான எல்லி மீண்டும் தொடங்கச் சொன்னாள் அலங்காரத்தை.

தளர்ந்த கால்கள் தாங்கப் பளுவுடன் அலங்காரம் தொடங்கியது. செஞ்சாந்திட்ட காலுக்குத் தபனியம் எனப் பேர் கொண்ட பொன்னால் செய்த வைரப் பரல், மாணிக்கப் பரல், கெம்புப் பரல், பதுமராகப் பரல் வைத்த தண்டமும்; அதற்குமேல் நாக வம்சமதைக் காட்டும் புசங்கக் கடகமும், பாம்பாழி மெட்டியும் பூட்டி: அடுத்த விரல்களுக்கு விரற்பூண், காவிதிப்பூ, சுண்டு விரலுக்குத் தட்டைப் பீலியும் அணிந்து; நடக்கும் பாதம் நோகுமென மெத்தென பொன்னிழைப் பரியகம் மாட்டி, அலங்காரம் முடித்தாள் எல்லி ராணி.

அலங்காரம் முடித்த சேடியரையெலாம் போகச் சொல்லி; தனியே நின்ற நிறைசூல் ராணி செம்பூசி பிம்பம் காட்டும் ஆடியில் தன் கோலம் பார்த்து முறுவல் பூத்தாள்: செய்யனை வரவேற்கக் காத்துக் கிடந்தாள்; கோட்டை எயிற் பார்த்து.. நேரம் போகப் போகத் தளர்ந்த சோர்வு தானெடுக்கச் சொக்கிய கண்களுடன் காத்திருந்த எல்லி தூரத்தில் முழங்கும் முழவுச் சத்தங்களைக் கேட்டாள்.

மண்டிலம் மறையும் முன்மாலைப் போதில் எயிலடைந்தான் செய்யன். எக்காளமும், பேரிகையும் மிதந்து வரும் சத்தம் கேட்ட எல்லிக்குப் பேறுவலி பெருக்கெடுத்துத் துடி துடிக்க, ஓங்கிக் குரலெடுத்து அழைத்தாள். சேடியர் போய்விட்ட பாதக நேரத்தில் எல்லியின் அவலக் குரல் கேட்ட மீதி ராணியரெல்லாம் எல்லி மீது கொண்ட கோபம் தலைக்கேறி கதவமடைத்து, தாழிட்டு மறைந்து போக; சேடியரும் காணாத நிலை கண்டு குரல் வற்ற, குரல் வற்ற, இடுப்புக் கடு கடுக்க; கால்கள் நடுநடுங்க மெத்தையில் வீழ்ந்தாள் எல்லிராணி.

அவள் விழுந்த கோலம் பார்ப்போர் மனம் பதைக்கும்; குலை நடுங்கும் கொடுங்கோலம், அவள் என்ன செய்வாளோ.. கதியேது அடைவாளோ.. அந்த ஆதிமாதவன், போதியங் கிழவனே அறிவான்...?

சற்று நிறுத்திப் பார்த்தான்.. மெல்லிதாய் முறுவலித்தான் செம்பேட்டுக் கிழவன்..

எல்லியின் நிலை கேட்டு மனமிரங்கியது பொடியர் கூட்டம். கருகும் திரியின் நெடி நாற்றம் பரவ செம்பேட்டுக் கிழவனின் துயில் விழும் நேரம் வந்தது. மினுக்கட்டாம் பூச்சிகள் தலைதோறும் தயங்கி, கரிய மரங்களில் காய்த்த நட்சத்திரமெனத் தங்கிய நேரத்தில், ஒளி பூத்த கொருக்கலிக்காய், வேம்பு மரங்களில் அசையும் அசைவைக் கண்டபடி யோசித்தான் கிழவன்....

பாதியில் நிறுத்திய கதை மறு ராவில் தொடரு மெனக் கிழவன் கூறக்கேட்டு; கோட்டு வாய் பிளந்த பொடியர் கூட்டம் வீடு நாடி ஓடிய ஓட்டத்தில் துயிலும் காகங்கள் அலறக் கேட்டன ராவில்.

೦೪
எல்லைக்கட்டு

வேனில் கூடியது. அறுத்துப் பிடுங்கி உழுது போட்ட கழனிகளில் கண் திக்கெட்டும் தொலை வரை பாலை படர்ந்தது. புழுக்கும் நெல் சாலெனத் தணல் ஏறிய காலை குமைந்தது. சுடுகாடு போகும் முச்சந்தியிற் கூடிநின்ற சேரியர் கூட்டம் வியந்து காட்டி வேடிக்கை பார்த்தது. உப்பு வட்டம் கட்டி, உடலெங்கும் பொட்டிட்டு, கண்களில் சினமும் வாக்கில் வசவும் கொண்டு, துருத்திய தாளை மடித்துக் கடித்து, காரித் துப்பி, வண்டை பேசி, திரித்த முடிக் கயிற்றை இடக் காலில் காப்புக் கட்டி, வலக்காலில்

நிற்கும் எல்லைக் கட்டுக் காவல் ஒற்றைக்கால் தவம் நின்றான் தனபாலன்.

சேரி கண்ட துடக்கு போக
　　கத்திரி கழிந்து தாரையாக !
எல்லை யண்டி வந்த தீட்டு
　　எருவாகி அவியாகிப் போக !
போன மாரி திரும்ப வரும்
　　சேரித்தாகம் தீர்த்து வைக்க !
ஒத்தக் காலில் நின்ன தவம்
　　எண்ணாயிரம் காலம் சொல்ல..!

என ஓங்கிப் பாடி, சுற்றிப் போட்ட உப்புக்கல் வட்டத்தில் சுற்றி ஆடினான் தனபாலன். ஆவேசம் கொண்டு அலையும் அவன் விழிகளின் கோபம் தாங்காச் சேரியர்க்கு வீடு சேர வந்தது நிம்மதி. பாலன் எனும் பேர் கொண்ட தனபாலனின் துடக்கு விரட்டும் ஒற்றைக்கால் தவமான தவமானது, வேனிலை கொன்று மாரியைக் கவர்ந்து வரும் வல்லமை கொண்டது. எண்ணாயிரம் வருடமாய் தவம் புரிந்து பொய்க்கும் பருவத்தைப் புனைய வைத்து மழை மேகம் கவர்ந்து வரும் பாலனது முன் சென்ம வினை தொடரும் மாயம் இதுவென மருகினர் சேரியர்.

பாலன் காக்கும் எல்லைக் கட்டுக் காவல் தொடங்கிய நாள் முதல் சேரியர் தூக்கம் கெட்டு; செம்பேட்டுக் கிழவனின் கதையும் கெட்டு, ராக் குளியல் தேவதையர் பொடியர் நினைவில் உயிர்த்த நிலையும் கெட்டது. எல்லோர் கவனமும் பாலன் ஒற்றைக் கால் காவலில் குவிந்திருக்க, பேச்சும் புறணியும் பாலனாகவே இருந்தது சேரி ஊரெங்கும்...

நாளிரண்டு கழிந்தன...

கானல் கனன்ற வெளியெங்கும் அழல் அடர்ந்து குமைந்தது. நின்ற பாலனின் நீண்ட நிழலை அவன் காலடியில் குவித்தது. வெங்கதிர் நின்று உச்சியேறிய மூன்றாம் நாளில், காலைச் சுற்றிக் கட்டிய உப்பு வட்டம் கதிரொளி சூடேறிப் பொரிந்தது. உப்பு பொரியும் ஓசை, வெடிக்கும் வெடியோசையாய் சிதறும் சத்தம் கேட்டு சுடுகாட்டுப் பேய்கள் நடுங்கின. வெயில் ஒதுங்கி நிழல் தங்கிய பறவைகள் நடுங்கின; மேய்ந்த மாடுகள் நடுங்கின. சேரியும் ஊரும் நடுங்கின. வெடிக்கும் உப்புக் கற்கள் சில்லுகளாய்ப் பாய்ந்து சிதறிய வேகத்தில் பாலன் காலிரண்டையும், அருகில் நின்ற எருக்கம் புதரையும், துத்திக் காய்களையும், முள் மூடிய ஊமத்தைப் பந்துக் காய்களையும் துளைத்தும் மறு காலினை இறக்காத அவன் கடூரம் கண்டு பாலை தளர்ந்தது. உப்பு வெடித்த மூன்றாம் நாளில் கதிர் மறையும் முன்மாலை வேளை காற்று சுழன்றெழுந்தது...

புழுதியேறிய பேய்ச் சுழற்காற்று இரண்டு பனை உயரம் கொண்டு வேகம் பிடித்துச் சுழலச் சுழல, மேகம் இறங்கி கருத்து இருள் கவிழ்ந்தது; வேனிற்கால இடியோ வெட்டி வெட்டி அதிர்ந்தது. கதிர் ஒழிந்தது. வானம் ஒழிந்தது. தூரத் தெரியும் நாகலாமலை ஒழிந்து பகலின் இருளேறக் கூடிய மப்புச் சட்டெனக் குளிர் வீசி பெரும் முத்து மாரி பொழிந்தது. அடாது விடாது அடித்த பெருமழை; ஒற்றையாளாய் ஒற்றைக் காலாய் நிற்கும் பாலனின் தவத்தை முற்றி முடித்தது. உப்பு வட்டம் கரைந்தோடிய நீரோட்டம் உருண்டு புலம் கலந்து சுடுகாட்டு ஓடையில் கலக்க, காலில் ஏறிய உப்பும் சில்லும் நீரில் கரைந்தன....

பாலனின் செறிந்த காவலில் முறிந்த துடக்கு மகிழ்ச்சியில் ஆழ்த்தியது சேரியரை. இடி விழுந்து

பற்றியெரிந்த கூனிமேட்டுக் காரப்புதர் அடைமாரி பட்டு தானே தணிய; அனல் கண்டு ஓடிய அரவுகள் கரையான் வளைதேடி ஊர்ந்த வேகம் கண்ட மெய்யூர்க் குயவனொருவன் கிலி கொண்டோட; புதர் அடங்கி இரையூட்டிய குருவிகள் சிதறின அவன் அடிகளினோசையில்...

காப்புக் கட்டி, எல்லை கட்டி, ஒற்றைக் காலாய் நின்ற நாள்கள் மூன்றும் தனபாலன் பாரியாள் ஹூக்கை ரத்தினம் ராத் தூக்கம், பகல் தூக்கமின்றி, மூவேளை தின்ன மறந்து; காவல் முடியும் காலம் பார்த்துக் காத்திருந்தாள். மாரி கொட்டி நாழி ஏறிய பின்மாலை தொடங்கிய மெல்லிய ராவில், வெட்டும் மின்னல் காட்டும் பாதை பிடித்து; பனையோலை பின்னிச் செய்த ஐம்மாங் கூடையைத் தலையில் மாட்டி, பிடித்த கைகள் நனைய, கால்கள் நனைய ஓட்டம் விறு நடையாய் பாலனைச் சேர்ந்தாள் ஹூக்கை.

வெட்டும் இடியொளியில் வடக்குத்திசை ஊடுருவும் பார்வையோடு, மடித்த காலைக் கீழிறக்கி புதுமண் மணத்தை ஆழ நுகர; உப்பு கட்டிப் போட்ட வட்டம் கரைந்தோடும் வழி பார்த்தான் பாலன். ஆறோடும் திசை நோக்கியோடும் சுடுகாட்டுச் சிறு ஓடையோடும் ஓட்டத்தில் மண்ணறுத்துக் கலக்கும் பாதை கண்டு உள்நகை பூத்தான்.

ஹூக்கை தந்த ஐம்மாங்கூடையைத் திருப்பி அவள் தலைமீதேற்றி; பெருமுத்தாய்ச் சொரியும் வேனல்மாரி தன் தலை மீது தெறிக்கத் தெறிக்க, கால் வீசி வீட்டை யடைந்தான். கும்பி எரிய வந்த பசி உணர்ந்து ஆலங்குச்சி மென்று, தீட்டி, ஊத்தையதைத் துப்பி, கழுவி, உணவருந்தக் குந்தினான் பாலன்.

ஒரு மரக்கால் நெல்லெடுத்து நடுவீட்டு ஓலக்கைக் குழியில் குத்தித் தீட்டி; உமியும் தவிடும் நீக்கி வந்த புத்தரிசியில் நொய் நீக்கி; கல் நீக்கி, ஊனமில்லா அரிசி புடைத்து; தலை தட்டி இரு படியெடுத்து, மழைநீரில் ஒழுக்கி, ஈரலித்த அரிசியை உலையிலிட்டு, வடித்த சோற்றதை ஆறவைத்து; புளித் துலக்கலில் பளபளத்த வெங்கலச் சிப்பையில் கொட்ட, இரு கூறு கறியிட்டாக்கிய குழம்பில் சேர்த்துப் பிசைந்து தின்று தீர்த்தான் பாலன். பின்; ஒரு படி பால் குடித்துத் தீர்த்து; சுருட்டு கொளுத்திவிட்ட புகை கலையாமல்; கரையாமல் நின்ற நிலையில், தண்டேறிய விளக்கொளியில் விட்டில்கள் மொய்க்கும் கூரைக்குள் மஞ்செனெ மிதந்தது புகை. ஈரம் ஏறி கூதல் கலந்த காற்றில் சுருட்டு நாற்றம் தூரச்சென்று சேர்ந்தது சேரியரை. நெடி முகர்ந்து நிலையுணர்ந்து பாலன் ஏதும் சொல்வானோ, காலக் கணக்கைத் தீர்ப்பானோ என ஆவல் கொண்டு கிளம்பி சாரை சாரையாய்த் தேடி வந்த சேரியரைக் கண்டு நாணினான் பாலன்...

அமைதி நீண்ட கணங்கள் கரைந்தது கரைந்தபடி இருக்க, நெஞ்சுக் கூடு விரிய இழுத்த புகை புரையேறி நெஞ்சடைக்க; பாலன் கண்ணோரம் துளிர்த்த சிறு தாரை கண்டு, அது அவன் காவலின் மகிமையோவென மருகி மெச்சினர் சேரியர். கூடிய கூட்டம் கூடியபடியே இருந்தது..

இருளும் கனத்தது.; வரப்புயர்ந்த பாத்திகளில் மிதந்த நுணல் கூட்டம் காதடைக்கக் கத்திக் கத்தி எழுந்த சத்தம் ராக் கோழிகளின் சத்தங்களோடு இரைச்சலாய்ப் பொங்கிய நேரத்தில்; மெய்வலி படுத்த, வல்லிய கால்கள் தளர, திண்ணையில் லூக்கை விரித்த பாயில் வீழ்ந்தான் பாலன். இனி எப்போது எழுவான்...?

காண வந்த சேரியர்க்குப் பதிலேதும் சொல்லாமல் மல்லாந்த பாலன் செயல் சங்கைக் கிளப்பி உசுப்பியது யாவருள்ளும்.

அவன் தின்ற சோற்றுக் கணக்கைப் பற்றி; அவன் தின்ற சோறு இந்தச் சேரி தின்று மீந்து, ஊர் தின்று மீந்து, நாயெல்லாம் தின்று மீந்து மீள இரு போர் தேறும்: என ஒண்ட வந்த ஊர்க்காரக் கமலம் சொல்லக் கேட்டுச் சினம் கொண்டு அரற்றிய லூக்கையின் சத்தம் கேட்டுக் கலைந்தது சேரி சனம்.

மொண்ணேட்டுச் சேரியரும் ஊராரும், திக்கெட்டும் வாசம் செய்யும் கிராமத்தாரும் வாய் வலிக்க, தாடை கடுக்க ஒற்றைக் கால் எல்லைக்கட்டுக் காவல் நின்ற பாலனையே பேசினார்கள்.

..மூன்று ராவும், மூன்று பகலும் ஒத்தைக் காலாய் அவன் நின்ற மாயமென்ன.. அவன் கட்டி நின்ற உப்பு வட்டம் வெடித்த மாயம் தானென்ன.. வெடித்த உப்புக் கரையவேண்டி மாமழை வந்த மாயமென்ன.. தேடும் விடையது மறைத்து வைத்த வெடியுத்தியாய்க் கிளர்ந்தடிக்க, பாலனின் விழிப்பு வரும் காலம் பார்த்துக் காத்திருந்தது சனம்.

நான்கு ராத் தூங்கி, மூன்று பகல் தூங்கி அவன் விழித்த காலையும் பெருமாரி கொட்டியது: குமைச்சல் தணிந்து தரையும் வானமும் குளிர்ந்தது கண்டு சேரி களித்தது. வேனல் கால மழை கண்டு புதுப் பச்சை ஓடிய மரஞ்செடிகள் மயக்கின எங்கும்.

பூசணியும் சுரையும் வட்ட வட்டப் பெரும் இலையாய் படர்ந்த பாலன் வீட்டுக் கூரையில்; காலை எழுந்த பூங்காற்றில் ஆடும் நீர்த் திவலைகள் சொட்டும் சத்தங்கள் விட்டு விட்டுக் கேட்கின்றன.

நொச்சியும், நுணாவும் பின்னி வளர்ந்த வேலிப் படலில் முசுமுசுக்கையும், முடக்கத்தானும் பற்றிப் படர்ந்த கொடிகளில் கருநீல நுணாப்பூவும், மஞ்சள் மின்னும் முடக்கத்தான் பூவும் மலர்ந்திருக்க; வேலி பற்றி, வீட்டைச் சுற்றி நல்வேளையும் இம்பூரலும் படர்ந்து துளிர்த்திருந்தன. மூன்று நாளின் புது நீரில் மரஞ் செடிகள் மலர்ந்த மலர்ச்சி பார்த்து வண்டுகள் தேனெடுக்கப் பூத்த மலர்களும் கண்டு மயங்கிய காலை.. விட்டது மழை.

பாலையாக்க மனமின்றி வறண்டு வெடிக்கும் கழனிகளில் கொழுக்கள் புரட்டிய வரிகளில் நீர் இறங்க: எழுந்த வேனிற் சேற்று மண் மணம் வீசியடித்தது. துயில் கலைந்து எழுந்தான் பாலன்.

விட்ட மழையில் கூடியிருந்த கூட்டத்தைக் கண்டு முகங்களே கண்களாக்கிப் பார்க்கும் சேரியரைக் கண்டும் காணாமல் வெளி வந்த பாலன் எறவானக் கழி பிடித்து பெருமூச்சு விட்டான். பேசாமல் அசையாமல் நீண்ட நேரம் நின்ற பாலன் சட்டெனச் சுதாரித்துப் பார்த்தான் வானத்தை. மருளாத வானத்தைக் கண்ட அவன் கண்களில் மர்மம் தோன்றியது. அகத்துள் மென்முறுவல் தோன்றியது. காணாததைக் காணப்போகும் பெருவேட்கை தோன்றியது. தீர்மானம் வந்தவனாய் பேக்கடைப் பக்கம் போனான்.

கொட்டடியில் கட்டிவைத்துக் காளைகளுக்கு நீர் காட்டி; ஆரத் தழுவித் தட்டிக்கொடுத்து அவிழ்த்து வண்டி நுகத்தடியில் பூட்டி; தார்க் குச்சி சொடுக்கிக் கிளம்பிப் போனான் பாலன். யாருடனும் பேசாமல், வடக்கு நோக்கி நெளிந்து நீளும் ஆற்றுக்குப் போகும் பாதையில் மொட மொடத்து ஊர்ந்தது வண்டி.

ஊர்ந்த வண்டி வேகமெடுக்க பாலன் சொடுக்கிய சொடுக்கலில் பறந்த காளைகளின் கழுத்து மணிகள் கிண்கிணித்த ஒலிகளும் கரைந்து மறைய மறைய தூரத்தில் பாலன் மறைந்தே போனான். வண்டி போகும் பாதை பற்றிப் பேசிப் பேசி வீடு சேர்ந்தது சேரி சனம். பாலன் போகும் ஊர் செம்புலத்து மெய்யூரா... திரிகல் சூழ் பாளையமா... கூனி மேடிறங்கித் தூரத் தெரியும் மலையா.. மடுவா.. கடலா... குறத்தி தேய்த்த மாயப் பாதை காட்டும் பேரில்லா ஊரா... என எல்லோரும் யோசித்துக் குழம்பி அயர்ந்தனர்.

பாலனின் வண்டி போகும் வேகத்தை ஊகித்து அது ரகசிய வெளியில் பயணமாகும் சாகசமாய் இருக்குமென நினைத்தான் பனை மரத்தினடியில் படுத்திருந்த சேரிக் கிழவன் பெங்கி.

०९
பனைமர நிழலில்

பருத்து யானைக் கால்களெனக் கறுத்து நின்று சலசலக்கும் பனை மர வரிசைத் தலைகளில்; முலை முட்டும் குழவிகளென ஒட்டித் தொங்கும் நுங்குக் குலைகளில் ஏக்கம் கொண்டு; களவாடப் பனையேறும் பொடியர்களை உண்டிக்கோல் கல்லால் அடித்துத் துரத்தும் நேரமெலாம், நங்கு காட்டி ஓடும் பொடியர் கூட்டத்தை வண்டை வீசித் திட்டிய பின் உள்ளூரச் சிரிப்பான் கிழப் பெங்கி. பனையோ...! உடலோ...! வெனக் கருத்த அவன் மேனி தளர்ந்து; தளதளத்த தசையெல்லாம் ரேகையோடிக் கிடந்தது. நீச்சம்

கட்டி, நீண்ட கழி கொண்டு காவலிருக்கும் நாளில் உண்டிகோல் ஆயுத பாணியவன். சப்பிப் போட்ட பனங்கொட்டையென சிலுப்பிய நார்த்தலையைக் கோதிக்கொண்டு: பனை மர நிழலொதுங்கி கொல்லையில் காவலிருந்தான் பெங்கி.

தரை நீண்ட பனை நிழலில் தங்கித் தங்கிக் களைபறிக்கும் பெண்களோடு மண்டிலம் மறையுமட்டும் வாயாடிப் பொழுதைக் கழிப்பான். நான்கு ராவும்; மூன்று பகலும் விழுந்த வானின் நீரை உறிஞ்சித் தளர்ந்த கல்லக்காய்க் கொல்லையில் களை பறித்த சேரிப் பெண்டிர்; தனபாலன் ஒற்றைக்கால் உப்பு வட்டக் காவலில் கட்டுப்பட்ட மாரி பற்றிக் கதை பேசிக் கதை பேசி மாளும் குரல்கள் கேட்டு உள்ளூர பேசிக்கொண்டான் பெங்கி..

..சகடம் உருட்டி பாலன் போன வேகம் மாயவேகம்: அவன் திரும்பி வர மாதங்கள் பல ஆகும். புதுப்பூண் பூண்ட காளைகள் கொழுத்துப் பெருத்து; புது மெருகேறி; அச்சாணி கொலுசு அதிர அதிரப் பாடி, எட்டு திக்கும் இசை கேட்டு மகிழ மகிழ அவன் திரும்புவான்... அவன் போன வெளி மாயவெளி. எல்லோரையும் கிளர்த்திய குறத்தி போகும் மாயவெளி. வெட்டி வெட்டிப் போட்டாலும் ஒட்டிக்கொள்ளும் உத்தி வெளி....

...என்று எண்ணிய அவன் எண்ணவோட்டம் உணர்ந்த களை பறிக்கும் எத்துக்கால் வெள்ளச்சி ஒய்யாரக் குரலெடுத்துக் கேட்டாள் பெங்கியிடம்..

...மொண்ணேட்டுப் பொடிசுகள் நாளொரு நாளும் நச்சரிக்கும் ஏழு தேவதையரைக் கண்ட புராணப்

பழத்தில் ஒருவன் தானே நீயும். அந்த மாயப் பெண்டிரின் லட்சணத்தை, ரகசிய கானத்தை, கதையைச் சொல்லேன்.. என்றாள்.

வெள்ளச்சியின் குரலில் சுதாரித்து, கயிற்றுக் கட்டிலின் ஓரத்திற்கு வந்த பெங்கி பெருமூச்சிழுத்து, வாய் பிளந்துவிட்ட கோட்டுவாயுடன் பேசினான்...

...மழலை முடித்து பாலக் கோலம் தொடங்கிய நாள் முதல், பழுத்துப் பஞ்சடைத்துப் புதைய காடழைக்கும் இந்நாள்வரை நானும் கேட்டு வருகிறேன் ஏழு கன்னிமாரை. இசை கூட்டிப் புனலாடும் அந்த மங்கையரைப் பார்த்தவர் யார்...! பித்தன் கண்ணாயிரம் தவிர...! இளவட்டச் சுற்றலில் அவன் கால்படாத கல்லேது மண்ணேது இந்த எட்டுத் திக்குத் தேசத்தில்...! ஆறு வேதம் அறுபத்தெட்டு கலியோகர்ணம், தொன்னூத்தெட்டு தத்துவம், நூத்தியெட்டு பரிபுராணத்தோடு; இருக்கப்பட்ட இசையும், கூத்தும், ரசவாத சித்தும் கற்றவன். ஏழு கன்னியரைக் கண்டவன். பித்தனாகிச் சுற்றும் முன்னாளில் அவன் சொல்லக் கேட்டேன். ஆயினும் அந்த ராக்குளியல் தேவதையர் எப்படிக் குளிப்பார்கள்.. நெப்பமாய் எப்படிப் பறப்பார்கள்... என்ற ரகசியத்தை அவன் ஒரு நாளும் கூறக் காணோம். கன்னியர் பூர்வீகம் புரிந்த செம்பேட்டுக் கிழவனும் அவிழ்க்கக் காணோம் அந்த மாய முடிச்சை...!

உலையும் மனமோடும், உலையா ஆசையோடும், மாயக் கன்னியர் கமுக்கமறிய வயதேறிப் போனாலும் விட்ட கொறை தொட்ட கொறையாய்ப் பெங்கி சொன்ன சேதி கேட்டவளைக் கிலி கொள்ள வைத்தது.

..பிணமெரிக்கும் சுடு காட்டில் நரியும் கீரியும் அரவும் அரணாவும்; கருங்கொடுக்கை நீட்டித் திரியும் நண்டு தொறக்கானும்; அலறும் கோட்டானும்; முகம் மறைக்கும் குயிலும்; தாழப் பறக்கும் உள்ளானும்; கிளிக் கூட்டமும் அடங்கும் வேலமும் ஓடமரமும் நிறைந்த முள்காட்டில்; கல் கொதித்து ஆவியாகி நடு உச்சி வேனலிலும்; ஈரம் ஏறி நிலமெலாம் நசிந்து மசிந்து நடக்கத் தோதின்றிப் பாதையது மறைந்தாலும், பேச்சொலிகள் கரைந்து சேரியர் யாரும் வரத் தயங்கும் மையிருட்டு வேளையிலும் மதியின்றித் திரியும் பித்தனைக் காண்பதெப்படி...!

..வெந்து மீந்த கபாலமும், இதயம் வெந்து வெடித்து எரிந்து கரைந்து, எரியாமல் மிஞ்சிய நெஞ்சுக் கூடும், காலும், கையும் எலும்பாய் மிஞ்சி, நாயும் கவ்வப் பயந்த கொடு இடுகாட்டில் உறங்கும் பித்தனிடம், கன்னியர் கதையைக் கேட்பதெப்படி...

கிலி கொண்டு சில்லிட்ட மனத்தோடு நடுநடுங்க... களை பறிக்கும் தீட்டிய சிறு தொலுரால் இழுத்துச் சரைத்தப் படர்களைப் புல் செடியனைத்தும் சேர்த்து வாரி வரப்பேற்றி, மாலை கவிழ வீடு சேர்ந்தனர் சேரிப் பெண்டிர்.

தெள்ளிய கரிய விசும்பில் வெளிச்சப் புள்ளிகள் விரவிக் கிடந்த இரண்டாம் ஜாமம் தொடங்கிய நாழியில் சேரியர் வீடுகளில் அடங்கின ஓசைகள். தண்டுகளில் பொருத்திய எள் நெய், ஆமணக்கு நெய், கடலை நெய் என ஏற்றிப் பொருத்திய சுடர்கள் சுடர்ந்து பரவிய வெம்மொளி; கூரை விட்டங்களில் அசையக் காட்டியது நிழலின் நகர்வை. பரவும்

ஒளியதைப் பொருட்படுத்தாச் சிலந்திகள் பின்னும் வலையில் விழும் விட்டில்களைக் கட்டி உறிஞ்சி வயிறு புடைக்கக் காத்திருக்கும் ராவில்...

துயில மறுத்த பொடிச்சி சம்பூரணம் முதுகில் விழுந்த தாயின் மென் அடி வாங்கி முறுவல் காட்ட, பொய்யாய்க் கோபித்த தாயான பூசம்பாள் கரைந்த மனத்துடன் சேய் தலையை கோதினாள். தாய் விரல்களின் வருடலில் இதம் கண்ட சம்பூரணம் கேட்டாள்.

..கதிர் மறைந்து நேரம் போய்விட்டது. நிலா முளைத்து மீன்கள் மின்னும் கரு ராவில் சப்த கன்னியர் வருவார்களா... குளிப்பதற்கு....

சங்கை தெளிய அவள் கேட்ட கேள்விக்குப் பெங்கி சொன்ன பித்தனின் நிலையைக் கதையாய்ச் சொல்லி சம்பூரணத்தைத் தூங்கச் சொன்னாள் பூசம்பாள். பித்தன் கண்ணாயிரம் கால் தயங்கி நடக்கும் கோலம் பார்த்தவர் யார்தான் கிலி கொள்ளமாட்டார்! தாய் உறங்கிய நடு ராவில் கேட்ட புதுக் கதையை அசை போட்டு, அசை போட்டு மயங்கிய பதுமைகள் மூடி, வாய் திறந்து உறங்கிப் போனாள் சம்பூரணம்.

10

சுரக் குடுவை

காலை அவிழ்ந்தது. கதிர் ஏறி ஒளி படர்ந்து வெம்மையேறியது எங்கும். புதுநீர் பட்ட செடி கொடிகள் சிலிர்த்து விரைத்த பசுமை கண்டு சுறுசுறுப்படைந்தன மாடுகளும் ஆடுகளும். வீடுகளில் கட்டிய கூடுகளில் தங்க விருப்பின்றி இரை தேடக் கிளம்பிவிட்ட சிட்டுக் குருவிகளின் சிணுங்கல்களும் ஓய்ந்துவிட்டன. வரகு போட்டுக் கரைத்த கூழ் குடித்து, கிட்டிக் கொம்பைத் தோளில் போட்டு கையிரண்டும் கோர்த்து மாட்டி மந்தை விரட்டிப் பொடியர் போகும் முன்பே பெங்கி சொன்ன சேதி பரவி விட்டது ஊரெங்கும்.

ஈரம் ஊறிய ஆற்றுப் பள்ளமெங்கும் தோன்றிய புதுச் சிறு குட்டைகளில் நீர் குடித்துத் தயங்கி நடந்த மாடுகளை விரட்டினர் மாட்டுக்கார முருவனும் புத்தாளும். ஆறு தாண்டி, ஓடை தாண்டி மேயப் போன மாடுகளில் மடியூறிக் கிடந்த ஆவொன்றைப் பிடித்து மடி பீய்ச்சிப் பால் குடித்த வேளை; வெங்கதிர் உச்சியேறி நின்றது தலைக்கு மேலாய்.

சுரக் குடுவையில் கொண்டுவந்த மோர் கலந்த கம்பங் கூழை, பொன் கொலுசுப் புதுப் பூக்கள் தொங்கும் கொன்றை மர நிழலில் குந்திக் குடித்தான் முருவன். கூனி மேட்டுக் காட்டில் பறித்த களாக் காய்களில் உப்புச் சேர்த்துச் சப்புக் கொட்டிக் கூழ் குடித்த புத்தாளின் சேட்டை கண்டு சிரித்த முருவனுக்குப் புரையேறிக் கடுத்தது. பதறிட்ட புத்தாள் அவன் தலையைத் தட்டிப் புரையைடக்கி, தேங்கிய புதுக் குட்டை நீரை முகந்து குடிக்கக் கொடுத்தாள். குட்டை நீரைக் குடிக்க மனமின்றி, ஆற்றின் புதுச் சுனை பறித்துப் புது நீர் பருகிக் கரை சேர்ந்த முருவன் அயர்ந்தான் கொன்றை மரச்சிறு நிழலில்.

வெயில் தணியத் தொடங்கிய வேளையில் வேய்ங்குழலெடுத்து மேய்வெளி நிரை யாவும் மயங்க ஊதத் தொடங்கினாள் புத்தாள். குழலிசை மொழி கேட்டு கொன்றையில் முகம் மறைத்துக் கூவிய குயில் குழம்பியது. வயிறு நிறைந்த மந்தை மதி மயங்கி, இசை கேட்டுத் தயங்கியது மேய்ந்த வெளிதனில். வயிறு பெருத்த மந்தை மாடுகள் சில அசை போடும் இரையோடு வாயினை அரைத்தபடி நிழலடர்ந்த கொடைவேல மரமடியில் ஓய்ந்திருக்க, எங்கும் இசையின் அமைதி, இனிமையின் அமைதி...

நாழிகள் சில கழிந்துபோக.. கொடைவேல மரக்கூட்டத்தின் நடுவில் நெட்டுயர வளர்ந்து வெளுத்த இலைகளுதிர, காய்ந்த சருகுகளில் கமழ்ந்த நறுமணத்தை நுகர்ந்து சயனித்த பித்தன் கண்ணாயிரம் கதிரோன் சாயத் துணிந்த நேரத்தில் எழுந்தான் மெள்ள. எழுந்தவன் கர்ணத்தில் குழலிசையின் ரீங்காரம் வந்து நுழைந்தது மெல்லிதாய். முறுவலித்துச் சோம்பல் முறித்துக் கிளம்பினான் குழலிசை பொங்கும் மூலம் பார்த்து..

பித்தனின் அண்மை கண்டு பயந்த மாடு மேய்க்கும் சிறார்கள் கலக்கம் கண்டு பித்தன் சிரித்தான். கிலியேறிய புத்தாளின் வதனம் நெளியக் கண்ட பித்தன் நேசமாய்ச் சிரித்தபடி ஒரு சேதி சொன்னான்.

..பொடிசுகளே... நீண்ட நாளாய் நீங்களும் மற்ற யாவரும் தேடும் ரகசியத்தை நான் உங்களுக்குச் சொல்வேன். எவருக்கும் காணாத மாய சப்த கன்னிமார் ரகசியத்தை உனக்குச் சொல்வேன் நான். அந்த மாயக்காரிகள், றெக்கை முளைத்த சிங்காரிகள் கதை சொல்வேன். அடியே.. பொடிச் சிறுக்கி பதறாதே; பதுமைகளில் பயத்தைக் காட்டாதே. உன்னிசையே எனைத் திறந்தது. எத்தனையோ சாவிகள் திறக்காத என் மனக் குகையின் மாயப் பூட்டை மயக்கும் உன் குழலின் நாத மொழிகள் திறந்தன...!

எனக் கூறி புத்தாள் மீத்திருந்த மோர்க் கூழை எடுத்துக் குடித்தான். நடுநடுங்கிய புத்தாளின் குத்திட்டு நாட்டி நின்ற பதுமை கண்டு எழுந்த முருவன்: கொண்ட நடுக்கம் கண்டு; மஞ்சள் பூத்த பற்கள் தெரியச் சிரித்த பித்தன் கண்களில் வழிந்த நேசம் கண்டு கிலி குறைந்த இருவ்ரையும் பார்த்தான்...

..காலச் சமீபம் கண்டேன்..! மனக்குகையில் எனை மயக்கி வந்த கதையினையும் உனக்குச் சொல்வேன்: சொல்ல வேண்டிய உன் சினேகங்களுக்குச் சொல்லிவிடு...

எனச் சொல்லி மறுபேச்சு வாங்காமல் கால் வீசி, கை வீசி கரையிரங்கி, மணலில் நடந்து படர்ந்திருந்த ஆட்டுத் தும்ட காய் பறித்துப் பந்தாடிப் பந்தாடிப் போய்விட்டான்; மறுகரையேறி....

கிலியோடு நகை மலர்ந்த மேய்ப்பர்கள் செங்கதிரோன் மறையுமுன்னே மாடு கூட்டி வீடு சேர்ந்தார்கள்.

இருள் கவிழ்ந்து வான் குளத்தில் மீன்கள் மேயத் தொடங்கிய சாமம் தொடங்கும் முன்னே பித்தன் சொன்ன சேதி சேரி முழுசும் பரவியது. முன் சாம மெல்லிரவில் புத்துடைத்துப் புறப்பட்ட புற்றீசல் மேகமெனக் கவிழ்ந்தது பித்தனின் கதையிருள் சேரியெங்கும்...

விளக்கு வைத்து, அதைச் சுற்றி நீர்த் தட்டு வைத்துப் பிடித்த ஈசல் கூடை பல சேர்ந்து; அடுப்பேற்றி அரிசி கூட்டி வறுத்த வாசம் திசையெட்டும் பரவிய ராவில் கிளம்பினான் ஓசூரான். நெடுக வளர்ந்த நீண்ட உடலும், காய்த்து மினுக்கும் கருமேனியும், கருத்தச் சவுக்கென நீண்ட காலும் கையுமாய், சலங்கைப் பூண் பூட்டிய கழியுமாய்க் கிளம்பினான் ஓசூரான்.

மினுக்கட்டாம் பூச்சிகளும், விசும்பாடும் மீன்களும் மின்னிய மையிருட்டில்; முகத்திலடிக்கும் ராப் பூச்சிகளைத் தட்டி வீசி, கழி சலங்கைத் தட்டித் தட்டி நடக்கும் நடையில்: கிண் கிணிந்த சலங்கையின் நாவொலி கேட்டுப் பள்ளிச் சேரி, கொசவச் சேரி,

கோலியச் சேரி, அம்பட்டச் சேரி, பார்ப்பனச் சேரி சேர்ந்த ஊர் தெருவெல்லாம் அசட்டை இழந்தன. நடந்தான் ஓசூரான்.

சுருட்டிக் கட்டிய முண்டாசும், இழுத்துக் கட்டிய பஞ்ச கச்சமும் இடக் காலில் தண்டமும் விளங்க; செப்புச் சிப்பையும், கலாய் பூசிய வெங்கலத் தூக்கும் கொண்டு தட்டி தட்டி நின்றான் வீதி நடுவே. கிங்கிணிக்கும் குரல் கேட்டுக் கொண்டுவந்து கொட்டிய ஊர் வீட்டின் மானியச்சோறு நிறைந்த சிப்பையில் வீசும் புலவு மணத்தோடு திரும்பி நடந்தான்.

கறிவாடை மோந்து வரும் பைரவங்களைக் கழி கொண்டு விரட்டித் தள்ளாடி நடை நடந்து வீடு சேர்ந்தான். முதற் சாமம் முடியுமுன்னே பல் சாதி சேரியரின் தலை முறைக்கடன் சோற்றைப் பெற்றுத் தம் மக்களோடு தின்று தீர்த்துக் கண்ணயர உட்காரக் கண்ட புத்தாள்; பித்தன் தந்த பிரசன்னத்தைச் சொல்லி, பின் கேட்டாள்...

..கண்ணாயிரம் பித்தன்தானா? பித்தன் போலக் கந்தூரி கட்டிய வேடக்காரனா? புனலாடும் தேவதையர் கதையை அவன் சொல்ல ஒரு நாள் குறித்துச் சங்கைகளைக் கிளப்பி விட்டான். மந்தை மேயும் வெளி தாண்டிய கணமது மறையுமுன்னே அவன் சொன்ன சேதி சேரி சேர்ந்த மாயமென்ன? மண்டை தெறிக்கிறது.. சொல்லுமப்பா அவன் கதையை ? யார் அவன், அவனின் மூலமென்ன...

அடங்காத ஆவலாய்க் கேட்டாள் புத்தாள்.

நச்சரிக்கும் புத்தாளின் அடம் குணம் அறிந்த ஓசூரான் தன் மகள் நுதல் தடவி, உச்சிப் பித்தை

ஒதுக்கி, ஈறு தெரியச் சிரித்துச் சொல்ல இசைந்தான் பெருமனம் கொண்டு.

ஓசூரான் சொல்லப் போகும் பித்தனின் கதைச்சேதி கேட்டுப் பொடியரும் பேதைப் பெதும்பையரும் ராத் தூக்கம் துறந்து; ஒளிரும் கண்களில் முசுமுசுத்துச் சூழ்ந்த குழாமதைப் பார்த்துத் தன் கதைவெளிப் பாதைகளில் சூழ்ந்த சின்னஞ்சிறு கைகளைப் பிடித்துச் செல்லத் தொடங்கினான்..

..தன் மனச் சுரக் குடுவையினைக் கவிழ்த்தான் ஓசூரான்.

11
ரசவாதி

தொடங்கினான் ஓசூரான்...

..வாடை வரும் திசையில், பேர் தெரியாத ஊரொன்றிலிருந்து, ஆறு தாண்டி, மலை தாண்டி, மடு தாண்டி, ஏரி தாண்டி, குலை நடுங்கும் காடு தாண்டி ஒரு ரசவாதி வந்தான் இங்கொரு நாள்.

ராவில் பூக்கும் பன்னீர்ப் பூவும், மதி முகம் பார்த்து மொட்டவிழ்க்கும் அல்லிப் பூவும் பூத்த ஜாமம். விட்டிலும், கோட்டானும் திசை தப்பித் திரிந்த வேளை அவன் சேரி வந்தான். மாரி நின்று கூதிர் கடுங்குளிர் நடுநடுங்க அவன் வந்த கோலம்

கண்டு மாடுகள் மிரண்டன; ஆடுகள் மிரண்டன; நாய்கள் மிரண்டன; கூண்டிலிருக்கும் கோழிகளும் மிரண்டன: அவையெலாம் மிரண்டு கத்திய ஓலம் திரண்டெழுக் கேட்டுச் சேரியும் மிரண்டது.

ரசவாதி இருந்த கோலம் ஒரு கோரக் கோலம். சிக்கிய அளகம் சீவாமல் சுற்றிய சும்மாட்டுக் கொண்டையோடு; சந்தனம், திருமண், செந்தூரம் நெடிய தீட்டிய நெற்றியோடு; இரும்பு வளையம் மாட்டிய கர்ணம் ரெண்டிலொன்று கிழிந்திருக்க; எலுமிச்சைக் கண் கொண்டு அவன் பார்க்க; வெடித்துப் பிளந்த நாக்கில் உச்சாடன முணு முணுப்பும், மார்பில் சரிந்து சிக்கிய தாடியோடு அவன் வந்த கோலம் கண்டு பதறாதார் யார்தான்...?

முழங்கால்வரை நீண்ட அந்தத் தடக்கை ரசவாதி மண்ணைப் பொன்னாக்கும் ரச வேலை தெரிந்தவன். ரசவேலைச் சரக்குகளைத் தேடித் தேடி அலைந்தவன். மனமெலாம் பொன்னாசைப் பித்தேற; மண்ணைப் பொன்னாக்கும் ரசவாதச் சரக்கான முப்பட்டைப் பிரண்டைக் கொடியைக் காடுமேடெலாம் தேடித் தேடிக் கிடைக்காமல் முடிவாய் வந்தான் நம் மொண்ணேட்டுக்கு.

நடையாய் நடை நடந்து, கால் வலிக்கக் களைத்து வந்தவனுக்குக் கஞ்சி கொடுத்துக் காதடைப்பு நீக்கினான் கண்ணாயிரம் முந்திக்கொண்டு. புராணம் கண்ட ஆளியோ, கூளியோ என வந்தவனின் கொத்தெது, குலமெது, பூர்வீகமெது என ஏதும் கேட்காமல்; அவன் வந்த கோலம் கண்டு மயங்கிய கண்ணாயிரம் அப்போது வன்திடம் கொண்ட எளவட்ட வயசாய் இருந்தான். ரசவாதி சொன்ன சொர்ணமாக்கும் ரச வேலை கேட்டு மதி கெட்டான் கண்ணாயிரம்.

மோசப் பொய்நகை புரிந்த ரசவாதியும், பேராசை உள்ளேறிய கண்ணாயிரமும் சேர்ந்து திரிந்தனர். முப்பட்டைப் பிரண்டையைத் தேடி மேடு பள்ளமெலாம் அலைந்தனர். கூனி மேட்டின் இக்கு இணுக்கு, தேரை ஒளிந்த கற்பாறையடி, பூரான் நெளிந்த கூழாங்கல்லடி, காரப்புதரடி, கள்ளிப்புதரடி, ஆவாரஞ்செடியடி என எந்தச் செடியடியும் விடாமல் தேடினர். பின் அடைமுள் கள்ளிப்புதர், குச்சிக்கள்ளி, சப்பாத்திக்கள்ளி சேர்ந்த புதரனைத்தும் கழி விட்டுக் கழி விட்டுத் தேடித் தேடி அலைந்தனர் ரெண்டு பேரும்.

நாள் தோன்றுவதும் மறைவதும் இலவத்தி மாயமெனக் கரைவதுமாய் இருந்தாலும் அவர்கள் தேடுவது நிற்கக்காணோம். கூனி மேட்டை அலசி முடித்து நெல்லியும், அறுநெல்லியும், வேலமும், ஓடையும், சுரையும், காட்டுப் பூசணியும், பூத்துக் குலுங்கும் காட்டுப் பூக்களும் நிறைந்த நாகலாமலைச் சாரலில்; வண்ணாத்திப் பூச்சிகளும், வெட்டுக் கிளிகளும் பெருத்த காலமதில் ரசவாதச் சரக்கைத் தேடியலைந்தனர் ரெண்டு பேரும்.

சுகமில்லை, தேடியும் பயனில்லை.. நாள் பல கடந்து தும்பிகள் தாழப் பறந்த ஒரு மாலைப் போதில் சேரி திரும்பினர் ரெண்டு பேரும். பீர்க்கம் பந்தலில் எப்போதும் தூங்கும் ரசவாதிக்கு வேறு சேர்க்கையில்லை. பேச்சுக்கு ஆளில்லை. நாளொரு பொழுதும் இருந்து வந்தான் பெருத்த யோசனையில். நாளும் நாழியும் கழிந்தது கழிந்தபடி இருக்க; திடீரென முப்பிரண்டை விளைந்த திசையறிய மை போட்டுப் பார்க்கும் ஓர் யோசனையுதித்தது ரசவாதி மண்டையுள். மை செய்யத் தோதான மாண்டவொரு தலைச்சன் மகவு மூளை வேண்டி; வேரூர் தேடிக் கிளம்பினர் ரெண்டு பேரும்.

கையில் கோலும், வாயில் முனகலும் நடையில் ஓசையும் அதிர.. அதிர.. நடுநிசி ஆந்தைகள் அலற.. அலற.. ரா மேயும் அரவுகள் உத்தித் தேய்ந்து ஓடி ஒளிய.. ஒளிய.. மின்மினிகள் சிதறச்.. சிதற.. அவர்கள் தேடிய இடுகாடெங்கும் தலச்ச மகவு பொணமெதுவும் கிடைக்கக் காணோம்...!

நாள் சில திரிந்தலைந்தும் ஓயாமல் ஓடியபடி இருக்க; நிலைமாறிய பொழுதுகள் தொடங்கின. இருள்மீன்கள் மறைந்து, கடுஞ் சூல் மப்புக் கடுமழை பெய்து, ஆற்றில் ஏறிய ஓதம் புரண்டெழுந்து பாய்ந்த நடுச்சாம நிசியில் சேரி வந்தனர் ரெண்டு பேரும். ஆள் அரவமின்றி நுணல் சத்தம் செவி கிழித்த அந்த ராவில் தாரை பெருத்தோடியது வீதியெங்கும். ஓடிய நீரோட்டம் அரித்த திண்ணையொன்றில் கண்ணயர்ந்தான் கண்ணாயிரம்.

பீர்க்கம் பந்தலில் கொட்டிய கொடு மாரியில் நிற்க நிலையின்றிப் போர்த்தப் போர்வையின்றி கண்ணாயிரம் தலை மாட்டில் குந்திய ரசவாதி யோசனையில் நிலைத்தவனாய்.. குந்தியவாக்கில் தூங்கிப்போனான்..

◆ ◆ ◆

இமையொட்டி இழுக்க இழுக்கத் துயிலழுத்தும் வேளையை மறந்து கதை கேட்கும் பொடியாள் கும்பலைக் கேட்டான் ஓசூரான்

..மீதி கதை சொல்லவா நாளை ராவில்...

மறுத்துச் சிணுங்கிய பிஞ்சுகளின் ஆசையைத் தொடர்ந்தான் ஓசூரான்.

◆ ◆ ◆

வெளுத்த காலைக் கடுஞ்சூல் மப்பு மறைந்தது. வெளிச்சம் பரவியது எங்கும். கண்ணாயிரம் வீட்டுப் பீர்க்கம் பந்தல் சாய்ந்து சரிந்த கோலம் கண்டு கலக்கமடைந்த ரசவாதி முகக்குறி ஏதும் காட்டக் காணோம்.

பயனேதும் இல்லா நாட்கள் வீணே கழிய, வெம்பிய மனத்தோடு, வாதனை வாட்டத்தோடு இருந்தவருக்கு நல்ல சேதி கிடைத்தது ஒரு காலையில். மேற்கு வீட்டு முசுடன் பொண்டாட்டி முசுடச்சி மல்லாந்து துயில, அவளீன்ற பச்சிளம் தலச்சன் மகவு மார்சூப்பி பால் குடித்தபடி இருந்தது; நேரம் கூடிய நிசியில் விளக் கணைந்த இருளான இருட்டின் நிலையறியா உறக்கத்தில் புரண்டு அவள் படுக்க; பருத்த அவள் முலைமுட்டி, நாசிமூடி மூச்சடைத்து மாண்டு போனது குழவி.

குமைந்த காலையில் அலறும் முசுடச்சியின் ஓலம் கேட்டுக் குழவி செத்த சேதியால் மகிழ்ந்தனர் ரெண்டு பேரும். பகல் கழியக் காத்திருந்து முசுடன் தலைச்சன் மகன் புதைத்த இடம் தேடி யாரும் காணாமல் இடுகாடு போனார்கள் மையான இருள் வெளியில்.

அது இருட்டின் இருட்டு, அம்புலி ஒழிந்த இருட்டு. எலும்புகள் சிந்திய சுடுகாட்டுப் பாதையெங்கும் பூத்திருந்த நித்திய கல்யாணி சிந்திய ஒளியில் பாதை பிடித்து முசுடன் மகன் பிணத்தைப் புதைத்த குழி தேடினர். சம்பங்கியும், மல்லியும், சாமந்தியும் சிதறி, குள்ளநரி குழி பறித்த குழியைக் கண்ட வேளை கோட்டான் அலறியது. பிசகிய சகுனம் கண்டு துணுக் குற்றுத் துவண்ட ரெண்டு பேரும் குளித்து வர ஆறு தேடி; சுடுகாடு தாண்டி, இடையில் வந்த ஒப்புடி களம் தாண்டி, பேட்டையன் கழனி தாண்டி, பரி

போட்டிருந்த ஒற்றை நீர் வழி தாண்டி, தேர் மடுவில் குளிக்கப் போனார்கள்.

அவர்கள் போன நிசியில் வானில் நிலவில்லை. மீன் மேயும் கருவானப் பாகையும் புலப்படவில்லை. கனாக் கண்டு அலறும் காக்கைகள் அடர்ந்த பனந் தோப்பும் புலப்படவில்லை. அருகில் நிற்கும் மொக்கை மரக் கருப்புகளைக் கண்டு கிலி கொண்டான் கண்ணாயிரம். மெத்தப் படித்த மேதாவி, சங்கம் கற்றவன், நிறங்களைப் புரிந்தவன், சர்வ லட்சணம் பூர்த்தியான புது ரத்தக் கண்ணாயிரம் கிலி கொண்டான் அந்தக் கொடுமிருட்டில்.

கண்ணிருந்தும் பயனில்லை கண்ணொழிந்த அந்தக் கங்குலில். கண்ணாயிரம் பயந்த பயம் காணாத ரசவாதி அவன் கைப் பிடித்து இழுத்துப் போனான் தேர் மடுவிற்கு. அவர்கள் போன நேரம் சப்த கன்னியர் வரும் நேரம். புனலாடி களிப்புக் கொள்ளும் கடும் ராவு நேரம். கன்னியர் கதை தெரியா ரசவாதி வலித்துக் கொண்டு விரைந்தான் கண்ணாயிரத்தை.

தேர் மடுவைச் சேர்ந்த நேரம் காற்றில்லை. நீரில் அலையில்லை. சலனமில்லை. கத்திக் கூச்சலிடும் நுணல்களின் சத்தமில்லை. ராவலறும் ஆந்தையின் குரலு மில்லை. ராக் கோழி கூவும் இரைச்சலுமில்லை. சத்தமிலா ஒரு சத்தத்தைக் கேட்டனர் ரெண்டு பேரும். முன்பின் கேட்டிராத ஓசை: அமைதியின் நெடும் ஓசை கேட்டு கடுமன ரசவாதி கிலி கொண்டான். திசை புரியா இருட்டு கூடியது மென்மேலும். கைப் பிடியைத் தளர்த்தாமல் இறுக்கினான் கண்ணாயிரம். அஞ்சாத ரசவாதியின் மனத்தோடு கையும் நடுங்கியது. ரசவாதி நடுக்கம் உணர்ந்து கண்ணாயிரம் நடு நடுங்கினான் நகர்ந்தபடியே.

வாவியென நிலைத்த நிறைத் தேர்மடுத் துறை படர்ந்த நீர்த் தரையோவென அலையற்றிருந்தது. துறை வந்த ரெண்டு பேரும் மூழ்கியெழத் துணிந்து வைத்த கால்கள் பட்டவுடன் துறை நீர் மச்ச வர்க்கமொன்று தனித்துத் துள்ளியது நட்ட நடுவில். துள்ளிய மீன் எழுப்பிய நீர் வட்டம் கரைசேர்ந்து அடங்கிய நாழியில் மச்ச வர்க்கம் மொத்தமும் வரிசை வரிசையாய்த் துள்ளியெழுந்தன. துள்ளிய மீன்கள் விழுந்த வேகத்தில் மேலெழுந்த மெல்லிய அலைகள் வட்ட நீர்ச் சக்கரங்களாய்ப் பிரிந்து பிரிந்து தனித் தனியே மேலெழத் தொடங்கின. மடுவை விட்டு மேலெழ, மேலெழ; உடைபடா அந்த மாய நீர்ச் சக்கரங்கள் பெருகின. சக்கரங்கள் பெருகிப் பெருகி மடுவின் மேலெங்கும் மிதந்து திரிந்தன.

பெருகிய நீர்ச் சக்கரங்கள் திரண்டெழுந்த வேகத்தில் ஒன்றோடொன்று உரசி உடைந்து விழ.. மீண்டும் அலையெழச் சக்கரங்களாய் மீண்டும் மீண்டும் பெருகு கின்றன. மாய நீர்ச் சக்கரங்கள் முடிவின்றி மேலெழுந்து சிதறும் சலசலப்பின் ஒலி ரீங்காரமெடுத்து இசை கூட்டியது. கூட்டிசையோ நீரிசையோ என மதிமயக்கும் ஒலியோடு சட்டென ஒளியும் கூடியது. மிதக்கும் நீர்ச் சக்கரங்களை எட்டிப் பிடிக்கும் மீன்களின் எத்தனங்கள் காட்டும் மாய நீர்க் காட்சிகளை; மேலெழுந்து மிதக்கும் நீர்ச் சக்கரங்களை; கண்டு திகைத்து, வாயடைத்துக் கிலியால் காதடைத்து அதிசயித்தனர் ரெண்டு பேரும்..

ஒளி கூடி, ஒளி கூடி பேரொளியாய்ப் படர்ந்தது தேர் மடுவில். கூசிய கண்களோடு குலை நடுங்கும் பயத்தோடு நிலைகுத்திப் பார்த்தனர் ரெண்டு பேரும். தேர் மடுத்துறை நிறைந்த பெருவட்ட வெளிச்சம் வேறெங்கும் பரவா மாயம் கண்டு மரண

பயமேறியது ரெண்டு பேருக்கும். காலிடுக்கில் தொடங்கி தலையுச்சியேறிய மரணத்தின் ரத்த ஓட்டம் சட்டெனக் காலில் குவிய; முகமெலாம் வெளுத்தது ரெண்டு பேருக்கும். வற்றிய முகத்தில் ஈரமேற்ற வலுவற்ற வெறும் வாயில் மேலண்ணம் தடவா நாவினால் பயனில்லை. பேச்சில்லை. முனகலுமில்லை. பெருமூச்சுச் சிறுமூச்சாய்ச் சிறுகச் சிறுக உலர்ந்தது நெஞ்சுக் கூடு ரெண்டு பேருக்கும்.

யாருக்கும் கிடைக்காக் காட்சி, எல்லோருக்கும் ஏக்கமாய் நிறைந்த காட்சி, நம் மன வெளிகளில் மாயமாய்ப் பெருகி வரும் காட்சி அப்போது தொடங்கியது. அதுதான் கன்னிமார் வந்திறங்கும் மாயப் பிரசன்னம்.

பெரும் ஒளி வழிய வழிய.. தேவ இசை முழங்க முழங்க.. கோடிப் பூக்கள் பூத்த மணம் கமழக் கமழ.. சப்த தேவதைகள் வானிலிருந்து இறங்கினார்கள் தேர் மடுவின் பெருவட்ட ஒளியில். அவர்கள் ஒளியொத்த நிறமும், வார்த்தைகளில் பிடிபடாப் பேரழகும் வாய்த்த கோலம் கண்டு கிலி மறந்த இருவரும் கன்னியரை நோக்கினர்.

அவர்கள் இறங்கிய நேரம் மிதந்த நீர்ச் சக்கரங்கள் சட்டென அமிழ்ந்து அடங்கி விழுந்தன. துள்ளிய மீன்கள் கரையோரம் வட்டமாய் அணி வகுத்துப் பவ்யமாக, மடு பரப்பில் சிற்றலைகள் கட்டுண்டு அடங்கத் தரையென நிலைத்தது மடு நீர்.

ஒருவர் பின் ஒருவராய் இறங்கிய கன்னியர்கள் இசை நின்ற பெரு வட்ட ஒளிநீர்ப் பரப்பில் இங்குமங்குமாய் நடந்தார்கள். வழக்கமற்றப் புதுநெடியை உணர்ந்தார்கள். அது, வெளிச்சத்தைத் தாண்டி நிற்கும் மானுடரின் நெடியெனத் தெரிந்தார்கள். இருட்டில் ஒதுங்கி

சிலைத்து நின்றவர்கள் கன்னியர் மனவோட்டம் உணர்ந்த பெருவட்ட வெளிச்சம் எட்டப் பரவி வெளிச்சமிட்டது அவர்கள் மீதும்.

புதுமானுட நெடியும், என்றுமிலா எத்தனமும் கண்ட கன்னியர்கள் தேர் மடு வந்த ரெண்டுபேரின் நோக்கமதை உணர்ந்தார்கள். உள்ளமெலாம் சினந்தார்கள். அவர்கள் சினக்கச் சினக்கக் கன்னிமார்கள் உடலெல்லாம் கண்கூசும் நிறங்கள் ஒளிர்ந்தன. ஆளுக்கொரு நிறமாய்த் தோன்றி சூல் மப்புக் காட்டும் ஏழு வகை நிறங்களாய் விளங்கினர் வானவில் தேவியர்.

நடுக்கம் குறையா நடுக்கத்துடன் நின்ற ரசவாதியும் கண்ணாயிரமும் செய்வதறியாத் திகைப்புடன், நகர முடியாக் கோலத்துடன் நின்றிருக்க அவர்களை நோக்கி நீரின் மேல் நடந்து அருகில் வந்த கன்னியருள் தலைக் கன்னி சொன்னாள்..

..தலைப்பிள்ளை உடல் தேடி மையரைக்க அலையும் ரசவாதியே! நீ தேடும் முப்பட்டைப் பிரண்டை மண்ணைப் பொன்னாக்கும் மாயச் சரக்குதான் உன் குடியைக் கெடுத்தது. உன் குடியைக் கெடுத்ததோடு சேரியரின் குழவியொன்று சொர்க்கம் போகத் தடுக்க முனைந்தது. உன் எண்ணம் மோச எண்ணம், யாருக்கும் வாய்க்கக்கூடா வஞ்சக எண்ணம். தலைச்சன் மகவின் தலை மூளையெடுத்துக் கலக்கி, மையரைத்துத் திசையறியத் துணிந்த உன் எண்ணம் அக் குழவியின் குழியிலே புதையட்டும். பிணக் குழி தோண்டிய உன் கைகள் ரெண்டும் சாம்பலாகட்டும்...

சினந்து சொன்ன முதற் கன்னியின் சொல் பாணமாய்ப் பாயக் கண்ட ரசவாதி கண்கள் இருண்டன. காதுகள் அடைத்தன. கால்கள் தளர்ந்தன. மாயங்கள் பல செய்த அவன் தடக் கைகளிரண்டும் சோதியாய் எரிந்து

பெருவொளி எழுந்தது. எரிந்த நெருப்படங்கி அவன் கண்முன்னே சாம்பலாகி உதிர்ந்தது. மென் காற்றில் உளுத்துத் தேர் மடுவில் கரைந்தும் போனது.

கதியற்ற கதியனாய்க் கத்தினான், கதறினான். கரைந்த கைகளைக் கண்டு அரற்றினான். பொறுக்கவொட்டா வலியோடு பிதற்றினான் ரசவாதி.

..ஐயகோ, தேவிமாரே என் பாபம் போக்கி எனை ஆற்றுங்கள்; தகாத ஆசையெனை ஆட்ட ஆர்ப்பரித்தேன். அடங்கிப் போகிறேன்; கன்னியரே அடங்கிப் போகிறேன். கருணை காட்டுங்கள். கன்னியரே கருணை காட்டுங்கள். அல்லவெனில் என்னுயிரை உடனே போக்குங்கள். என் பாவம் பொல்லாப் பாவம், என்னாசை பொல்லா ஆசை.. ஆசை.. ஆசை... கத்தியது கத்தியபடி தெறிக்கத் தேர் மடுக் கரை விளிம்பில் வீழ்ந்தான் ரசவாதி.

ரசவாதி புலம்பலைச் செவிமடுக்கா கன்னியர் ஒருவர் பின் ஒருவராய் வந்து ஏவினர் சாபச் சொற்களை. ஏவிய சொற்கள் கண்காணா மாய அம்புகளாய் பாயப் பாய ரசவாதியின் தலை தனியாய், நெஞ்சு தனியாய், கும்பி தனியாய், தொடை தனியாய், கால் தனியாய் எரிந்துப் பெருஞ் சோதியாய் உயர்ந்தது. உயர்ந்த சோதியடங்கிக் கரைவெளியில் சாம்பலாய்க் குவிந்தது... மீள எஞ்சியது ரசவாதியின் பொன்னாசைக் கனவு. அவனது ஆசை பொன் கனவு மட்டுமேதான்.

கரையின் விளிம்பில் திக்கின்றி உலைந்த கனவு மிதந்து அலைந்தது. கரையோரம் சுற்றிச் சுற்றி அரற்றியது. அது கத்திய ஓலம் கன்னியர் காதடைத்தது. அது கதறிய கோலம் காணச் சகியாக் கடுங்கோலம். மிதந்த கன்னியரில் கடைக் கன்னி சினந்து வந்தாள்

கனவதைத் துரத்தி. அது வேகமான வேகத்தில் தேர் மடுவைச் சுற்றியது.

சுற்றிய கனவதைத் துரத்திய கன்னி எட்ட முடியாமல் சினத்தைக் கூட்டினாள். என்ன நினைத்தாளோ? ஏது நினைத்தாளோ? சட்டென நின்று கேளாச் சொற்களை ஏவினாள். ஏவிய சொற்கள் மனோ வேகமாய்ச் சுழன்று ரசவாதியின் ரகசியக் கனவைப் பிடித்து நிறுத்தின. வெறித்த கன்னி அலைபாயும் அவன் கனவுகளனைத்தையும் முற்றாய் எரித்தாள். ரசவாதி உடற்சாம்பல் கரைந்த தேர் மடு நீரில் கனவின் சாம்பலைக் கரைக்க மனமின்றி யாரும் காணா வெளியான வெளியில் காற்றில் கரைத்தாள்.

கரைந்தும் கரையாமல் முற்றாய்க் கரைந்தான், முழுசாய் மறைந்தான் மாயக் கனவு ரசவாதி.

கண் முன்னே கரைந்த ரசவாதியைக் கண்டு குலை பதறிய கண்ணாயிரம் வீழ்ந்தான் மூர்ச்சையாகி. நீர் வற்றிய மணல் வெளிமேல் வீழ்ந்தவன் கனவில் வந்த கன்னியர்கள் கருணை பொங்க, கனிவு பொங்க அவன் தலையதைத் தடவினர். சேரியரின் காதலுள்ளம் காத்தது உன்னையென்று கூறி மறைந்தனர்.

தண் நீர்க் காற்று வீசிய காலையில் கண்மலர்ந்த கண்ணாயிரம், ரசவாதி கரைந்துபோன மாயத்தை நினைத்தான். மணல் மேட்டு வெளியெங்கும் தேடினான். கூனி மேடெங்கும் தேடினான். இடுகாடெல்லாம் சுற்றினான். தேடுவது எதுவெனத் தெரியாமல் தேடினான். அவன் கால்கள் நிற்கும் தொழிலைத் தொலைத்த முதல் நாள் தோறும் சுற்றுகிறான்..! சுற்றுகிறான்..! சுற்றிக்கொண்டேயிருக்கிறான்... கண்ணாயிரம்.. பித்தனான கண்ணாயிரம்...!

12

மாய முடிச்சு

கண்ணாயிரம் பித்தனான கதை முடிந்த நேரம் கண் கசக்கிக் கொட்டாவி விட்டான் ஓசூரான். கதை கேட்ட கூட்டமும் கொட்டாவி யோடு பிளந்தன வாய்களை. கதைவெளிப் பயணக் களைப்பில் களிப்பெய்திப் பறந்த கூட்டம் இருளான இருளில் கரைந்து சொப்பனங்களில் உறைய, பனை ஓலைப் பாய் விரித்துப் படுக்கப் போனான் ஓசூரான். அவன் சொன்ன கதை கர்ண பரம்பரை வெளிச் சேர்ந்து தலைமுறை நினைவோடு கலந்தது. கதை கேட்ட கும்பல் நாழி மறந்து, இடம் மறந்து அசை போட, அசை போட வீடெங்கும்

போய்ச் சேர்ந்த வேகம் கண்டு உள்ளூர முறுவலித்தான் ஓசூரான்.

பித்தன் கதை பேசாத வாயில்லை. வயல் வெளியும், மந்தை வெளியும், தோப்பும் துரவும், காடும், மேடும், மரமிட்ட நிழலுமெனக் கண்ட இடமெல்லாம் பேசின கண்ணாயிரம் கதையை.

பித்தனான கண்ணாயிரம் மாயவாதியில்லை; மந்திர வாதியில்லை; சுடுகாடு காக்கும் பேய்மகனும் இல்லை. ரசவாதிக்குச் செய்த ஒத்தாசையாலே சொர்ண பித்தேறி, மதி கலங்கிப் பித்தனானவன் என்ற புதிரவிழ்ந்த கதை கேட்டு சேரியர் கிலி நீங்கியது. கன்னியர் மேல் தீராத மோகம் கூடியது மனமெலாம்.

சப்தக் கன்னியர் ராக் குளியல் காட்சியது சொல்பவர் யார்? புனலாடிப் பொங்கி வரும் மாயதேவ கானமதை இசைப்பவர் யார்? கன்னியர் கதை முடிச்சை வெட்டுபவர் தான் யார்? என்ற கேள்விகள் மீண்டெழ அவை விடைகளைத் தேடித் தேடியலைந்தன. கன்னியர் கதை மோகம் கேள்விகளாய்த் தறிகெட்டெழுவதைக் கேட்டு; கால தோசம் நீங்கி, கதை வெளித் தொடரும் மூதாதையர் நீட்சி கண்டு மனத்துள் அமைதியானான் திண்ணையில் சாய்ந்திருந்த செம்பேட்டுக் கிழவன்.

ஓசூரான் கதையளப்பில் பித்தமேறிய பொடியர் கூட்டம் அது பொய்யோ? மெய்யோ எதுவெனத் தெரியாமல் குழம்பியது. செம்பேட்டான் முன் விட்ட கதையோடு தொட்டுத் துலங்குமோ எனச் சங்கைகளைக் கிளர்த்தின யாவருள்ளும். ஆனதினாலே, செம்பேட்டான் பாதிக் கதை விட்ட குறை தொட்ட குறையாயிருக்கலாமா..? விட்ட மீதியைச் சொல்லும்படி கேட்டுவந்த பிள்ளைகளைச் சின்னப் புளிய மிளாரெடுத்து விரட்டினான். நச்சரித்த

பொடிசுகளின் வால் துள்ளல் ஓன்னாமல் சேரிப் பெண்டிரும் ஆடவரும் கூடிவந்து கிழவனைக் கேட்ட கதை ராவில் அவர்களைப் பார்த்துச் சொன்னான்.

..விட்ட கதை தொட்டுச் செல்ல கால நேரம் கை கூடி வரும்.. மாயப் புதிரின் ஒரு நாளில் நானே வருவேன் முன்னாலே. புதிரவிழ்ந்த பின்னாலே புதுச் சேதி வரும் தன்னாலே...

எனச் சொல்லி விரட்டிவிட்டு; துண்டைச் சுத்தித் தலையில் போட்டுத் தூங்கிப் போனான். முன்சாம ராத்திரியில் பிடியான வாதம் பிடித்துத் தூங்கும் செம்பேட்டுக் கிழவனைத் திட்டிய வாய்களின் கரிச்சல்கள் கரைந்து ரா தொடர்ந்தது.

கன்னியர் கதை கிளம்பிச் சுற்றிய நாள் முதல் குறத்தியை மறந்தன மொண்ணேட்டுச் சனம். அவள் புதுப் பூப்பறித்து கொண்டையில் சூடி சிணுங்கச் சிரித்துப் போகும் சாமந்தி பூக்கும் எல்லைக் கேணியடிப் பெண் களும் மறந்தார்கள். எள்நெய் பிசுக்குத் தேடி வரும் பறவைகளை விரட்டி எறும்புகள் ஊர்ந்து தேய்க்கும் செக்கு வட்டக் களத்தடிக் கிணற்றுப் பெண்களும் மறந்தார்கள். குறத்தி வராக் காலமும் கூடியது.

வேனல் உச்சி கண்டு, விட்டு விட்டுத் தூவிய மாரி முடிந்து மப்பு கூடிக் கூடி மழை காணாக் காலமும் முடிந்தது. அம்மியும் வைக்கோல்போரும் பறக்கும் பேய் சூறைக் காற்று கிளம்பி வடக்கு நோக்கிப் போகும் காலம் தொடங்கியும் வரவில்லை அந்த மாய வசியக்காரி குறத்தி.

வயல் காடெங்கும் வளர்ந்த ஐங்கதிர் கேழ்வரகு அழுந்தித் தாழ்ந்திருந்த பாத்தியோரமெங்கும் போட்டிருந்த உளுந்தும், காராமணியும், பாசியும், மொச்சையும் பறித்துப்போட்டு தலை சாய்ந்த

கருங்காந்தள் கேழ்வரகு அறுத்த மொக்கைகள் மிஞ்சின வெற்று வயல் பாத்திகளில். ஆளுயரம் தாண்டி வளர்ந்து நரி வால் பூப் பூத்த முத்துமணிச் சோளமும், முற்றிச் சாய்ந்த கம்பும் அறுத்துத் தட்டிச் சுமைகள் அடுக்கி வைத்த போரும் காய்ந்து நாளாகிறது.

காய்ந்த கேழ்வரகும் கம்பும் முத்துச் சோளமும் வட்டக்கல் எந்திரத்தில் சுற்றிச் சுழல அரைக்கும் சத்தம் கேட்கிறது வீடுகளெங்கும். எந்திர வட்டக் கல் சுற்றும் சுழலில் எழும் உறுமலோசை அதிர்வில் பயந்த எறும்புகள் எந்திரக்கல் சிந்தும் மாவுப் பக்கம் வரக் காணோம்.

ஊறிய அரிசி ஈரம் காய; உலர்ந்த அரிசி நடு வீட்டுக் குழியிலிட்டு, வெங்கலப் பூணடித்த உலக்கை போட்டி டிக்க எழும் சத்தத்தோடு வரும் பாட்டுக்கள் எங்கும் நிறைகின்றன. முன்னோர் குரலெனச் சுற்றிவரும் குழந்தைகளோடு பச்சை மாவு பொங்கிய வாய்களைத் துடைக்க மீள எழுகின்றன பாட்டுக்கள்..

காற்று எழுந்தது.. மரங்களின் தலை பிடித்து உலுக்கி யெடுத்த வன் வளி புங்க மரப் பூக்களையெல்லாம் வீசியடித்தது. பழுத்து விழுந்த வேப்பம் பழங்களைத் தின்ன மனமின்றி; இலைமறை பழுத்த ஒளி மஞ்சள் பழங்களை விழுங்கி கொட்டைகளைப் பேண்ட காக்கைகளை விரட்டிய மரமேறிய பொடியர்கள் கிளையோடு இலையாக ஆடுகிறார்கள்.

காய்ந்து வெளுத்த வேப்பங் கொட்டை உடைத்து, சின்ன வட்ட ஓடெடுத்து, விரல் முட்டி மேலதை அழுத்திப் பின் தட்டிய கையை நெடு ரங்கமாய்ச் சுற்றிய சுற்றில்; கசிந்த ரத்தம் மேல் கையில் மின்னிய நிறம் கண்டு வீரம் காட்டிக் கெக்களித்த பொடியர்கள்.. தூரக் கேட்ட புதுச் சத்தம் கேட்டு ஓடினார்கள்...

திண்ணைகளில் ஐந்தாங்காய் ஆடிய பொடியரில் தோற்றவர் கோழிப் பீ நக்க மறுத்து ஓடி மறைகிறார்கள் பெருத்த உறைகளின் இடுக்கில். கில்லியாட்டம் ஆடிய சில இளவட்ட பிள்ளைகள் அடித்த கில்லி அம்மி பறக்கும் காற்றில் மிதந்து விழுகிறது எல்லை தாண்டி.

மாவிடித்து வெல்லமும் வேப்பிலையும் கலந்து குவித்த முறத்தைப் பிடுங்க நீளும் கைகள் பெற்ற பசலை படர்ந்த பொடியர் முகமெலாம் பூ மாவு பூசிப் பறந்தது. அரிதாரம் பூசி, வேம்புத் தழைப் பாவாடை கட்டிய புதுப் பானை கூழ்வாங்க கரி பிடித்த கலயங் களோடு வந்த அரிதாரப் பொடியர்களின் சேட்டை கண்டு சிரித்தாள் ஓசூரான் பொண்டாட்டி.

பச்சைத் தாத்தனின் பற்கடிப்பும், இன்னும் இருக்கப் பட்ட பெரிசுகளின் தார்குச்சிகளும் சொடுக்கிச் சொடுக்கித் தந்த கிலியின் ஓத்தாசையில்; நாளொரு நாளும் கூழ் வார்ப்பு முடிந்தாலும், ஒன்பது வாரக் கணக்கோடு முற்றும் முடிய பல நாள்களோடு மீதமிருக் கின்றது வார்க்குங் கூழ் காலம்.

முன்மாலைப் போதுகளில் வாசலில் நீர் தெளித்து பாண்டிக் கட்டம் போட்டு நொண்டியாட்டம் ஆடும் சின்னஞ் சிறுமியரை உசுப்பேற்றிய பொடியர்கள் ராப் போதில் காணப்போகும் கூத்திற்கு ஆட அழைத்தனர் சிறுமியரை. கோபித்த சின்னஞ் சிறுக்கிகள் பாண்டிச் சில்லை எடுத்து அடிக்க முனைய ஓடி ஒளிந்தனர் பொடியர்.

வெயில் ஓய்ந்த பின் மாலைப்போதில், செக்கு மட்டுக் களத்திற்கு மேலே புல் செதுக்கிய மண் தரையில், வட்ட வெளி சுற்றிச் சேரி கூடியது. நீண்ட கழிகளில் கந்தல் சுற்றி ஊறிய ஆமணக்கு நெய் ஒளியோடு வழிகிறது வட்ட வெளிச் சுற்றி. வட்டத் தரையில் கண்களெல் லாம் குவிந்திருந்தன சீலைத் திரையை நோக்கி..

முதலில் வருவது யார்... கட்டியக்காரனா..? அல்ல வெனில் வேறு அரிதாரக்காரனா..? முந்துவது யார்..? முடிச்சை அவிழ்ப்பதுதான் யார்..? முகங்களெல்லாம் பெரும் விருப்பாய்ப் பார்த்திருக்க.. பெரும் பிரமாண்ட மாய் இசையெழுந்தது கூத்தின் முன்னணியாய்.

தண்ணுமை யதிர; சால்ரா அதிர; பாடகன் விட்ட நாட்டை ஏறிக் கரைகின்றது. ஒளி வட்டம் தாண்டி; திரை தாண்டி; இருள் விரட்டிய சிறு பந்தத் துணையோடு அரிதாரம் பூசி; அலங்கோலத் துணியாபரணம் கட்டி; கட்டைக் கத்தியைக் கையில் ஏந்தி; குரலால் துள்ளித் துடித்து; உச்சக் குரலில் பாடியபடி முன் மறைத்த திரை இழுத்துக் களறி வட்டக் களத்தில் குதித்தான் குசும்பு பேசும் கட்டியக்காரன். கூத்து தொடங்கியது. பந்தங்கள் ஒளிகூட்டி எழுந்தன.. ஒளிர்ந்தன.. மொத்தமாய்.

பொன்னொளி மின்னும் வண்ண வண்ண ஆடி சில்லு பதித்த அரிதார அடவு கட்டை கட்டி; களறியுள் குதித்துக் கதை வெளி சுற்றிய பாத்திரங்களை வாயாடி வசைபாடி ஒழித்தான் கட்டியக்காரன்.

பொய்முலை கட்டி; அஞ்சனமிட்டு; அட்டிகைச் சுட்டிகையோடு உடலெங்கும் பொய்நகை பூண்டு, செம்பேட்டுக் கிழவன் ஆடிய மோகினியாட்ட அடவு கண்டு வாய் பிளந்த பெண்களின் கண்களெல்லாம் பொய்மகள் பூண்ட அணிகளிலும் பதிந்தன.

தனமணி பெற்ற மகள் பஞ்சம் நடுநிசி தாண்டிய கூத்து ராவில் கும்பி கடுக்க ஓடினாள் வெட்ட இருள் வெளி நோக்கி. கடுப்புத் தீர்ந்து திரும்பிய பஞ்சம் கூத்துக் களறி வட்ட ஒளி வெளியைக் கண்டு எட்டத் தெரியும் இருள் வெளியைப் பார்த்தாள்; ரசவாதி கண்ட தேர் மடு ஒளி வட்டம் புத்தியில் தோன்ற; தன்னுள் தடுமாறி, கிலி கொண்டு தனமணி கையிடுக்கில் முகம் புதைத்துத் துயிலுற்றாள்.

அளகம் விரித்து; அஞ்சனம் கரைய; தண்டைகள் கதற; பொய் நகையாவும் காற்றில் அலைபாய; சுற்றிச் சுற்றி அரற்றிய மோகினியின் அடவுப் புலம்பலோடும்: சுட்டு விழும் நீரோடும், சேர்ந்தெழுந்த துக்க ஒலி பெருவொலியாய் எழுந்தாட பெண்டிரெல்லாம் அழுதார்கள். சேர்ந்து பித்தன் கண்ணாயிரமும் அழுதரற்றினான் எட்ட குந்திய தனியனாய்..

கந்தூரி பூசிய மணம் கசிய; தேவாதி தேவர்கள் கின்னரர், கிம்புருடர், இந்திரன், சந்திரன் எல்லோரும் கேட்டு மயங்கிய உச்ச ராகங்கள் மாமழையெனப் பொழிந்த மூன்றாம் சாமக் கூத்து வெளியில், இலவந்தி யாய் எழுந்த தூசி ஒளிரும் தீபமதை மறைத்தது.

தண்ணுமை முழவும், துடிக்கும் பறையும், நால்முக பம்பையும், இருமுக உடுக்கையும் சேர்ந்து அதிர, நல் நரம்பிசைக் கருவியும் மயக்கும் குழலும் புனைந்த ஓசைகள் மாமதுரமாய் அதிர அதிரக் காலை புலர்ந்தது.

சோர்வறியாக் கட்டியக்காரனும் மற்றுமுள பாத்திரர் களும் களறி வட்டக் கதைக் களத்தில் சுற்றி வந்த வேகம் குறையத் தொடங்கி முடிவுக்கு வரத் தயங்கின.

வெம்மையேறி அணைத்த பந்தங்கள் எரிந்து கரிந்த நாற்றம் நாசிகளைத் துளைத்து நேரமேறுகிறது. தூக்கம் மறந்த மருகிய விழிகள் ஏறும் வெங்கதிரைக் கண்டுகொள்ளவில்லை.. வற்றிய பதுமைகளோடு, கன்னத்தில் கொடியென அடர்ந்த அழுக்குகளோடு கூட்டம் பார்க்கப் பார்க்க கூத்து முடிந்தது.. சேரி கலைந்தது.

13

பாலைக்குப் பின்

பகல் நீண்ட பொழுதுகள் சட சடவென வெந்து சரிகின்றன காற்றில். புத்தம் புது இலைகள் சூடிய பச்சை வர்க்கங்களின் ஈரப் பிசு பிசுப்பு இலவந்தியாகி மறைகின்றது வெம்மை வெளியில்.

மேல் காற்று முடிந்து கீழ்க் காற்றுத் தொடங்கி நாளாகிறது. பேக்கடைப் பிசு பிசுப்பில் பூத்த சாமந்திகளைச் சூட மனமின்றி வாடிக் காய்கின்றன. கூத்தும் குலவையும் பொழுதையும் ராவையும் விழுங்க விழுங்க வெம்மை மறக்கிறது சேரிகளும் ஊர்களும்.

வரிசை கட்டிய ஏர் மாடுகள் இழுத்த கொழுக்கள் ஆழக் கீறி வரியோடிக் கிடந்த கழனியெல்லாம் வித்தூவி, மட்டமோட்டி யாருமற்ற பெரும்பலகை வெளியெனக் காத்துக் கிடக்கின்றன கழனிகள் வான் தரும் ஈரம் நோக்கி. அகன்ற பெரும் மண் பலகையில் நடந்து நடந்து காலடித் தடம் பதிக்கும் சிறுவர்கள் களிப்பில் கத்துகிறார்கள் விரலிடுக்கில் வெளியேறி புசுபுசுக்கும் மண் பார்த்து.

சித்தம்பாக்கத் தோப்பில் மந்தி உலுக்கி, செவ்வாய் சுகம் கொத்தி, சாமரவால் அணில் கொறித்து, தானே விழுந்த தீங்கனியைப் பொறி மீறும் வெள்ளெலிகள் புசித்து; கவனகமேந்தி காவலிடும் காவலன் கண் தூவி கன்னமிட்ட பொடியர் உலுக்கி விழ, வெடித்துக் கிளர்ந்த வாசனை பரவுகின்றது எங்கும்.. மாம்பழ உச்சிக் காலமென.

கனிந்து வரும் மாங்கனி வாடை நுகர்ந்து புட்டுக் கூடையில் கொட்டிய சாம்பலேற்றிய விதை நெல்லைக் கூடை மேல் தட்டித் தட்டித் தெளிக்கத் தொடங்கினான்; ஈசான மூலை தொட்டுப் பச்சைத் தாத்தன். கழனி நிறைந்த வித்துமீது மட்டப் பலகையோட்டி: மாடுகளை வரப்பேற்றி வெறித்துப் பார்க்கிறான் முன் மாலைப் பொழுதை.

பிணமெரிக்கும் ராவில் திமிறியெழும் சுவாலைப் பொணம் அவன் தடியடி வாங்கிப் பணிந்து படுக்கிறது. வெந்த இதயம் வெடித்துக் கிளம்பப் பறக்கிறது தீய்ச் சாம்பல். அனலேறி, கொதியும் மிக ஏறி மண்டைக் குளம் பீய்ச்சி வழிகிறது கர்ண நாசி ஓட்டைகள் வழி. எட்ட நின்று வெந்த கறி தின்ன வரும் நரிகளை விரட்டி; அலையும் குறளிப் பேய்களை விரட்ட வண்ட வண்டையாய் வீசியெறிகிறான் வார்த்தைகளை. பிணமெரித்து மிஞ்சிய வெதுவெதுத்த பிடிநீரைச்

சுழித்துப் புரண்டோடும் இருட்டாற்றில் கரைத்த ஞாபகம் வருகிறது ஏறி நின்ற வரப்பில்.. கழனியை வெறிக்கிறான் பச்சைத் தாத்தன்

◆ ◆ ◆

நாள்கள் சில கடந்து.. பட்டம் நனைய துளிகளைத் தெளிக்கும் வானம் பார்த்து நிலத்தோடு நிலமெனக் காய்கின்றது சேரி சனம். வான் பார்க்கும் கண்களின் ஏக்கம்; செய்வதற்கில்லை ஏதும். பாலையேறும் பகற்போதுகள் ராக் கனவைச் சிதைத்து வெம்மையேற்ற; கனவுகளும் குமைகின்றன இருள் நேரப் போதுகளில்.

பட்டமீற்றாப் பாத்திகளை வெறுமனே கிளறிப் போட்டு ஓய்ந்த மாடுகள் ஏர் சுமந்த நுகத்தடியோடு வீடு சேர்கின்றன நாள்தோறும். மேயப் போகும் நிரை யெல்லாம் போர்களைக் கண்டு கத்துகின்றன ஏக்கமாய்.

வீசியடிக்கும் ஈரமில்லாக் காற்றும், அந்தி சாய எழும் புழுக்கமும், நிறங்களற்ற இரவுகளும் பொடியர்களின் பிடிபடா ஏக்கங்களைச் சிதைத்தன. உப்பு வட்டம் கட்டி வேனிற்கால பெரும் வசியை அழைத்துக் குளிர்வித்த பாலனும் போய் மாதம் பல ஆகின்றது. யார் தருவார் மழையை..?

◆ ◆ ◆

வீணே கழிந்த பொழுதுகளில் வானம் ஒரு நாள் குமுறியது. கடுஞ் சூல் மேகமெலாம் கதிர் மறைத்துக் கூட, காற்றில் ஈரமேறி வேகம் கூடிச் சுழன்று சுழன்று அடிக்கின்றது மழை. வற்றிய சருகுகளை விருப்பின்றி மேயும் நிறைகளும் மறிகளும் புதுக் கார்மேகம் கண்டு கத்திக் கத்தி விரைகின்றன அதட்டலில்..

கொட்டியது வானம்.. விடாது கொட்டியது ஒரு ராவும் ஒரு பகலும். வரப்பு மீறிப் பாயும் நீர்

வெளியில் சொத்தை வித்துக்கள் காய்ந்த சருகுகளில் ஒதுங்குகின்றன. மக்கிய நரிப் பழமும் கோரைக் கிழங்கும் ஓட்டமாய்ப் பாய்கின்றன நீரோட்டத்தில். தங்கும் நீர் ஈர்த்த நிலங்களில் நீர்ப் போக்கை மாற்றிய மடை வழியில் பாயும் நீர் விசையில் கரைந்து கொண்டிருந்தன அண்டை வெட்டிய வரப்புகள். ரெண்டு நாழிகள் கொட்டித் தீர்த்த மழையாட்டம் ஓய்ந்தது. பாத்திகளெங்கும் தங்கிய நீரின் ஓதம் ஏறி நண்டு வளையும், பாம்பு வளையும் நிரம்பிக் கிடக்கின்றன நீராய். வெயில் வந்த வேளை புது மணமும், புது வண்ணமும் பூண்ட மரம் மீறி ஈரலித்த கசப்பு காற்றில் பரவுகிறது.

◆ ◆ ◆

பட்டம் போட்ட விதைகள் முளைத்து வாரமாகிறது. வரப்புகளில் தங்கிய நீர் கண்டு பொறிந்த நண்டுகள் வளர்ந்து ஓட: நத்தைகளும் உயிர்த்துக் கிளம்பி விட்டன. தன் பூங்கதிர் வாலை வளையுள் நுழைக்கப் பற்றிப் பிடித்தேறி வரும் நண்டுகளை நொறுக்கித் தின்கின்றன நரிகள். நரிக்குப் போட்டியாய் நண்டுகளைத் தேடும் பொடியர்கள் வளைகளில் நுழைத்துத் தேடத்.. தேட கைகளில் சிக்கிய பாம்புகள் சின்னா பின்னமாகிக் கிடக்கின்றன வரப்புகளில்.

கொண்டைக் கரந்தி இளஞ்சிவப்புப் பந்துப் பூவோடு, மஞ்சள் பூத்த தாத்தாத் தலைப் பூவும் தொட்டாச் சிணுங்கியும் சடைத்து வளர்ந்த வரப்பு சூழ்ந்த வயல்களில் எங்கும் ஈர அனல் ஏறி வாசனை பரவுகின்றது. அறுத்துப் போட்ட பழைய பாத்திகளில் இம்பூரல், தும்பை, தலைவெட்டி, நெறிஞ்சி, கொண்டைக் கரந்தி, சிறுகண் பீளை, குப்பாமேனி, அரிவாள்மனைப்பூண்டு எனச் செழித்திருக்க மேயும் விருப்பத்தில் விறுநடையாய் நடக்கும் ஆடு

மாடுகளைச் சீயம்பாக்கக் கரையிடிந்த ஏரிப் பக்கம் ஓட்டுகிறார்கள் மேய்ப்பர்கள்.

ஏரி தங்கிய நீரில் ஆரை, வல்லாரையோடு பூத்த குமுதங்களை நெப்பமாய் நீக்கி வளர்ந்த கடல்பால் மண்டையொடித்து விரட்டினர் மேய்ப்பர்கள். மேட்டுக்கரை வாய்க்காலின் மேட்டில் ஓங்கிய பெரும் பொதியென நின்று; சிறுவட்டப் பூக்களுடன் புதுமணம் வீசி நிற்கும் மகிழ மரத்தின் தண் நிழலில் உட்கார்ந்தனர் எல்லோரும். உரி பிரித்த சுரக் குடுவையில் ஊற்றி வந்த கரைத்த கம்பங் கூழில் வெந்த சாமை மிதக்க மிதக்கக் குடித்த வேளை; வெந்நிழல் காலில் விழுந்தது.

சுடுகாடு நீங்கிப் புதுச் செடி கொடியை நசித்தபடி, தூரக் கேட்கும் ஒப்புடி பாட்டைக் கேட்டபடி வந்தான் கண்ணாயிரம். மகிழம் நிழல் தங்கிய யாரும் இப்போது ஓடவில்லை. மதிகெட்டுக் கிலி கொள்ள வில்லை. முறுநகை முகத்துடன் வாஞ்சையில் பார்த்த படி நிலைத்திருக்கும் பொடியரை நோக்கி வந்தான் கண்ணாயிரம். குறுநகையில் பூத்திருக்கும் முகங்களைப் பார்த்தபடி, தரையில் படர்ந்திருந்த செறுப் படையில் குந்தித் தும்பைப் பூச் சில பறித்துத் தேனுறிஞ்சி சுவைத்த பின் கேட்டான்.

..கன்னித் தேவதையர் புனலாட்டக் கதை சொல்லத் தொடங்கவா உங்களுக்கு...?

கதிர் உச்சமேறிச் சாயவிருந்த வேளை கதை சொல்ல வந்தவனைக் கிலி கொண்டு பார்த்தாள் புத்தாள் மட்டும். பீடிகை ஏதுமின்றிப் புதிரவிழ்க்கத் துணியும் பித்தன் சொல்லில் உண்மையுண்டோ? பொய்யுண்டோ? எனத் தயங்கிய நேரத்தில்; தூரத் திரிந்து விசாரிக்க வந்த சில பெரிசுகளும் வந்து சேர, பதிலேதும் சொல்லாமல் கதை சொல்லத் தொடங்கினான் பித்தன்.

14

பித்தனின் புரவி

செருமிச் சிந்திய பின் தொடங்கினான் பித்தன்.

..எல்லையற்ற, முடிவுமற்ற, ஏதுமற்ற அண்ட சராசர வெளிதனில் நிகழ்ந்த; ஆதியில் ஆதியானதும், புதுசில் புதுசானதுமான சம்பவம் ஒன்றைச் சொல்கிறேன் கேளுங்கள்.. ஆதியில் அண்டம் படைக்கப்பட்டபோது அருகில் நின்றவன் நான்.. படைத்தவன் படைக்கப்படும்போது பார்த்தவனும் நானே...

..ஆறு வேதம், அறுபத்தெட்டு கலியோகரணம், தொண்ணூத்தெட்டுத் தத்துவம், நூத்தியெட்டுப் பரிபுராணமென

எல்லாம் கரைத்தவன். ஆதிமாதவன் அளக்கும் தொழில் மறுத்த எல்லூர் கண்டவன். அப்சரசுகளும், மோகினிகளும், தர்ம பத்தினிகளும், மது கடையும் மங்கையரும், மால் மயங்கிய சூரரின் கன்னியரையும் கண்டு மயங்காதவன்..

..நாகலோக, இகலோக, அகலோக, அதள பாதாளலோக, மச்சலோகமென வதியும் கன்னியர் யாவரும் நளினமிடும் சுயம்வர சபைதனிலே வாடாத மாலை தந்தும் மறுத்தவன் நான்...

..காற்றில் கரைந்து, நதியில் நீராகி, சமுத்திரத்தில் உப்பாகி, கரையில் மணலாகி, மண்ணில் தூசியாகி; மரத்தில் மணமாகி, திசையில் எட்டாகி, திசை காட்டும் விசும்பில் ஒலியாகி; ஒலியில் சுரமாகி, ஒலியில்லா செவியுள் ம்.. ஆகி; ஒலியுள்ள காலத்தில் அ..உ...ம.. என்றுமாகி: மிதந்து மிதந்து பரவும் ஆதியும் அந்தமும் அற்று.. உருவாயும் அருவாயும் அருவுருவாயும் மாறிமாறிப் பெருவெளி திரியும் பரமாண தேசாந்திரி நான்...

..இட்டது இடாதது.. தொட்டது தொடாதது.. பட்டது படாதது.. கண்டது காணாதது.. மணந்தது மணக்காதது.. சுவைத்தது சுவைக்காதது.. கேட்டது கேளாதது.. பூத்தது பூவாதது.. காய்த்தது காயாதது.. உதிர்த்தது உதிராதது.. சேர்ந்தது சேராதது.. பிரித்தது பிரிக்காததுமாகப் பழக்கப் பட்டலைபவன் நான்...

விட்டகுறை தொட்ட குறையென பேசிப் பாடி நாசி விரிய முடித்த பித்தன் பார்த்தான். தான் கொட்டும் புரியாப் புதிர்களின் சொல்லாயிரம் கேட்டுக் கலங்கி நின்ற பொடியரையும், பெரியோரையும் பார்த்து மெல்லச் சிரித்தான்.. தொடர்ந்தான்..

..அலைந்து அலைந்து அகிலாண்ட கோடி அண்டங்கள் அலைந்து கன்னியர் மூலமதை என் நடை தொடங்கிய பிராயம் முதல் தேடினேன். என் வல்லிய கட்டுடல் கொண்டு வன் தோள் தட்டித் திரிந்த ஒரு கார் காலப் போதில்.. வளியும் தளியும் வீசியடித்த பெருந்திரள் துளிகள் விசும்பில் வீழ்ந்த இருட்டான இருட்டில் ஒரு வெள்ளைப் புரவி நின்றது என் வீட்டு வாசலில் மின்னிய மேனியுடன்...

..பொன்னும் மணியும் வைரமும் வைடூரியமும் மரகதமும் கோமேதகமும் பவழமும் முத்தும் சேர்த்துச் சேர்த்து இழைத்த சேணமும், பூவொத்தப் பீலி திணித்த மெத்தை கட்டிய முதுகுடன்; ஆறு முழ நீளம், மூன்று முழ அகலமும் விரித்துப் பெருஞ் சிறகுகளசைய நின்ற புரவி கண்டு நான் மதி பயம் கொண்டேன். பதறித் தெறித்து மிரண்டோடிய என்னைப் பின் தொடர்ந்தது சிறகசைக்கும் பரி. நிற்காமல் நிலைக்காமல் ஓட்டம் பெரு ஓட்டமாய் நான் ஓடியும் விடாத மாயப் பரி பிரியமாய் தொடர்ந்து.. பிரியமாய் அழைத்தது.. கண்ணாயிரம்..நில்..

..திக்குத் தெரியா இருட்டு.. அதன் காதல் குரல் கேட்டு சற்று நின்றேன்.. அது தித்திக்கும் குரல் வழிய வழியப் பேசியது...

கண்ணாயிரம்..கேள்.. திக்குகளற்ற உன் மூத்தோரின் கதை வெளியில் பிறப்பெடுத்த மனோரஞ்சிதம் எனப் பேர் கொண்ட புரவி நான். என் சலங்கைகளுக்கு ஆயிரம் கதைகளுண்டு.. என் இரண்டு றெக்கைகளுக்கு ஆயிரம் கதைகளுண்டு.. என் மினுமினுப்பிற்கும் ஆயிரம் கதைகளுண்டு.. என் மீதேற எத்தனையோ ராசாதி ராசன்களும், இளவரசன்களும் அந்தப்புர ராணிமாரும்; இன்னும்

இருக்கப்பட்ட எத்தனையோ யோகிகளும் ஞானிகளும் காத்திருக்க ஏனுனை நான் தெரிந்தேன் கண்ணாயிரம்...?

..என் கால்கள் படாத லோகமும், றெக்கையடிக்கா அண்டமும் இந்தச் சராசரத்தில் இல்லை. நான் நின்ற இடம் மிதக்கும். நான் மிதக்கும் இடம் நிலைக்கும். நான் நினைப்பதெல்லாம் சடுதியில் நடக்கும். ஆனாலும் ஏனுனை நான் தெரிந்தேன் கண்ணாயிரம்...?

..வானுயர்ந்த கோபுரங்கள், மாட மாளிகைகள், மதில் சூழ்ந்த நகரங்கள் எல்லாம் கண்டாலும்: வகைக்கோர் மாந்தரினம், நிறத்திற்கோர் மாந்தரினம் என எத்தனையோ கண்டாலும்.. நான் காணாத மானுடன்தான் ஏது..? லோகாதி லோகங்களின் சேரிகளைக் கண்டாலும் கடந்தாலும் ஏனுனை நான் தெரிந்தேன் கண்ணாயிரம்...?

..மாயப் பரி அடுக்கடுக்காய் கேட்கக் கேட்க என்னுள் பொங்கிய மன வேட்கையில் திகைத்து அந்தப் பரியின் பேச்சுக்குக் கட்டுண்டேன்...

..புதினமாய் வந்த புரவியே.. நீ எனைத் தேர்ந்த மாயமென்ன..? எனைத் தொடரும் நோக்கம்தான் என்ன...? என்று கேட்டேன் அடக்கவொண்ணா ஆசையோடு...

விரித்த றெக்கை ரெண்டும் அடக்கிய பரி மெல்லிய குரலில் சொன்னது.

கண்ணாயிரமே..உன் முப்பாட்டன் காலக் கதைகளில் உலவி.. அவர்களிட்ட ஆணையாலே உனை இப்போது அடைந்தேன். நினைவுக் கெட்டாத் தலைமுறைக் கனவில் தொடரும் கன்னியரின் கனவதைச் சுமந்து கைமாற்ற வந்தேன். கண்ணாயிரமே புரியவில்லையா உனக்கு...?

..உன் பாற்பற்கள் முளைத்த நாள் முதல் நீ தேடும் கனவுக் கன்னியரைக் காணும் கனவதை நனவாக்க வேண்டியே நான் வந்தேன். தலைமுறை முடிச்சை வெட்ட விரும்பினால் என் மீது ஏறு.. அல்லவெனில் உன் இடமதைச் சேரு... என்றது.

..கன்னியரா.. ஆற்றில் புனலாடும் கன்னியரா..? அவர் களை ஏன் காணவேண்டும். முப்பாட்டன் கதை வெளியைக் கைமாற்ற உன் குரல் போதும் பரியே.. எனைச் சுமக்கத் துடிக்கும் மாயமென்ன பரியே மாயமென்ன...?

..கேள்விகளால் உன் முன்னோர் சொல் வாழாது கண்ணாயிரம். தேடியலைந்து, பார்த்துணர்ந்தால் பலவும் விளங்கும். பரம்பரைக் கதையும் தொடரும்.., என்றது.

கதையளக்கும் பரிக்குப் பதிலளிக்க முடியாமல், இனிக்க இனிக்கப் பரி பேசிய அதன் கதையினில் மயங்கிப் பரிமேல் ஏற இசைந்தேன்: அதன் மேல் ஏறினேன்...!

..சேணையைச் சொடுக்கி மேலே ஓட்டு எனை. அண்டப் பெருவெளி லோகமனைத்தும் தேடிவா என்னுடன்...

..என்று சொல்லக் கேட்டு நான் சொடுக்கப் பறக்க நின்றது புரவி.. கருங் கங்குலில் ஊடுருவி நடந்தது.. முன்பின் ஏறியறியா வேகப் புரவியின் வாசனை நுகர.. என் கைகள் பட படக்க, பயமேற இறுகப் பற்றினேன் பரியின் சேணையை. தரையில் பத்தடி தூரம் நடந்து, வேகமெடுத்து முச்சந்தி வரை ஓடி ஏறியது அதிரலில்...

விண்ணில் பாய்ந்தது புரவி.....!

15
புரவிப் பயணம்

பித்தனைச் சுமந்து, பொன் மணிகள் கிணுங்க, கால் சலங்கைகள் சிணுங்க, றெக்கைக அசைய அசைய புரவி பறந்த வேகமது மாய வேகம்; வாயு வேகம், மனோ வேகம், காலச் சக்கரம் கடந்ததொரு வேகமான வேகம் கொண்டு விண்ணில் பாய்ந்தது மனோரஞ்சிதப் புரவி.

..மேலுலகம், நடுவுலகம், கீழுலகம் என மூவடுக்காய் விளங்கும் இந்த உலகத்தில்; நடுவுலகமான பூவுலகிற்கு மேலேயும் கீழேயும் இருக்கும் இரு அகிலங்களையும், காட்சிக்கெட்டாத இன்னபிற

உலகங்களையும் காண அழைத்துப் போகிறேன் கண்ணாயிரம் நீ காணத் தேடும் கன்னியரைக் காண.. ஒவ்வோர் உலகமும் ஒரு வகையாய், வகைக்கொரு பேராய் விளங்கும். மாயப் பயணம் மதிமயக்கும்; சிந்தை குலையாதே; சிரமத்தைப் பாராதே, முடிவில் காண்பாய் மங்களத்தை...

என முன்னீடு கொடுத்தபடி முன்னேறிப் பாய்ந்தது விண்ணில். பூமியைச் சுற்றிப் பின்னிப் பிணைந்திருக்கும் வளியம் என்னும் காற்று மண்டலங்களைப் பிளந்தேறியது ஒன்றன்பின் ஒன்றாய் விண்ணுள்.

முதலில்; பசு மூத்திர வண்ணம் கொண்ட பெரு வளி வீசும் கனோததி வாத வளியத்தை நொடியில் தாண்டியது. அடுத்து.. பாசிப் பயறு வண்ணமயமான கனவாத மென்னும் வளியத்தைச் சேர்ந்த மனோரஞ்சிதப் புரவி திசை குறித்து இமையில் இமை நேரம் யோசித்துச் சட்டெனத் தாவி; கண் மயக்கும் அந்த இளம்பச்சைக் கனவாதமெனும் வளியமதை இரு நொடியில் கடந்தது. மூன்றாவது வளியம் தநுவாத வளியம். கண்ணொளி திகைக்கும் கோடான கோடி நிறங்களென ஒளி வீசும் வளியம் மீறி விசும்பில் ஏறும் மனோரஞ்சிதப் புரவி அதையும் நொடி மூன்றில் கடந்தது.

வளிகளின் வெளிகளைக் கடந்த பின் அலோகாகாயப் பெருவெளி.. கடந்து அண்டவெளிமீது நின்ற புரவி மேலேறி மேலேறி மேலுலகமான ஊர்த்துவ உலகத் தலையின் நின்றது. மேல் நின்று ஆசுவாசப்படுத்திக் கேட்டது கண்ணாயிரத்தை.

..மூன்று வளி மண்டலங்களைத் தாண்டினோம் கண்ணாயிரம் பறக்கும் உன் கன்னியரைக் கண்டாயா நீ...?

..காணேன் என்றேன் நான்...

..ஊர்த்துவ லோகமான மேலோகத்தின் முதலடுக்கில் உச்சியில் சித்த உலகம் குடைபோல் நிமிர்ந்து; வளைபிறை வடிவாய் விளங்கி யோசனைக்கெட்டாப் பரப்பாய்ப் பரந்திருந்தது. வினைகளை வென்று, பிறவியறுத்த சித்த சீவன்களென்னும் முக்தி உயிர்கள் பற்றற்று, பரமானந்த வடிவாய்த் திரியுமந்த உலகமதில்; வேகமான வேகமாய்ப் பறந்த புரவி காட்டிய திசையெங்கும் முக்தி உயிர்கள்.. முக்தி உயிர்கள்... நான் தேடும் கன்னியர் என யாரும் காணோம் அங்கு...

புரவி கேட்டது, கண்ணாயிரம் கண்டாயா கன்னியரை...?

சலிப்பாய் சிரித்து.. மனோரஞ்சிதமே நீ காட்டியது பிறவியறுத்துப் பற்றற்றவர் வசிக்கும் மகோன்னத மாய உலகங்களில் ஆண் பெண் பேதமேது..தேடும் கன்னியரைக் காண்பதங்குத் தகுமா..? பறக்கும் பரியே நான் காணேன்... என்றேன்.

..தொடர்ந்த மனோரஞ்சிதம்; சித்தலோகமது அடுத்த கீழ் அடுக்கான பஞ்சா நுத்ரம் எனும் நிலம், அதற்குக் கீழே 'நவாது திசை' எனும் நிலம், அதற்கும் கீழே 'நவக்ரை வேயகம்' எனும் நிலமென ஒளி பெருகிய நிலம். மூவகை நிலத்திலும் ஒளியைத் தவிர வேறில்லை. வெற்று ஒளி ஒளிர்ந்த நிலங்களில் திரிந்த புரவி நின்று கேட்டது எனை.. கண்டாயா கன்னியரை..?

..பதிலேதும் கூறாமல் மௌனித்த என்னை மேலும் துளைக்காமல் பறந்தது மனோரஞ்சிதம்.

..பிடறி சிலிர்த்துச் சிறகுகளசைத்துக் குளம்புகள் உரசித் தீயொளி பறக்க விரைந்த மனோரஞ்சிதப் புரவி கீழே புகுந்தது.. அது அமரலோகம்..

..கலையவாசி தேவர்கள், தேவியர்கள், கின்னரர், கிம்புருடர், தேவ கன்னியர்கள், குமாரர்கள் மற்றுமுள அமரவாசிகளோடு அமுதுண்ட நாகர்கள் வசிக்கும் மூவகை விமானங்கள் எனப் பேர்கொண்ட உலகங் களான இந்தாகம், சிரேணி பந்தம், ப்ரகீர்ணம் என்பன வற்றைக் காட்டிய புரவி.. அந்த விமானங்கள் அடுக்கியுள்ள படலங்களைக் கூறியது.

..கண்ணாயிரம் கேள்.. வலப் பக்கம் எட்டுடன் இணைந்த இடப் பக்க எட்டு படலங்கள் மொத்தம் பதினாறு. 'சௌதர்ம ஈசான, சனத்குமார, மாகேந்த்ர பிரம்ம, பிரமோத்திர, சிலாவந்த, காடாஷ்ட, சுக்ர, மகா சுக்ர, சதார, சகஸ்ரார, ஆந்த, பிராணத, ஆரண, அச்சுத்' என நிலவும் படலங்களில் எதில் நுழைந்தால் கன்னியர் காண்பாய் என்றது புரவி...

..முன்பின் அறியாத பேதை நான். நீ சொல்லும் படலங்களை எப்படியறிவேன் புரவியே..? நான் அறியேன்.. ஆயினும் வந்தது வந்துவிட்டோம், ஆதிப் படலம் தொடங்கி; அந்திப் படலம் வரை போ... என்றேன். போனது புரவி.

பறந்தது புரவி படலங்கள் தோறும். கடந்தது நொடிக்கு ஒன்றாய்.

அமர உலகப் படலங்கள்தோறும் சொக்கப் பொன் வேய்ந்து, மின்னும் மணிக் கற்கள் பதித்த மகுட கோபுரங்களும், மெத்தைகளால் தரை பதித்து ஒளி பொருந்திய மாட வீதிகளும் விளங்க: நெடுங்கோட்டு வெள்ளை யானைகளும், பறக்கும் பொற் குளம்புப் புரவிகளும், புல் மேயும் புலிகளும், பசுக்களும் ஒரு துறை அருந்தும் மனமெனத் திகழ்ந்த அமரர்களின் ஈரெட்டுக் கற்பகப் படலங்களைத் தாண்டத் தாண்ட;

மனதில் பயமேறி அமரவாசி உலகத்தாரை விழிகள் மறந்து பார்த்தேன்.. பார்த்தது பார்த்தபடி..

நொடி சில கழிந்தன.. அமரலோகம் தாண்டிய பின் பறந்த புரவி கண நேரம் தாமதித்துக் கேட்டது.

..கண்ணாயிரம் அமரலோக மங்கையர்கள் வார்த்தைக்கு எட்டாத பேரழகு வாய்த்தவர்கள். கற்பனைக்கு எட்டாத நறு மணமும் நல் மனமும் கொண்டவர்கள். என்றாலும் காணக் கிடைக்கா கன்னியரைக் கண்டாயா நீ...? என்றது புரவி.

..வார்த்தைகளுமற்று, நான் பட்ட வாதனைகளும் அற்று யுக நொடி நேரம் நான் காணாத பேரின்பத்தைக் கண்டேன். ஆயினும் மனோரஞ்சிதமே என் கன்னியரைக் காணேன்... என்றேன் நான்.

..கல கலகலவெனச் சிரித்த புரவி சொல்லேதும் சொல்லாமல் முன்னேறிப் பாய்ந்தது....

◆ ◆ ◆

மெய் மறந்து, வாய் மறந்து சித்தம் கலங்கி கதை கேட்ட கூட்டமதை, மஞ்சள் பூத்த ஊத்தை ஈறு தெரிய சிரித்த பித்தன் புதிரவிழ்க்கும் முன்னே கேட்டான்..

..சொல்லவா மேலும்.. அல்லவெனில் என் வழி பார்த்துச் செல்லவா...?

வேண்டாம்.. வேண்டாம்.. என ஒரு குரலாய் மறுத்த கூட்டத்தின் இரைச்சல் மீறியது மகிழமர நிழலை. குந்திக் கதைபேசும் கூட்டத்தைப் பார்த்துத் தூர வரும் ரெண்டு பொடியரைக் கண்டு குரலெடுத்து அழைத்தாள் புத்தாள்.

புத்தாள் குரல் கேட்டு சன்னமணி, பாந்தவன் ரெண்டு பேரும், தலைத் துண்டில் சால்பழ மூட்டையைக்

குச்சியில் கட்டிச் சுமந்துவரும் பொடியரை எல்லோரும் அழைத்தனர். வந்த பொடியருக்கும் கதை கேட்கும் ஆசையெழ அவிழ்த்த மூட்டை மின்னியது கரு நாப்பழக் குவியலாய்.

பழம் குதப்பும் கதைவெளிப் பயணிகள் தின்று தீர்த்து துப்பிய நாகப்பழக் கொட்டைகளை மேயவந்த மறிகளை விரட்டிய புத்தாள் நீலம் பூத்த தன் நாக்கை நீட்டிப் பார்த்தாள். நிழல் கொஞ்சம் நீளத் தொடங்கியும் யாருக்கும் கிலிகொள்ளத் தோணவில்லை. சால் பழத்தைக் கொட்டையோடு மென்று தின்று நீலக் கோழையைத் தூரத் துப்பிக் கதையைத் தொடர்ந்தான் கண்ணாயிரம்.

◆ ◆ ◆

மேலுலகத்தை முழுசாய்ச் சுற்றிக் காட்டிய மனோ ரஞ்சிதப் புரவி கேட்டது. ..மேலுலகமான ஊர்த்தவ உலக மனைத்தும் கண்டாய்; நிறங்களையும் மணங்களையும் உணர்ந்தாய்.. மாயப் பட்டணங்களையும் கண்டாய்.. அமர உலகம் உலவும் சீவர்களையும் கண்டாய்.. இவையனைத்தும் நொடி நொடியாய்க் கடந்தாய்.. ஆயினும் கண்ணாயிரம் கண்டாயா உன் கனவெரிக்கும் கன்னியரை…

..மனமெலாம் மகிழ்ந்திருந்தாலும், எண்ணமெலாம் இனித்திருந்தாலும், மேலேறி மேலேறிச் சுற்றிச் சுற்றி அலுத்த மன அலுப்பில் வெறித்துச் சொன்னேன். ..காணேன்…

..சரி சொடுக்கு சேணையை என்றது. சொடுக்கினேன்…

மூவாத வளியத்தில் மீண்டும் நுழைந்து, அதைத் தாண்டி, அலோகம் தாண்டி, வெளியே விசும்பில் நுழைந்து அண்டம் தாண்டிய புரவி சொன்னது.

..அடே மானிடா, இனி அதோல உலக அடி லோகமான களகல நிலம் வாய்த்த நித்ய நிகோதமதில் போவோம். பல்லுயிர் சேர்ந்து ஓருடல் தங்கிப் பெருகிய சீவ சீவன்களாய் உழலும் உலகமான உலகமதில் உன் கன்னியர் காணக் கிடைத்தால் தேடு.. என்று கூறிப் பறந்தது.

நுழைந்த நித்ய நிகோத உலகமதில் ஒரு நாழிகை சுற்றியது. அது நரகமா நிலமா எனக் கணிக்கவொட்டா நிலமாயிருக்க நித்யமானதெதுவும் இங்கில்லை எனத் தோன்ற சலிப்பாய் வந்தது. புரவி வேகம் குறைய உணர்ந்த நேரம் அதுவே கேட்டது..

..கண்டாயா கன்னியரை...?

..காணேன் என்றேன் நான்...

..சரி, களகல நிலம் முடிந்து மேலேறிய புரவி..இனி காணச் சகியாப் புதின உலகத்திற்குச் செல்வோம்.. சொடுக்கு சேணையை என்றது.

சொடுக்கினேன்.

பறந்தது..!

16

நரக வாடை

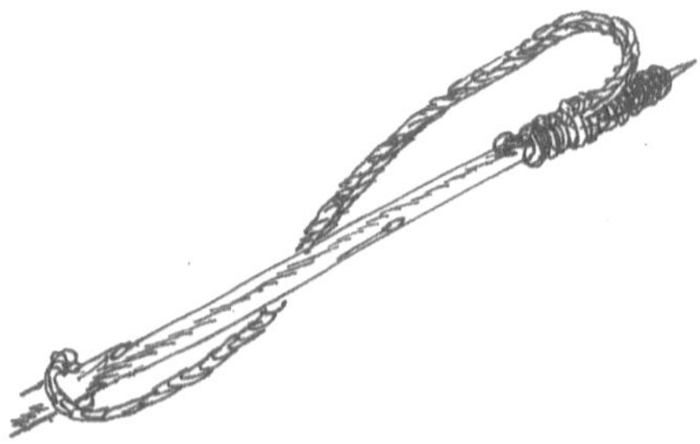

அடே..! கண்ணாயிரம் நாமினி நுழைவது ஏழு நரகங்கள். நாம் நுழையும் நரகத்தின் வகையதைச் சொல்ல மாட்டேன்: அதன் வளத்தையும் சொல்ல மாட்டேன். கன்னியர் தேடும் உன் கண்களும் பரந்த புலனான மெய்யும் நரக வகையும் வேதனையும் அறியும்: பின்னரே அதன் பேர் புரியும்.. என்று சொல்லி சொடுக்கு என்றது.

சொடுக்கினேன் சேணையை...

கீழுலகச் சேர்க்கையான அடி நரகமென்றிருந்த இருளின் இருள் தங்கும் தமத்தமப் பிரபையில் முதலில் நுழைந்த புரவி பிசிறின்றிப்

பாயத் திணற நான் நடுங்கினேன். இருளின் இருளில் குளிரின் குளிர் நிலைத்த இருநிலை உணர்ந்து என் பார்வை உறைந்தது. ரத்தம் உறைந்தது. சிந்தனை உறைந்தது. உறைந்து விறைத்த என்னைக் கண்டு சிரித்த புரவி ஒரு நாழிகை திரிந்தது இருளான இருளில்.

புரவிப் பிடறி காணாமல் அதன் பொன் குளம்பொலி கேட்டு உணர்ந்த வேளை இருளின் விதானத்தின் வாத வளையத்தில் நுழைந்தது புரவி. வாத வளையக் காற்று வெளியில் ஆலங்கட்டிகளை அள்ளி வீசும் வளையம் தாண்டி ஆறாவது நரகமதன் அடியில் நின்றது.

ஆலங்கட்டிகளின் குளிரில் குளிர்ந்து போயிருந்தது என் வதனம். என் மனம் நடுங்கி நடுக்கத்தில் உறைந்திருந்தது. என் நிலை பற்றிக் கண்டு கொள்ளா மனோரஞ்சிதம் கேட்டது.. கண்ணாயிரம் கண்டாயா கன்னியரை...

சொன்னேன் ..ஒளி பொருந்திய கன்னியர்கள் இங்கிருந்தால் இருளின் இருள் நரகம் நிலைக்காது. இருள் நரகம் எதையும் காட்டாதெனில் என் கன்னியரைக் காட்டுதல் தகுமோ எனச் சொல்லி.. காணேன் கன்னியரை என்றேன்.. அது சொல்லாமலே சொடுக்கினேன்...

வளையத்தின் மேலேறி நிற்க அது ஆறாம் நரகமான தமப்பிரபை. இருளின் இருள் இல்லை. இருள் மட்டும் இருக்கும் நரகம். தமப்பிரபையில் நுழைந்தது புரவி. இருள் வெளி நிறைந்த தமப்பிரபையில் குறை குளிர் சூழப் புரவியை அதன் உடல் சூட்டில் உணரக் கண்டேன். நரகவாசி யாவரும் கண்ணில் புலப்படா இருட்டு. உறைந்த குருதி இளகி ஓடியது; குருதி வேகம் ஏற; சூடு கூடி ஆவி பறந்த உடலைச் சுற்றிச் சுற்றிப் படர்ந்த இருளில் தேடிய யாரும் காணக் காணோம்.

மேலேறிய புரவி வாத வளையத்தில் நுழைந்தது ஆசுவாசம் தந்தது. குளிர்த் திவலைகள் வீசும் வாத வளையப் பற்கிட்டில் பேச்சிழந்து போனது. கிட்டிக் கொண்டது மேல் தாடையும் கீழ்த் தாடையும். இறுகின தாடைகளைப் பிரிக்க நான் பட்ட பாட்டைப் பார்த்துச் சிரித்த புரவி கேட்டது கேலியாய் ..

..கண்டாயா மானிடா கன்னியரை…?

..காணேன் என்றேன். பின் சொடுக்கினேன்.

ஆசுவாசம் கொள்ள நேரமில்லை. அதற்குக் காரணமும் இல்லை. ஆகையினாலே, நுட்பப் புலன்களும், திட்பப் புலன்களும் விரும்பா உலகங்களில் நுழைய வேண்டும். அது நீயும் உனைப் போன்றோரும் வெறுக்கும் நரகம்.. அதுதான் ஐந்தாம் அடுக்கிலுள்ளது. சகியா நாற்றம், நரகர் வேதனையோலம் மீறும் அந்த ஐந்தாம் துமப்பிரபை எனப் பேர் கொண்ட நரகமதில் நுழைந்த புரவி ..தேடு கண்ணாயிரம்… என்று கூறிப் பாய்ந்தது.

நெருப்புச் சகதியில் எழுந்த புகையாய், நரகக் கொடும் நெடி நெரிக்க, புண் நாற்றமும் கொடுத்த வேதனை தாளா கத்தும் நரகர் புலம்பல்கள் செவிகளைக் கிழித்தன. எங்கும் புகை..புகை..புகை… கண்ணெரிச்சல் இதுவரை காணாத கண் புகையெரிச்சல். எந்த வாதையும் அண்டாத குதிரை இரண்டரை நாழி சுற்றிய சுற்றலில் என் மேனி சுட்டது. கண் வற்றியது. தீயும் மயிர் வாடை நாசி துளைக்க; என் நாசி மயிரும் கருகிய நெடியேறி மண்டை குடைந்தது. நாவுலரி ஒட்டிய மேலண்ணத்தில் விரல் நுழைந்து பிரிக்க நான் பட்ட பாட்டைக் கண்டு சிரித்த புரவி வார்த்தையேதும் சொல்லாமல் மேலேறியது. கனல் காற்று வீசி கந்தக நெடி நெடித்த வளைய உச்சியில் நின்று கேட்டது புரவி..

..கண்டாயா உன் கன்னியரை ?

மனத்தில் கசப்பேறி.. நிலையில் சலிப்பேறி மயங்க.. காணேன் என்றேன் ! சொடுக்கினேன் நான்...

மனோரஞ்சிதம் சொன்னது, மூன்று நரகம் முடிந்தது. இனி நாலாம் நரகம் போவோம். உன் கன்னியரைத் தேடிப் பார்த்துக் கண்டடைவோம்.

..புரவியைக் கேட்டேன். மனோரஞ்சிதமே சப்த கன்னியரை நரக வேதனைப் படலங்களில் தேடும் மாயமென்ன, மர்மம் தானென்ன..?

கண்ணாயிரமே.. கதை முடிவில் மாயப் புதிரவிழப் புரிந்துகொள்வாய். அதுவரை, கேள்வியின்றி உன் வாய் பொத்திச் சொடுக்கு என்றது... சொடுக்கினேன்...

..புகைவளி தாண்டி ஏறி, பங்கப் பிரபை எனப் பேர் கொண்ட சேறுநிறை நான்காம் நரகமதில் நுழைந்தது புரவி.

அனலா..? குளிரா..? எனப் புரியாத சேற்று வெளியெங்கும் வீசியது நாசி திணறும் துர்நாற்றம். மெல்லிய வெளிச்சம் பரவிய நரகமெங்கும் சேற்றில் சிக்கித் தவிக்கும் நரகர் ஓலத்திற்கு ஓய்வில்லை. சேற்றில் சிக்கிய எவரும் காப்பாற்ற யாருமின்றி, தூக்கிவிட ஆளின்றித் தவிக்கும் தவிப்போ பெருந் தவிப்பு. ஒரு காலை இழுத்து மறு காலினை வைக்க வேதனைகள் பெருகுகின்றன. அழுத்தும் சேற்றில் உரியும் தோலெல்லாம் ரத்தம் பெருக்கெடுக்கின்றது. பெருக்கெடுக்கும் ரத்தம் உடனே உறைந்து சேற்றை மேலும் இறுக்குகின்றது. வாதனையும் ரோதனையும் பெருகிப் பெருகிப் புலம்பலெனக் கூடுகின்றன காணச் சகியாமல்; கன்னியர் என யாரும் காணோம் சீக்கிரம் கிளம்பு என்றேன்..

சிரித்த புரவி சொடுக்கு என்று கேட்காமலேயே சீறிப் பாய்ந்தது வளையம் நோக்கி. துர்நாற்றம் குறைந்த காற்றைத் தாண்டி, மூன்றாம் நரகத்தின் கீழே நின்றது. முட்டும் மூச்சினை ஆசுவாசமாய் இளக்கித் தணிந்தேன்.

மூன்றாம் நரகம் என வாலுகா பிரபை பேர் கொண்டது. பதினொறு அடுக்கு கொண்டு இருபத்தெட்டாயிரம் யோசனை தூரம் பரந்த நரக வெளி. திக்குத் திசையெங்கும் மஞ்சள் மாநிறம் பரந்து அடர்ந்தது. அனலும் கனலும் தகிக்கும் மணலான நரகம்.

பாயும் புரவி கனைத்தது. பரந்த வாலுகா பிரபையைச் சுற்ற மூன்றரை நாழிகை தேவை கண்ணாயிரம். உனக்குக் கவனமும் தேவை.. எனச் சொல்லியபடி பறந்தது.

பறக்கத் தொடங்கிச் சிறு நேரம்தான் போயிருக்கும். நரகத்தின் நிலையெனைத் தாக்கியது. மனதைக் குத்தியது. ஐயகோ கொடுமையான கொடுமை, காணச் சகியாக் கொடுமை...

..தாகம் தகிக்க நாவுலர அண்ணம் ஒட்டிப் பேச்சிழந்து ஓடும் நரகர் தூரத் தெரியும் கானல் கண்டு ஓடுகிறார்கள். ஓடிக் களைத்து மறு கானல் தேடித் தேடி ஓடும் அவலம். மூக்கைத் துளைக்கும் துர்நெடி செவிவழிச் சிதறி வெளியேறிச் சிதைக்க.. பெருகும் ஓலம் மணல் வெளி சூன்யத்தில் கரைகின்றது. கானல் கண்டு நீரெனக் கைநீட்டும் நரகர் மூர்ச்சையடைந்து தெளிந்து, பின் மூர்ச்சையடைந்து தெளிந்து ஓடும் வேகத்தில், மணல் தெறித்துச் சிதற.. ஓடியவர் ஓடும் வேகத்தில் கலைந்த மணல் குலைந்து மீண்டும் குவிகின்றது. காலடிகளும் நொடியில் கலைந்து புதுக்

காலடிகள் தோன்றுகின்ற வேகம் கண்டு, சுற்றிய தலையைப் பிடித்தபடிப் பார்த்தேன்.

புரவி கேட்டது... கானல் கண்டு தாகம் ஏறிய நாவினைக் கொண்டு செய்யப்போவது என்ன? உன் மானுடர் படும்பாட்டைப் பார்த்தாயா..? அற்பம் நீருக்கு அலையும் வாழ்வு நிரந்தரமான உலகமாயிருக்கிறதல்லவா இந்நரகம்..? பேரழகு வாய்த்த கன்னியரென்றாலும் அவளுக்கும் கதி இதுதான்.. ஆயினும் கண்ணாயிரம் உன் கானல் கன்னியரைக் கண்டாயா? காணாத நிலையெனில் சொடுக்கு என்றது.. சொடுக்கினேன்..

வாலுகப் பிரபையின் நிறமற்ற வளையம் ஏறி, இரண்டாம் நரகின் அடியில் நிற்க: வளையப் பொடிமணல் குத்தும் வெகுண்ட காற்றை வீசியடித்தது. துகளிடை கலந்த கொடுந்துர் நாற்றம் மனதைக் கலக்கியது.

புரவி சொன்னது, இனி இருப்பது இரண்டே நரகம். மதி மயங்கும் மானிடா..! உன் நொந்த புலன்களை உசுப்பு.. என்று சொல்லிப் பின் இரண்டாம் நரக விவரமதைச் சொன்னது.

..இரண்டாம் நரகம் பரல்கள் நிறைந்த சர்கர பிரபை. அடுக்குப் பதினொன்றுடன், சர்கர பிரபை நாலெட்டாயிரம் யோசனைத் தூரம் பரந்த பரல் நரகம் என்று சொல்லி நரகத்தினுள் நுழைந்தது.

கொடுமை குறைந்த நரகம். நிற்க நிலையின்றி உழலும் மானுடர் உடலெங்கும் புண்கள் பச்சையாய் இருக்க; துர்நாற்றமாய் நாறுகின்றது. பறந்த புரவி றெக்கை அடித்து பதினொறு படலமாய்ப் படர்ந்த நரகமதை ஈரெண்டு நாழிகையில் சுற்றித் தீர்த்தது.

அலுத்துக் களைத்த எனைச் சுமந்து வளையமேறி நின்றது.

ஆசுவாசமின்றி, அலுப்புத் தீரா வாட்டமுமின்றி, பிண வாடை வீசும் காற்றை நாசி துளைக்க, நெஞ்சையடைக்கத் திணறிக் கொண்டிருந்தேன்.

சிரித்த புரவி கேட்டது.

..பிணமுனக்குப் புதிதல்ல; பிண வாடையும் புதிதல்ல; மரிக்காத பிணத்தைச் சுமந்தலையும் உன் உயிர்க்கு. பிணங்களின்றி நீங்களில்லை, நீங்களின்றி பிணமுமில்லை. நீங்களே பிணம், பிணமே நீங்கள். பிணத்தைக் கடக்காத் தலைமுறை ஏதாகிலுமுண்டா உனக்கு. ஆனாலும் பிணத்தை நீ வெறுக்கிறாய். கண்டதைக் கண்டே கிலியேற்றிக் கொள்கிறாய். ஆனாலும் திணறுகிறாயா கண்ணாயிரம். இருந்தாலும் சொல்.. கண்டாயா உன் உயிரான கன்னியரை..?

மனோரஞ்சிதம் சொன்ன வார்த்தைகளில் கட்டுண்டு என் இரைப்பை இளக்கினேன். எனைத் தெளியத் தெளிந்தேன். என் நிலையை உணர்ந்த புரவி கேட்டது. கண்ணாயிரம் காணவில்லையெனில், இல்லையெனில் சொடுக்கு என்றது.

வார்த்தைகள் ஏதுமின்றிச் சொடுக்கினேன்.

வளி வளையம் ஏறிய புரவி நரகத்தின், முதல் நரக வாயிலில் நின்றது. அந்த நரக நிலைமையதைச் சொன்னது.

தலை நரகம் பதிமூன்று படலமாய், மூவறுபதாயிரம் யோசனையாய்ப் பரவிக் கிடக்கும். எங்கும் கண்பறிக்கும் ரத்தின மணிகள் விரவிய ரத்ன பிரபையிது. அனல் குறைந்த நரகம். ஆனால், ஒளி பெருத்த நரகம் புரிந்ததா உனக்கு...? என்றது.

புரிந்துகொள்வேன்... என்று சொல்லிச் சொடுக்கினேன்.

பாய்ந்தது புரவி.

..கோடி கோடி நிற ரத்தின மணிகள் ஒளி வாங்கி, ஒளி வாங்கி ஒளிகளாய் ஒளிர்ந்தன. குவிந்த ரத்தின மணிகள் வீசும் ஒளியில் கண்களைப் பறி கொடுத்த நரகர்கள் சிறு ரத்தினங்கள் வழுக்க பெரு ரத்தினங்களில் மோதி விழுகின்றார்கள். கூர் மணிகள் குத்திக் கிழித்த புண்களில் மீண்டும் குத்துகின்றது.. ரண வாடை எழுகிறது...

..குவிந்த மணிகளின் விலையான விலை மதிப்புகளை எண்ணி வெம்பிப்போகும் நரகர்கள். அடங்கா ஆசை கிளர்த்த நவ மணிகளை அள்ளி அள்ளி புண் பிடித்த கைகளில் வைத்துப் பார்க்க வலியேறித் தூர எறியும் நரகர்கள் வேதனை.. கொடும் வேதனை; அது செல்வ வேதனை...

தேடும்போது கிடைக்காமல், தேடாத் தருணத்தில் பெரும் பொதியாய்க் கிடைக்கும் மணிகளை என் செய்வது. வெம்பி வெம்பி அழுகிறார்கள். குவிந்த செல்வமே குதறும் செல்வமாய்.. நரகமாய் கிடக்க இதைவிட வேறு நரகம் ஏது? செல்வச் செழிப்பிற்கும் செல்வ ஏக்கத்திற்கும் ஊடாடும் நரகர்கள் வாதனையில் வேகிறார்கள். நிலையற்ற செல்வ ஆசையை நிலையான ரத்தின மணிகள் தந்த புண் காயங்கள் மீண்டும் புண்ணாக்குகிறது நரகர்களை. வேதனைகள் மீற, வேதனைகள் மீள, ஆசையடங்கி, நவமணி யோசனை குறையக் குறைய சிறு ஒளி தேடியலையும் நரனுக்குப் பெரு ஒளியே வேதனை, பெரும் ஒளிவேதனை..

குவிந்த மணிகள் மேல் நரகர்கள் படும் வேதனைகள் கண்டு வேதனை என்னுள் நிரம்பத் தகித்துக்

கொண்டிருந்தேன். காட்சிகளும் கேள்விகளும் எனை வாட்டிக் கொண்டிருக்கத் தவிப்பாய்த் தவித்துக் கொண்டிருந்தேன்.

சாவகாசமாய்ச் சிறிது நின்ற புரவி சொன்னது.

..கண்ணாயிரமே! ஏழு நரகம் சுற்றிய உன் சாகசப் பயணம் முடிந்தது. அனலும் குளிரும் இருளும் ஒளியும், கொடு நாற்றமும் என எல்லாம் கடந்தாய். அன்னிலும் கண்டாயா உன் கன்னியரை...?

காணேன்.. என்றேன்.

சொடுக்கு என்றது... சொடுக்காமல் நின்றேன்!

இமைக்கும் நொடிகள் ஏழு போன பின் புரவி கேட்டது. சொடுக்க மறந்த காரணமென்ன?

..மௌனம் கலைத்து மெல்லியதாய்ச் சொன்னேன்.. சித்தலோகம், இருபதினாறு அடுக்கான சொர்க்கலோகம் எங்கும் காணாத கன்னியரைக் கொரூர நரகமதில் தேடிச் சென்ற காரணமென்ன சொல்வாய்...? என்றேன்.

ஏகடிச் சிரித்த புரவி சொன்னது..

..சித்த லோகமும், சொர்க்க லோகரும் காணாத கன்னியர் அண்டமதில் யாருமில்லை. சப்த கன்னியர் பேரழகையவர் கண்டதுமில்லை. புனலாடும் கன்னிமார்கள் மேலோகர் கண்ணில் பட்டால் சொர்க்கமது இடறியிருக்கும். நரகரது கண்ணில் பட்டால் நரகமது ஒழிந்திருக்கும். விட்டகுறை தொட்டகுறை வராதிருக்க ஈருலகம் காட்டினேன். போவோம் நடு உலகம்.. சொடுக்கு என்றது

சொடுக்கினேன்...!

17

உறைந்த பேரழகு

நிழல் நீண்டு தூர விழத் தொடங்கி நாழிகள் ஏறுகின்றன. நாகலா மலையுச்சி முகடு தொட்ட ஞாயிறு படர்ந்து தள்ளிக்கொண்டிருந்தது மகிழ நிழலை. இலையில் இலையென மறைந்து குயில் கூவும் இசை மொழி கூடிக் கூடி அலறலாய்த் தெறித்தது எங்கும். விரக வேதனை வருத்த அலறும் குயிலின் சத்தம் கேட்டு அண்ணாந்து பார்த்த பித்தன் நீலக் கோழையைத் துப்பித் தும்பைப் பூ ஒன்றை மீண்டும் பறித்துத் தேனுறிஞ்சி சற்று தூரத்தை வெறித்தான்.

கதை கேட்கும் கூட்டம் முகமெலாம் வாடியிருந்தன. அரை குறையாய் விடுவானோ.. விட்ட கொறை தொட்ட கொறையாய்ப் போய்விடுவானோ வென யோசனைகள் வருத்த வருத்த வாட்டமது கூடியது. கூட்டத்தின் எண்ணவோட்டம் அறியாத பித்தன் தும்பையில் தேனுறிஞ்சக் குறியாக இருப்பதுபோல் இருந்தான். அவன் முகமெலாம் யோசனை ரேகைகள் ஓடியபடி இருந்தன. முகத்தைக் கோணினான். கொஞ்ச மாய்ச் சிரித்தான். மறுபடி தேன் பூவை உறிஞ்சினான்..

தூரத்துப் பாத்திகளில் களையெடுத்து முடித்த பெண்டிரும்; ஊறிய வரப்புகளில் அண்டை வெட்டிக் களைத்த ஆடவரும்; மறி மந்தை மேய்த்த பொடியரும் ஏரி நீர் காட்டி ஏர் மாட்டை ஓட்டி வரும் கிழவரும் பித்தன் சொல்லும் கதை சேதியறிந்து வியந்து கூடினர். பயமின்றிப் பேசிக் குந்தியிருக்கும் மாட்டுக்காரப் பொடியரெல்லாம் வெட்டிக் கதை பேசலாமா எனப் பொய்க் கோபம் காட்டி, தூரத்திலேயே பார்த்த பித்தனை அருகில் பார்க்கும் ஆசை மீற, சட்டென அமைதியாய் வந்தமர்ந்தனர் சுற்றி.

ஏரி நீர் தழுவிய பூங்காற்று ஈரப் பசையேற்றிப் படர்ந்த குளுமையோடு சட்டென வீசத் தொடங்கியது. மகிழ நிழலோடு குளிர்ந்தது சுற்றம்.

எதிலும் கண்ணாயிராத கண்ணாயிரம் கதை விட்ட இடத்திலிருந்து சட்டெனச் சொல்லத் தொடங்கினான்.

◆ ◆ ◆

புரவி சொன்னது...

கொடுமையும், கோரமும் நிலைக்கும் ஏழு நரகம் அமைந்த அப்பாஈளபாகம் கண்டாய் ..உன் கன்னியர் காணோம். கண்ணாயிரம் கேள்! இனி, அசுரர், ராக்கதர்

முதலான பவணாவாசி தேவர்கள் வசிக்கும் சேரியம் போவோம்: முதலில் பங்க பாகம்; அதற்கு மேலே கர பாகம்; அந்தக் கர பாகமது மூவேழு நான்காயிரம் யோசனை பரப்புள்ள அளறு நிலம். எல்லாம் சேறு.. நான் சொன்னது உன் மதியில் ஏறியதானால் சங்கடமின்றிச் சொடுக்கு என்றது.

சொடுக்கினேன்.

பங்க பாகம் நுழைந்த புரவி திசையெட்டும் சுற்றியது. தள தளத்த சேறு பாவிய நிலமான நிலம். அளறு நிலச் சேரியுள் வதியும் இராக்கதரும், அசுரரும் பேரழகு பெரும் பொலிவுநிறை வதனமும், பித்த நிறமும் விளங்க ஒளிர்ந்தனர். பங்க பாகப் பவன வாசியர் பவனங் கள் அரங்கு வேய்ந்து, அடிகளில் மெழுகிட்டு நெகிழும் சுவர் கொண்டு, விழுமா விழாதா என மருள வைத்த கோலம் கண்டு மருகிய என்னைப் புரவி கேட்டது.

..பவனம் கண்டு மருகாதே ! ராக்கதர் மாளிகை கண்டு மருளாதே! தேடு கன்னியரை ! என்றது...

மனோ வேகமெடுத்துத் திரிந்த புரவி பிடறி பிடித்துத் தேடினேன். விரட்டும் மனோரஞ்சிதத்திடம் கூறினேன்.

..இராக்கதக் கன்னியர், அசுரக் கன்னியர் உறைந்த பேரழகோடு திகழ்ந்த நிலை கண்டு மயங்கினேன். தேவதையரும் அப்சரரும் மோகினியரும் நெருங்க வொட்டாப் பேரழகாய் இருக்கும் மாயமென்ன மாயமோ..? உறைந்த அழகை இதுவரை கண்டதில்லை.. அன்றியும் இங்கே நான் தேடும் கன்னியர் இங்கிருக்கக் காரணம் ஏதுமில்லை கிளம்பு என்றேன்...

சிரித்த புரவி சொன்னது.. அமரர் உலக அழகெலாம் அழகோ! அந்தச் சலனமற்ற உறைந்த அழகை

உலவும் உன் கன்னியர் அழகோடு ஒப்பிட்டு அறிந்தாய். மேலும் வேற்றுமையுணர்ந்தாய். அழகின் கோணங்களைத் தெரிந்தாய். நிலையுள்ள அழகெது நிலையற்ற அழகெதுவெனப் பிரித்தாய். ஆயினும் நல்லது, மேலும் சொடுக்கு என்றது.

சொடுக்கினேன். பறந்தது புரவி...

சேறு நிறைந்த பங்க பாகம் மீறி ஏறி அதோலோகம் எனப்பட்ட முதல் லோகம் கர பாகத்தின் அடியடி நின்ற புரவி சொன்னது..

..இனி நாம் போவது கர பாக லோகம். பதினான்கு நில வகையாய், வகைக்கு ஒன்றாய் ஆயிரம் யோசனையாய் விரிந்த நிலமதில் யார் வதிவரோ என நீ பார்.. சித்திர பூமிக்கு மேலே மானுட வர்க்கம் வாழும் நடு உலகம். நம் பயணம் முடிவிற்கு வரும் நேரம் நெருக்கமானதை அறிந்தாயா கண்ணாயிரம்.. சொடுக்கு என்றது..

சொடுக்கினேன்..

..பதினாறு நிலமதைப் பதினாலு நிமிடமதில் சுற்றியது மனோரஞ்சிதப் புரவி. ஒவ்வொரு நிலமும் பார்த்தேன். நிலத்திற்கொரு நிறமென, நிறத்திற்கொரு மணமென இருந்த அழகில் சீவன் ஒன்றுமில்லை. வெற்று நிலமதில் சுற்றி வந்த வெறுப்பில் சலித்துப் போய், பயனற்ற பயணம் மனோரஞ்சிதமே ஏறு சித்திரா பூமிக்கு என்றேன்..

பதிலேதும் பேசாத பரியின் நிலையுணர்ந்து சொடுக்கினேன்.. பாய்ந்தது புரவி.

கர பாகம் தாண்டி சித்திரா பூமி நுழைந்த புரவி சொன்னது இரண்டாயிரம் யோசனை தூரம் பரந்த இரண்டடுக்குச் சித்திரா பூமியது. சித்திரத்தின்

வடிவமும் நிறமும் மணமும் அறி. உடன் உன் கதைக் கன்னியரைச் சேர்த்து.. என்று சொல்லி சொடுக்கும் முன்னே பறந்தது.

சித்திரா பூமி நுழைந்த நொடி முதல் ஒளிரும் பேரொளி கண்டு திகைத்தேன்.

கல்லும் மண்ணும், பாறையும் மணலும் எண்ணி எண்ணி மாளா வண்ணங்கள் கொண்டு திகழ்ந்த பூமியதில்; பொன்னும் வெள்ளியும் செப்பும் வெண்கலமும் பித்தளையும் இரும்பும் வைரமும் வைடூரியமும் ரத்தினமும் கோமேதகமும் கெம்பும் மரகதமும் முத்தும் பவழமும் என எங்கும் சிதறிச் சிதறி நிறைந்து வண்ணங்கள் ஒளிர்ந்தபடி இருந்தன. மண்ணதில் புதைந்து, நிறங்களைக் கிளர்த்தி, நிலவிய சித்திரா பூமி கண்டு அதிசயித்த அந்த நிலமதில் சீவன்கள் என யாருமில்லை.

ஆயினும், காதைக் குடையும் சத்தமான சத்தங்கள் புலம்பலோ, புரட்டலோ, கெஞ்சலோ, குமுறலோ, கூடியழும் ஒப்பாரியோ எனப் பிரிக்க முடியா ஓசைகள் என் காதடைத்தன. பிசகான ஒலிச் சங்கையெனை வாட்ட வாட்டச் சுற்றி முடித்த கையோடு புரவியைக் கேட்டேன்.

..யாருமற்ற செல்வ பூமியிதில் வண்ணமணிச் செல்வங்கள் களஞ்சியத்தின் களஞ்சியமாய் இருக்கும் கமுக்கமென்ன?..

புரவி சொன்னது.. மரித்த மானிடர் பூதவுடல் துறந்து, மாய உடல் ஏற்று அலைந்து திரிந்து ஓயுமுன்னே நரகம் போக; அவர்கள் கடக்கும் நிலமிந்த நிலம். பொன்னாசை, பொருளாசை எல்லாம் சித்ர பூமி கண்டவுடன் பேராசை பெரு வடிவாய் எழுந்து தள்ள:

கொள்ள வகையற்ற தம் உடலை ஊடுருவி விழும் செல்வ மணிகள் கண்டு பெருமூச்சோடு கடக்கும் இந்த நிலமதில்; அவர்கள் ஏக்கம் பெரு ஏக்கமாய் விடும் பெருமூச்சும் புலம்பலும் காதடைக்கும் காற்றாக ஒலிக்கக் கேட்டாய்.. அந்த மட்டும் ஆனதினாலே இந்தப் பூமியது அமைந்ததிங்கே என்றது...

திகைத்த நான், பெருமூச்சு விட பயந்து அடுத்து என்னவென்றேன். மானுடர் வாழும் மத்திம லோகம்; உன் கன்னியர் காண நாம் தேடும் படலமது பார்ப்பாய்.. போக விருப்பமா..? என்றது.

பெரும் விருப்பத்தோடு சொடுக்கினேன்.. பறந்தது மனோரஞ்சிதப் புரவி...!

18

கரைந்த சுவனம்

பெருமூச்செறிந்து நிறுத்திய கண்ணாயிரம் விண்ணை வெறித்தான். மாலை இருள நாழி இருந்தது. கதிர் ஓய்ந்த அடி வானம் மஞ்சு மறைத்தது. நாகலா சாரல் குளிர் வளி வீச; வாய் பிளந்து கேட்ட கதைக் கூட்டம் பித்தன் பயம் மறந்து லயித்திருந்தது.

நாக்கில் படர்ந்த நாக நீலம் கரைந்து செரித்திருக்க; நாக்கை நீட்டிப் பார்த்து, நுனி நாக்கைப் பார்த்துப் பல்லெல்லாம் ஒட்டியபடி கூட்டத்தைப் பார்த்தான். பேச்சிழந்த பொடியரும் யாவரும்; மேயும் பசுவும் கன்றும், ஆடும் கிடாயும் யாவும்

மறந்து உறைந்த கோலம் கண்டு உள்ளூரச் சிரித்தான் கண்ணாயிரம்.

மந்தையில் விலகிய எருமைக் கூட்டம் ஏரியுள் இறங்கிப் பூத்த குமுதங்களை மென்றது தேனொழுக.. அல்லிவட்டம் புல்லிவட்டம் அரைய, அரைய சிந்திய தேனை மேய்ந்த மீன்கள் விழுங்க அலைந்தன. ஆரை, இளங்கோரை, வெகுல், வல்லாரையென விளைந்து அடர்ந்த ஏரிக்கரையில் மேய்ந்த மறிகள் தின்ற வேகம் பார்த்து வெறித்த பித்தன் கதையை மீண்டும் தொடங்கினான் விட்ட இடத்திலிருந்து..

◆ ◆ ◆

மேலுலகம் கீழுலகம் முடிந்தது. ஏறுங்காலம், இறங்குங் காலமெனக் காலச் சக்கர விதிப்படி; நடு உலகத்தின் அடியான சித்திரா பூமியில் முதல் பாகம் முடிந்து பாய நின்ற புரவி கனைத்தது; எனை அழைத்தது: பின் சொன்னது..

..கண்ணாயிரம் கேள்: பிறப்பில் உச்சமும் மரிப்பில் துயரமும் கொண்ட நர நிலைக் கூட்டம் வாழும் நடு உலகம். லட்சம் யோசனை தூரத்தை ஒரு கயிறு என அண்டத்தின் அளவில் கணக்கிடும் மனக் கணக்கை மனதில் வை: அடியில் கயிறேழு அகலமும்; கீழிடை ஒரு கயிறும் மேலிடை கயிறைந்து அகலமும்; உச்சியது கயிறொன்று அகலமும்; உச்சி முதல் அடிவரை இரு ஏழு கயிறளவு நீளுயரம் கொண்ட மூவகை உலகில்; கீழுலகம் கயிறேழு கழிய; மேலுலகம் கயிறாறு கழிய, ஒரு கயிறாய் அளவாய் மிஞ்சியது நடு உலகம்...

தாளம் என வட்ட வடிவாய் லட்சமது யோசனை அளவாய்ப் பரந்த நடு உலகம். லட்ச யோசனை உயரமாய் சுமேரு மலை சுற்றி பூமிகளும் கடல்களும்;

கடல்களில் தீவுகளும்; தீவுகளில் பவனங்களும் ஆரண்யங்களும் நதிகளும் ஓடைகளும் ஏரிகளும் மடுக்களும் குளங்களும் குட்டைகளும் வாய்க்கால் களும் என விளங்க: கடைசிக் கடலாய்ச் சுயம் புரணம் எனும் பெயரோடு விளங்கும் கடலோடு நடு உலகம் முடிகிறது. தொடர்ந்து; மேரு மலையடுத்த ஜம்புத் தீவு.. நீயும் உனைப்போன்ற மக்களும் மாக்களும் வாழும் பூமி. எதைக் காண்போம் முதலில் சொல்லதை... என்றது.

..மானுடர் வசிக்கும் அடுக்கிற்கு வந்தாயா மனோரஞ் சிதமே..! மெய்யாய் எனக்குள் மகிழ்ச்சியா துக்கமா தெரியவில்லை..? எனினும் நீ சொன்ன வரிசைப்படி கடைசியிலிருந்து தொடங்கி நீ ஜம்பு தீவம் போ..! எனச் சொல்லிச் சொடுக்கினேன்..

சரி.. எனச் சொல்லிப் பறந்தது புரவி.

சுயம்புரண கடலின் மேல் பறந்த புரவி காற்றின் வேகம் கடந்து பறந்தது. பெருநீர்ப் பரப்பில் எழும் உப்புக் காற்றையும், மேகமும் கடந்துபோன வான வழி எங்கும் கணக்கற்ற தீவுக் கூட்டம் மனித வாடையின்றிச் செறிந்த நிலை கண்டு வேகம் கொள்ளச் சொடுக்கினேன். நீலத் திரைசூழ் பசுந் தீவுக் கூட்டம் கடந்த புரவி இலவணச் சமுத்திரத் தீவுக் கூட்டமதை அடைந்தது. இலவணக் கடலின் உட்புறமாக உயர்ந்து திகழ்ந்த மேரு மலையை நோக்கி முகம் காட்டும் பல்லாயிரம் யோசனை பரந்த நீர் வெளியெங்கும் தீவுகள். அதன் பெயர்களைச் சொல்கி றேன். அவற்றை நொடிக்கொன்றாய்க் கடக்கிறேன்..! கேள் கண்ணாயிரம்.. கேள்..!

தீவின் பெயர்களே அதன் குணங்கள்; குணங்களே அதன் பண்புகள்..: முதலில்..; மனச்சிலத் தீவு:

அடுத்தடுத்து.. அரிதாசத் தீவு, சிந்தூரத் தீவு, சியாமகத் தீவு, காஞ்சனத் தீவு, வைடூர்யத் தீவு, நாகவரத் தீவு, பூதவரத் தீவு, யட்சவரத் தீவு, தேவவரத் தீவு, அறிந்தரவரத் தீவு: கடைசியில் சுயம்புரணத் தீவு எனப் பெயருள்ள தீவங்களையும் பெயரற்ற இன்னும் பல தீவங்களையும் பேர் சொல்லிப் பேர் சொல்லி நொடிக்கொன்றாய்க் கடந்தது. மனித உயிர் அரவமற்றப் பச்சைப் பசுந் தீவுகளைத் தாண்டிய புரவி கேள்வியேதுமின்றி.. எனைச் சொடுக்கு என்றது..

சொடுக்கினேன்...

பின்; மேருமலையடுத்த கிரௌஞ்சத் தீவு, குசவரத் தீவு, புசகவரத் தீவு, ருசகவரத் தீவு, சங்கவரத் தீவு, குண்டலவரத் தீவு, அருணபாசத் தீவு, அருணவரத் தீவு, நந்தீசுவரத் தீவு, சௌக்சரவரத் தீவு, கிருதவரத் தீவு, சீவரத் தீவு, வாருணி வரத் தீவு, புட்பகரவரத் தீவை யெல்லாம் கடந்து; கலோதகம் எனப் பேர் கொண்ட கடல் சூழ் தாதகிக் கண்டத் தீவைக் கடந்து; இலவண, கலோதக எனப் பேர் கொண்ட இரு பெரும் ஆழிகள் சூழ்ந்த ஜம்புத் தீவை அடைந்தது புரவி. அந்த ஜம்புத் தீவம் காணக் காணப் பொலிந்தது. ஒரு லட்சம் யோசனை தூரம் உயர்ந்த சுமேரு மலை மையமாயிருக்க அதைச் சுற்றிலுமாயிருந்திருந்தது ஜம்புத் தீவு.

மலையின் தெற்கு அடிவாரத்தில்: பத்தாயிரம் யோசனை உயரமும்; மூன்றாயிரம் யோசனை அகலக் கிளைகளையும் கொண்ட ஜம்பு மரம் நெடுக உயர்ந்து நின்றது கண்டு வியந்தேன். அந் நேரம் புரவி சொன்னது..

கண்ணாயிரம்; பார் இந்த மாபெரு மரத்தினை. இது ஜம்பு மரம்: இந்த மரத்தின் பெயராலே இத் தீவிற்குப்

பெயர். மரத்தின் சிறப்பைச் சுற்றிக் காட்டுகிறேன் பார்.. என்று சொல்லிச் சுற்றியது. கண்ட எனக்கோ தலை சுற்றியது. ஜம்பு மரம் இருந்த தோற்றத்தை எப்படிச் சொல்வேன்..? முக்கண்ணும் போதாதே.. ஆயினும் சொல்கிறேன்...!

ஜம்பு மரத்தினில்.. இரு யானை அளவு பருமனும், மூன்று யானை எடையும் கொண்ட ஜம்பு பழங்கள் கிளைகளெலாம் சடைத்துக் குலுங்குகின்றன. கூடு கட்டி மரத்தில் வாழும் கிருட்ணப் பருந்து கொத்திய பழங்களில் துளிர்த்து தரைநோக்கிப் போன சாறும்; கிருட்ணப் பருந்து குந்திய பாரம் தாங்கவொட்டாமல் உதிர்ந்து தரை வந்த பழங்களும் வெடித்துத் தெறித்த சாறும் சேர்ந்தது மலையூறி, தரையூறிக் காணும் இடமெலாம் சாம்புநதப் பொன்னாய் மாறித் தக தகக்கிறது சாறு.. கல்லும் மண்ணும் தரையூன்றி வளர்ந்த செடிகளும்; படர்ந்தடந்த கொடிகளும் மரங்களும் முகிழ்ந்த மொட்டுகளும் மலர்ந்த பூக்களும் விட்ட பிஞ்சுகளும் முற்றிய காய்களும் பழுத்த பழங்களும் என சாறு பட்டவையெல்லாம் சாம்புநதப் பொன்னாய் மின்ன, மின்ன; கண்ணிரண்டும் பொய்க்குமேவெனக் கூச வாயடைத்து உறைந்தேன்..! என்னைப் பார்த்து மனோரஞ்சிதப் புரவி சொன்னது..

..கண்ணாயிரம் கேளடா! மானுட வர்க்கம் உறையும் ஜம்புத் தீவமதில் பொன்னுருவாகும் மூலத்தைப் பார்த்தாயா..? ஆயினும்.. நாம் வந்த நோக்கத்தை மறவாமல்; பாய்ந்து பறந்த எந்த உலகத்திலும், எந்தத் தீவத்திலும் காணத் தேடும் கன்னியரைக் கண்டாயா..? அல்ல காண்பாயா..? என்றது.

..உச்சி சிலிர்த்து; உள்ளங்கை வியர்க்க; பாதக் காந்தல் வருத்த; உடலெல்லாம் புதுரத்தம் பொங்கிப்

பாய; உள்ளம் விம்மியெழ; கண்கள் அகல.. காணலாம் புரவியே காணலாம்..! என்றேன்...

..ஜம்புத் தீவம் நுழைந்த நேரம் நடு நிசி நேரம். என் சாகசப் பயணம் நடந்தது எத்தனை நாளோ; எத்தனை யுகமோ; காலமோ எனக் குழம்பிய நிலையில்; புரவி சிறகுகளசையும் வேகம் குறையக் குறைய; அசைந்து மிதந்து வந்தது தரைதனை நோக்கி. லட்சம் யோசனைத் தூரத்தைச் சில நொடிகளில் கடந்த புரவி அதிசயமாய் மெத்தெனத் தாவித் தரைதனை அடைந்து; இறகுகளை அடக்கி வேகம் பெரும் வேகமாய்த் தரையில் ஓடியது.. ஓடியது.. ஓடிக்கொண்டே இருந்தது...

..எவ்வளவு தூரம் ஓடியது நானறியேன்.. மூச்சிறைக்க; வாயெல்லாம் நுரை தள்ள; விலா எலும்புகள் விம்மிப் புடைக்க; ஓடிய புரவி களைத்து நின்றது; கண் கட்டும் மையிருட்டில் புரியாத ஓரிடத்தில். அந்த இருட்டான இருட்டில் திசையறிய வானின் மீன்களில்லை; முழு மதியுமில்லை. தாழப் பறக்கும் மின்மினிகளும் இல்லை. இது நிலமோ இல்லை மற்றொரு உலகமோ என மயங்கிய நிலையில்; பழக்கமான, நெஞ்சிற்கு நெருக்காய் வந்த மண் வாசம் உணர்ந்து தெரிந்தேன்: இது நம் கூனிமேட்டு செம்புலக் காடெனத் தெளிந்தேன்.. புரவி இறங்க மணல் வாசம் முற்றாய் அறிந்தது என் நாசி.

மெதுவாய் நடந்து நின்ற மனோரஞ்சிதம் மெல்லிய குரலில் சொன்னது..

..கண்ணாயிரம் இறங்கு..! நம் பயணம் முடிந்தது..! என் கடமையும் முடிந்தது..!!

..எனச் சொல்லிய வேகத்தில் சட்டென இறங்கினேன். வார்த்தைகளுக்கு எட்டாத அலுப்பும் சலிப்பும்; சுமேரு

மலை நெருக்கும் அழுத்தமோ என நெஞ்சில் பாரம் அழுத்த: மனோரஞ்சிதத்தைப் பார்த்தேன்..

..களைத்து; வலுவின்றி நின்ற புரவி இருப்புக் கொள்ளாமல் அங்குமிங்கும் நடந்தது. உடலெல்லாம் வெட்டி வெட்டி நடுங்கியது. பின் லேசாய் கணைத்துவிட்டுப் பேசத்தொடங்கியது...

..கண்ணாயிரம்..! உனைக் கொளுத்தும் சங்கைகளை நீக்கச் சில வார்த்தைகளைச் சொல்கிறேன் கேள்..! கவனமாய்க் கேள்..!!

..சேரியரும் ஊராரும் கேட்டலைந்த கேள்விகளால் விடைகளைத் தேடும் படலம் விரைவிலேயே முடிவுக்கு வரும். எண்ணவொட்டாத் தலைமுறைகள் சுமந்த கதை வலியை நான் அறிவேன். சொள்ளைகளெனக் குடைந்த வைகள்; வெடிகளாய்ப் புதைந்தவைகள்; கனவுகளில் உறைந்தவைகள்; புனைவுகளாய்த் தொடர்ந்தவைகள் என எல்லாமும் நானறிவேன். புனைவின் புனைவான நான் சொல்கிறேன். மாறிய காலவோட்டங்கள் கரைந்த பின்னே நீயும் புனைவாவாய். என் புனைவின் புனைவிலே நீயும் ஒரு புதிராவாய்...

..ஆயினும் அன்பனே..! அந் நாள் தொட்டுப் புதிராக இருந்தவைகள் புதிரவிழக் காண்பர் எல்லோரும். உங்கள் புதிருக்கு விடியலாகத் தலைமுறைக் கணக்கிற்குத் தோதாகவே நான் வந்தேன். எனக்குப் பின்னும் நான் வருவேன். உங்கள் மனமெலாம் வியாபிக்கும் கதை வெளிகளில் நான் தொடர்வேன். கண்ணாயிரம் அனைவருக்கும் சொல்.. கதைகளைப் பேசுவதல்ல தொழில்.. கதைகளாய் வாழ்வதே பெருந் தொழில்.. உன் சந்தேகங்கள் தீரும். உன் கன்னியரைக் காணும் நேரம் இந்த நேரம். யார் கன்னியர் என உனக்குப் புரியும் நேரமும் இந்த நேரம்...

சற்றே கொஞ்சம் ஆசுவாசமான மனோரஞ்சிதம் மீண்டும் மெல்லிய குரலில் தொடர்ந்தது..

..இன்னும் நாழி கொஞ்சம் கழிந்த பின்னே எல்லாம் விளங்கும்: உன்னுள்ளே துலங்கும்.. நான் தொடர் கிறேன் என் பயணத்தை; உனைத் தொடரும் தலை முறை தலைமுறைக் கனவுகளில்; கதைகளில் நான் தொடர்வேன் நான் தொடர்வேன்...

எனச் சொல்லி முடியுமுன்னே; சொல்லிய வார்த்தை கள் ஒளியாக ஒளிர்ந்து மிதந்தன. மிதந்த வார்த்தைகளின் ஒளி ஒளிகளாகப் பெருகின. மிதந்த மனோரஞ்சித வார்த்தைகள் பளிச்சென ஒளிர்ந்து பரவி நான் நின்ற இடமதைக் காட்டியது. திக்கித்துப் போனேன்.. விக்கித்து நின்றேன்..! அது நம் தேர் மடுத் துறை..! தேர் மடுத் துறையேதான்...!

மனோரஞ்சிதத்தைப் பார்த்தேன். வார்த்தைகள் ஒளியாக வெளியேறி வெற்றுச் சடம்போல நின்றது பரி. மனவலி எனை அரிக்க; வாதனை எனை வாட்ட; நான் பார்க்கும்போதே அதன் றெக்கைகள் ரெண்டும் உதிராது உதிரக் கண்டேன்.. கண்ட அதிர்ச்சியான அதிர்ச்சியில் நான் பேதலித்து மருண்டு போனேன்.!

..வார்த்தைகளெல்லாம் ஒளியாய் வெளியேறிய சில நொடி கழிந்து சட்டென பேச்சிழந்தது மனோரஞ்சிதப் புரவி. பேச்சிழந்த வேளை அதன் வார்த்தைகளும் ஒளி குன்றின. காற்றில் கரையத் தொடங்கின.. முன்னங் கால்களை உடலோடு உயர்த்தி நின்ற புரவி பெருங் குரலெடுத்து கனைத்தது. தரையூன்றி நின்றது. வார்த்தைகளின் ஒளியது முற்றிலும் மறைந்தது..பெருங் குழப்பம் மேலிட ஓடிச்சென்று பரியைத் தழுவினேன்...

..ஐயகோ..! ஐயகோ..!! மாயக்குதிரையே..! மனோரஞ்சிதப் புரவியே..! உன் றெக்கைகள் ரெண்டும் உதிராமல் உதிரக் காண்கிறேனே..? என்று நான் புலம்பத் தொடங்கிய வேளை கொடும்வேளை போலும்: ஆம் கொடும் வேளையேதான் போலும். றெக்கைகள் மட்டுமா மறைந்தன...?

..சிலிர்த்திருந்த பிடரி மறைந்தது! கற்றை மயிர் வாலும் மறைந்தது! பரி பாகங்கள் ஒவ்வொன்றாய்க் கரைய.. மறைய.. கண்ட நேரமான நேரத்தில்: தேர் மடுவில் சட்டென வட்ட ஒளி தோன்றிப் பெருகியது. வெளிச்சம் படரப் படரப் பரியும் கரைந்தது காற்றில். அது போன வழியெது, கரைந்த மாயமெது நானறியேன். மனோரஞ்சிதம் முழுசாய்க் கரைந்து; மறைந்து றெக்கை ரெண்டும் கோழி பீலியொத்து விழுந்தன காலடியில்.

விழுந்த பீலிகளைக் குனிந்து நான் எடுத்த நேரம் காற்றில் சட்டென ஏறியது புதுக் குளுமை. முன்பின் காணாத குளுமை. அது பனியின் குளுமையல்ல; தண்ணீரின் குளுமையுமல்ல, கார் கால கடுங் குளுமையுமல்ல.. ஆயினும் அனுபவித்தறியாதொரு புதுக் குளுமை...

சற்று நிறுத்திய கண்ணாயிரம்.. தூரத் தெரியும் நாகலா மலையை வெறித்துப் பார்த்தான் கண நேரம். பித்தனின் மாயவெளியில் சிக்குண்ட கூட்டமும் இலக்கேதுமின்றி நாகலா மலையைப் பார்த்தது. பார்த்த நேரம் மகிழ மரத்தில் மறைந்தாடிய அணில்களின் விளையாட்டில் சிந்திய மகிழம் பூக்கள் நிலைத்த பார்வைகளைச் சிதைத்துக் கதைவெளியைத் தொடரச் செய்தன.

தொடர்ந்தான் கண்ணாயிரம்...

19
கன்னிமார் வருகை

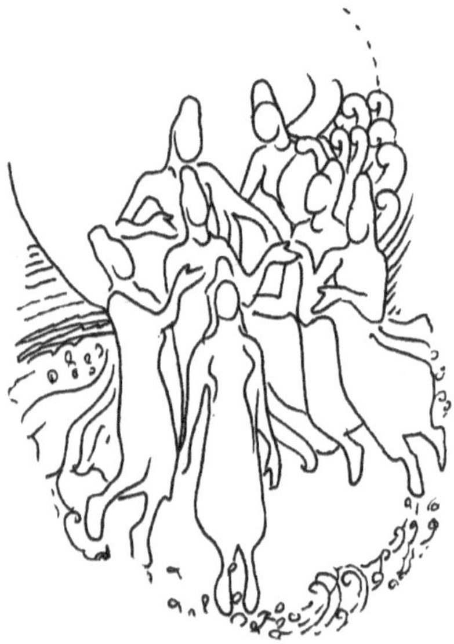

சட்டெனத் தோன்றிய குளுமைக் காரணத்தை யோசிக்கும் முன்னே புதுச் சகுனக் குறிகள் தோன்றின. திசைகள் மறைந்த மையிரவில், வானத்துத் தாரகைகள் துள்ளித் துள்ளி ஓயாமல் சிமிட்டக் கண்டேன். வண்ணங்களைத் தெளித்துத் தெளித்து விசும்பில் ஓடியாடும் பொடியரைப்போல அவை கலைந்து கலைந்து துள்ளக் கண்டேன். இது என்ன கோலமோ.. என்ன மாயமோ..! நிலை கெடும் விசும்பின் தொடக்கமோ..! எனக் கலங்கிய நேரம் மேலும் பல அதிசயங்கள் தோன்றக் கண்டேன்..

..வட்டமதி வழி காட்ட; வண்ணங்களைக் கோர்த்த ஓர் நீள ஒளிக்கோளம் விசும்பின் தூரத்திலிருந்து மண் நோக்கி வரக் கண்டேன். அது வந்த வேகம் மனோ வேகம் தாண்டியதொரு மாய வேகம். வேகத்தில் அலட்டலில்லை; சிறு அதிர்வுமில்லை. அது அமைதியின் வேகம்... அது ஒளிக் கோளமல்ல.. அது ஒளிகளின் கோளம்..!

..ஒளிகள் நெருங்க நெருங்க; நம் ஆற்றின் வாளுக வெளியில் குவித்துக் கலைந்திருந்த காலடித் தடங்கள் எல்லாம் அலையலையாய் மேலெழுந்தன. மணல் வெளியெங்கும் எழுந்த மணல் துணுக்குகள்; பெரும் தோரணங்களாய் மேலெழுந்து சுழன்று விழுந்து பரவின. சட்டெனப் பெரும் வாளுகப் பலகையாய் மாறியது தேர் மடுக் கரை வெளி. மாயப் பெரும் மணல் பலகையில் ஊடுருவும் காற்று குவிந்து அலைந்து பெரும் கோலங்களைப் போட்டது. பெருகிய கோலங்கள் ஆற்று மணல் வெளியெங்கும் பரவியபடி இருந்தன. முழுமை பெற்ற கோலங்கள் நின்ற நொடி முதல் சிறைப்பட்ட புள்ளிகளெலாம் ஒளிப் புள்ளிகளாய் மேலெழுந்து; சரஞ்சரமாய்க் கோர்த்துக் கொண்டு; வரிசை வரிசையாய் அணிவகுத்துத் தேர் மடுக் கரைநெடுக நின்றன சுற்றி வட்ட வடிவாய்...

..ஆற்றின் கரையெங்கும் பூத்த மலர்ப் பொதிகள் தோன்றின. ஒளிப் புள்ளிகளின் வெளிச்சத்தில் மலர்ந்த மலர்கள் நிறங்களைச் சிந்தின. மணங்களைச் சிந்தின. மலர்ந்தவை நாம் கண்ட மலர்களல்ல; வடிவோ அருவ வடிவு; அளவோ பெரும் பனையளவு...!

..வானிறங்கும் ஒளிகள் அருகில் வரத் தேர் மடு துள்ளியது. அமைதி குலைந்த குட்டத்தின் அலைகள் கைகளாகி எழுந்தன விண்ணோக்கி; துள்ளின

விண்ணோக்கி; குதித்தன விண்ணோக்கி: மடுவின் மச்ச வர்க்கம் உடனொத்து ஆடின விண்ணோக்கி...

..முதலில் இறங்கியது வழிகாட்டிய வானின் வட்ட வெண்ணிலா. இறங்கிய நிலா உள்ளம் பறிக்கும் பெரும் வட்டத் தட்டென வந்தது அருகாமை நோக்கி.. வட்ட வடிவத் தேர்மடு தாண்டி சிதறாவொளி ஒரு மாய ஒளியாய் இறங்கி நின்றது தேர் மடுவுக்கு மேலே. என் கண்கள் கூசின; உடம்பு நடுங்கியது; நா வறண்டது. இதம் தந்த குளுமை எங்கே போனதோ..?

..வட்ட ஒளி நிலைத்து மெல்லென இறங்கி நின்று சில நாழி கடந்த பிறகு, நீள நட்சத்திரம் அருகில் வந்தது. அது நட்சத்திரமல்ல; புது மதியுமல்ல; கார் கால மன்மதனின் வண்ண வில்லுமல்ல; அது ஓர் ஒளி வில்: ஏழு வண்ணங்கள் கோர்த்துப் பின்னிய அதிசய ஒளி வில்...

..வந்த வண்ணங்கள் தேர் மடுவைச் சுற்றிச் சுற்றிச் சுழன்றன. ஒளியில் கலந்த நிறங்கள் சுழன்ற வேகத்தில் நிறங்கள் பின்னிப் பின்னிச் சுழன்றன. கலந்து கலந்து சுழன்றன. சுழன்றவை சட்டென விலகிச் சுழன்ற வேகத்தில் மடு நீர் சுழன்று வட்ட மதியைத் தொட்டு விழுந்தது.

..மடுநீர் மச்சங்கள் சுழலும் நிறங்களில் கட்டுண்டு, றெக்கை முளைத்த சிறு தேவதையரோ என மயக்கம் கொள்ள மேலெழுந்து சுழன்றன. சுற்றி நின்ற கோலப் புள்ளிகள் வட்ட அம்புலி ஓரத்தில் ஏறி நின்று இசை தரும் தோரணங்களாய் நின்று அசைந்தன...

..பூத்த மலர்ச் செமைகள் சப்த வண்ணங்களைக் கண்டு பூக்கும் ஓசைகளைப் பெருகச் சிந்தின. எங்கும் பூக்கள் மலரும் ஆரவாரம். மண்ணின் மாந்தர் யாரும் கேட்க முடியாததொரு ஆரவாரம்.. ஆரவாரம்...

..மலர்ந்த பூக்களின் நரவம் கசிந்து மணத்தைச் சிந்த அதைக் குடிக்கும் வண்டுகளின் ரீங்காரம் கேட்டது. பெருங் கூட்டமாய் வந்த வண்டுகள் நரவத்தில் மூழ்கி மலருள் மறைந்தன. மறைந்தபடி இருந்தன...

..ஆரவாரம் ரீங்காரமிடச் சுழன்ற வண்ணங்கள் மிதந்து மெல்ல உருப்பெறத் தொடங்கின. உருப்பெற முனையும் நிறங்களைப் பார்த்து பதுமைகள் நிலை குத்தி நின்றன. உருப் பெற, உருப் பெற அவை பெண்களெனத் தோன்றின..

..ஐயோ...! எப்படிச் சொல்வேன்..! எப்படிச் சொல்வேன்.. என் மனம் கண்ட பெரும் பாக்கியத்தை எப்படிச் சொல்வேன்..

..தலைமுறைச் சொப்பனங்களாய்; நெடுங்காலம் நிலைத்த ஏக்கத்தின் வடிவாய்; கதையில் கதையாய்; கதையின் கருவாய்; கருவின் உருவாய்; உருவின் உயிராய்; நாம் நாளெல்லாம் தேடித் தேடிப் பேசி வந்த கன்னிமார்கள்தான்: ஆமாம்..இரவில் புனலாடும் கன்னியரேதான் உரு பெற்ற அந்த வண்ணங்கள்.

..கன்னியரைக் கண்ட நொடி என் நா உறைந்தது; தலை உறைந்தது; மூச்சு விடும் நாசி உறைந்தது; கைகள் உறைந்தன; கால்கள் உறைந்தன; மொத்தத்தில் என் மனம் உறைந்தது. அது மகிழ்ச்சியால் உறைந்ததா? பயத்தால் உறைந்ததா? நானறியேன் மக்களே நான் அறியேன்..?

..தேவதைகள் வந்த நேரம் காலமெலாம் நாம் கேட்டு வந்த நடுநிசி நேரம்தான். அருவுருவாய் அலைந்த நிறங்கள் உருவெடுத்தன கன்னியராய். ஒருவர் பின் ஒருவராய் ஒளிரும் நிறங்களாய்; வார்த்தைக்கெட்டாப் பேரழகுகளாய்த் தோன்றிய கன்னியர்: மாறன் தொடுத்த பாணம் தவறி வீழ்ந்ததொரு வானவில்லில் சிதறிய

நிறங்களெலாம் உறைந்த நிறங்களாய் இறங்கினர் தேர் மடுவில்...

..இறங்கிய கன்னியர்கள் நிறமதை விலாவாரியாய்ச் சொல்கிறேன் கேளுங்கள்...

..பேரொளி சிதற; செங்கரு நீலம் படர்ந்த மேனி பொலிந்து; உடலெலாம் மின்னம் தோற்கும் அணியது சூடி, மணக்கும் கூந்தல் காலடி தொட தலைக் கன்னி இறங்கினாள்...!

..ஒளிரும் மெல்லிய அவுரி கரைந்த நிறமாய்; அடர்ந்த நீலம் இவளது கோலம் என யோசிக்கும் கணக்காய் இறங்கினாள் இரண்டாவது கன்னி...!

..பரந்து திகழும் வெளிர் நீல வானின் நிறமொத்த மெல்லிய மேனியள், பூத்த வடிவாய் வந்து இறங்கினாள் மூன்றாமவள்...!

..கதிரோன் ஊடுருவும் துளிகளெலாம் கூடித் துலங்கக் கொடுத்த நிறமொத்த மென்பச்சை மேனியள் கண்கூசும் ஒளியுடன் நான்காமவள் இறங்கினாள்...!

..கூனிக் காட்டில் ஆவாரம் அவிழ்த்த முகையென மஞ்சள் மலர்ந்த மேனியோடு; மங்கள மணத்தோடு; வர்ணிக்க வொட்டா அழகோடு இறங்கினாள் ஐந்தாவது கன்னி...!

..மேல்வானக் கதிரோன் காட்டும் காட்டுக் கிச்சிலி பழமொத்த செம்மஞ்சள் பொலிந்து குருதியோடும் நாளங்கள் பொலிய ஆறாம் கன்னி இறங்கினாள்...!

..கடைசியில்.. திலகமும் தோற்கும்; குருதியும் நாணும் செந்தூர ஒளி வாய்த்த மெய்யொடு செக்கச் சிவந்த ஏழாம் கன்னி இறங்கினாள்...!

..நீரில் நீராகி; நீருலவும் மீனாகி, கயலாடும் விழியோடு புனலாடும் மங்கையரின் வடிவைக்

கூறுவதெப்படி. அண்டமும் அண்ட சராசரமும் தேவாதி தேவியர்கள் படலங்களில் உறைந்த அழகோவியங்கள் யாதோடு ஒப்பிடுவேன்...?

..விண்ணுலக வேந்தன் இந்திரக் கிழத்தியின் வதனத்தில் காணும் மாறனின் வில் கொண்ட புருவமும்; விசும்பில் மின்னும் தாரகையெனப் பதுமைகளும்; மலை முகட்டில் முகம் காட்டும் ஒளியென நுதலும்; பகலின் கதிரில் வானிறங்கும் காரென ஒளிரும் கேசமும்; கதிரின் கதிராய் வகிடும்; படைத்தவன் மயங்கும் கூரிய நாசியும்; விண்ணவர் ஏங்கும் சோம இதழ்களும்; நழுவும் தோள்களும்; மலராப் பெருங் குமுத மொட்டுக்களாய்த் தனங்களும்; காணக் கிடைக்கா இடையும்; பாற்கடல் கடைய எழுந்த அமுதுநிறைக் குடங்களைத் தாங்கும் கால்களும்; தளும்பிய நுரைகளாய்ப் பாதங்களும் என இறங்கிய கன்னியரை யாதோடு ஒப்பிடுவேன்..? ஒப்பிட்டு ஒப்பிட்டு மாய்வதும்; மாய்ந்து அழகைக் கெடுப்பதும் அதம் எனில், அழகு என்பதே பொருத்தம் வியந்தேன்..! வியந்தேன்...!!

சற்று நேரத்தில் மேலுமொரு காட்சியைக் கண்டேன்.. அதுதான் கன்னிமார் ஆடும் புனலாட்டம். மொண்ணேட்டாரும் மற்ற யாவரும் கேட்டுத் துளைக்கும் அதே புனாலாட்டம்தான் அக் கணம் தொடங்கியது..

..சொல்லி நிறுத்திய கண்ணாயிரம் எல்லோர் முகத்தையும் பார்த்தான். சாயும் வெளிச்சத்தில் பரவசப் பெருக்கில் தன்னை மறந்த கதைக் கூட்டம் பித்தன் கண்களையே உற்றுப் பார்த்தது பார்த்தபடி.

தொடர்ந்தான் கண்ணாயிரம்..!

20
பித்தனின் காதலி

கோடிப் பூக்கள் பூத்த மணம் பெருகப் பெருக.. கோடி சுரம் இசை கூட்டும் கின்னரரர், கிம்புருடர் மீட்டும் திறன் தோற்கும் இசையின் இசையும்; பாட்டின் பாட்டும் எழுந்தன வட்ட ஒளியெங்கும். இசையும் மணமும் ஒளியும் நிறமும் கலந்து பெருகிய நீரைக் கண்டு மடு துறை மச்ச வர்க்கம் அசந்து மறந்தது நீந்தியாட....

..சப்த கன்னியர் புனலாட்டம் தொடங்கியது மடுவில்...

..அவர்கள் எழுப்பிய சத்தம் சுரங்களாய்ப் பெருகப் பெருக, ஒவ்வோர் சுரமும் வண்ணமயமாய் ஒளிர்ந்தன. சுரங்களும்

வண்ணங்களும் கலந்த புதுமை கண்டு அதிசயித்தேன்.. வாய் மூட மறந்தேன். சப்த கன்னிமார் சிந்திய சுரச் சுரமும் வண்ணங்களும் சிந்திய நீரில் எழுந்த அலைத் திவலைகள் எங்கும் கோடி கோடி நிறங்கள் பிறந்து ஒளிர ஒளிர வட்ட ஒளிவெளியில் நிலைத்தன...

..நிறவொளிக் கன்னியர் கால்கள் உதறிய திவலை களை விழுங்க ஆழ்மடு நத்தையும், ஊமச்சியும் துள்ளிய துள்ளலோடு; கால அழகில் உறைந்த மீன்களின் நிலை கண்டு சிரித்த சப்த கன்னியரில் கடைக் கன்னி மடு மீது நின்று மாயஞ் செய்ய, மடுவுள் பாயத் தோதாய் நின்றாள்...

..கள்ளேற்றும் வடிவும், வளைவுகளில் வனப்பும் மின்ன, முக்காலம் உணர்ந்த ஞானியரும் கண்டு மனம் தடுமாறும் பெரும் ஈர்ப்போடும் பாய்ந்து குதித்தாள் மடுவுள். அலைகள் தளும்பிய குட்டத்தில் மற்ற அறுவரும் விண் வதியும் தேவாதிதேவர்கள் விடும் ஏக்கப் பெருமூச்சைக் கேட்டும் கேளாமல் குதித்தார்கள். மடுவில் இங்குமங்கும் நீந்தினார்கள். ஒளி வனப்புகள் நகரக் காணும் வரமான வரத்தை எப்படிச் சொல்வேன்... நிறங்கள் வனப்பேற அலைந்த கோலத்தைத்தான் எப்படிச் சொல்வேன்... எப்படிச் சொல்வேன்...

..பகல் போதுகளில் மேய வந்த மறிகளோடும்; மாடுகளோடும்; பொதி சுமந்த கழுதைகளோடும்; திட்டிச் சீமிக்கும் பெண்களோடும் நீங்கள் கலக்கிய தேர் மடுதான் தோற்ற மயக்கமாய்க் கன்னியரோடு உயிர் பெற்று: புதுக் காட்சியாய்த் தொடர.. கணங்கள் சில கடந்தன...

..கன்னியருள் ஒருத்தி மடுவின் கரையேறி வாளுக வெளியில் படர்ந்து பரவிய கோலங்களைப்

பார்த்தாள். ஒயிலழகைக் கண்டு நாணிய கோலங்கள் நெளிந்தன. பாவிய மணலில் பாதங்கள் அழுத்தா மாய நடைகொண்டு மெல்லென நடந்த மாயக்கன்னி நெகிழும் கோலத்தின் முனை பிடித்து இழுத்தாள். புடவையென வந்தது மணல் கோலத்தோடு. இழுத்த புடவையின் கோலப் புள்ளிகள் உதிர்ந்து, கோலப் புடவை சல்லடையாய் இருக்கக் கண்டாள் கன்னி; கண்டவள் மணல் பிடி எடுத்துத் தூவினாள். மாயம் நெய்த மணல் புடவை தயாராய் வந்தது: கயலாட்டமாட...!

..மடுவிறங்கிய கன்னி மற்ற கன்னியரைப் பேசாக்குரல் கொண்டு அழைத்தாள் மீன் பிடித்தாட. ஆளுக்கொரு முனை பிடிக்க, மற்றவர்கள் பார்த்திருக்க மூழ்கினர் மடுவுள் தோள்வரை. கன்னியர் கயலாடும் விளையாட்டைக் கண்டு மகிழக் கரையேறின அத்தனைக் கயல்களும். வலையில் சிக்கா மச்ச வர்க்கம் போக்குக்காட்ட வெற்றுப் புடவையைக் கண்டு வாடினர் கன்னியர் சட்டென. ஏழு வதனங்கள் வாடும் அழகைக் கண்ட மீன்கள் வானேறி மழையென இறங்கி விழுந்தன புடவையில். துள்ளின.. வண்ணங்கள் பொலிந்த சில்லுகளாய் மின்னின. சப்த கன்னியர் முகமெலாம் மென் நகையேறி மலர.. மலர.. உதறி, உதறி மீண்டும் முனைந்தனர் மடுவுள் விழுந்த கயல் களைப் பிடிக்க. கரையேறிய மச்ச வர்க்கம் ஆரவாரித்து ஆர்ப்பரிக்க நாணிய கன்னி உதறினாள் புடவையை. மணலாய் உதிர்ந்து மடுவில் கரைந்தது கோல மணல் புடவை...

..கன்னிமார் ஆடச் சிதறும் நீர்த் துளிப் பெருக்கை விழுங்க மேலெழ வந்த ஊமச்சிகள் கன்னியர் முகம் பார்த்துச் சிருங்காரம் இசைத்தன. இசை கேட்டு நத்தைகள் வந்தன; நண்டுகள் வந்தன; நீர் மறைவில்

அலைந்துலவும் நீரரவுகள் வந்தன; கெண்டை, வாளை, விலாங்கு, கெளுத்தி, அயிரை, நெத்திலி, குரவை, தலைப்பிரட்டை என இருக்கப்பட்ட நீருயிர்கள் மேலெழுந்து நடனமாட; தெள்ளுப் பூச்சிகளெலாம் நனைந்தும் நனையாமல் உடனொத்து ஆடி ஓடின நீரின் மேல். களிப்பெய்திய கன்னியர்கள் தேர்மடுத் திரிகல்லில் அமர்ந்து இசையொத்தாடிப் பார்த்தபடி இருந்தனர்...

..எத்தனை யுகங்கள் கடந்ததோ நானறியேன்...

..தேர் மடுவின் ஆரவாரம் அடங்காப் பெரு மகிழ்வாய் இருந்த காலம் கன்னியர்கள் என்னைக் காணவில்லை. என் மனமெலாம் மடு காட்சிகள் நிறைந்தெழ நிலை குத்திய நோக்கோடு பார்த்திருக்க: அடுத்த காட்சி தொடங்கியது...

..மடுவின் நீர் வெளியில் அறுவர் ஆளுக்கொரு திசையில் நிற்க, நடுவில் நின்றாள் ஒருத்தி. நின்றவள்.. மடு மேல் அலைந்த நீரினைக் கைகளால் அள்ளி உருட்டி ஒளியது போர்த்திச் செய்தவொரு பந்தினை உயர எறிய; கன்னியரெல்லாம் சேர்ந்தாடும் பந்தாடும் நீர்ப் பந்தாட்டம் தொடங்கியது.

திசைகள் மாற்றி, திசைகள் மாறி ஆடிய ஆட்டம் வெறும் புனலாட்டமல்ல. ராசாதி ராசன்கள் சுயம்வரம் ஏறிப் பார்த்த பெண்களும் ஆடாத ஆட்டம். இந்திராணியும், அப்சரசுகளும், முனி பத்தினிகளும், தேவலோக கன்னியரும், பேரழகு பொலியும் ராக்கதப் பெண்களும் என எத்தேசப் பெண்களும் ஆடாத ஆட்டம், யாரும் காணாத மாய ஆட்டம்...

நீர்ப் பந்து உயரப் பறந்தது. மடுமீது நின்று பார்க்கும் மதியின் ஒளி சிந்தும் எல்லைவரை பறந்தது. பந்தாடும்

நீர்ப் பந்தைக் காணும் ஆர்வம் மேலெழ மடு வாழும் அத்தனையும் மேலெழுந்து ஆர்ப்பரித்தும் நீர் பந்தது உடையா மாயமென்ன மாயமோ நான் அறியேன்..

..நீர்ப் பந்து நிலவென ஒளிர்ந்தது நிலவொளியில். சிதறும் துளிகள் நட்சத்திரங்களென மின்னின.. பந்தில் சிக்கிய மீனொன்று களிப்பில் பூரித்து மகிழும் கோலம் பார்த்த மடு வர்க்கம் அத்தனையும் மேலெழுந்து பாய்ந்தன நீர்ப் பந்தை நோக்கி. இப்படியும் அப்படியும் தூக்கிப் போட்டு ஆடிய மாயப் பந்தாட்ட வேகத்தின் விசையில் திசையெங்கும் பாய்ந்தன மடு வாழ் உயிர்கள்...

..தேர் மடுத் துறை மீன்கள் ஒன்றுக்கொன்றாய் முந்தி நீர்ப் பந்துள் நுழையப் பாய்ந்தன. நுழைந்த மீன்கள் கனமது தாங்கா நீர்ப் பந்து தெறித்து விழுந்தது மடுவில். சிதறி விழுந்தன மீன்கள். மீண்டுமொரு பந்து செய்தாள் மற்றொரு கன்னி. தொடங்கியது ஆட்டம். உடையும் பந்து மீளச் செய்வதுமாக கன்னியரும் நீர் வர்க்கமும் ஆடிய ஆட்டம் பெருகி நீண்டு பல நாழி கழித்து நீராட்டம் முடிந்தது.. அது எத்தனை நாழிகள் நடந்ததோ.. எத்தனை யுகங்கள் நடந்ததோ நானறியேன்..!

..சப்த கன்னியர் காட்டிய மாயக் காட்சிகளைப் பார்த்து மருண்டு அதிசயத்து விழுந்தேன் மணலில். மல்லாந்து விழுந்து விசும்பை வெறிக்கச் சடுதியில் அங்கு ஓர் அதிசயம் நடந்தது... அது என்னுள் நடந்ததா..? எனக்கென நடந்ததா நானறியேன்..!

..சப்த கன்னியர் அழகெலாம் தோற்கும் மாபேரொளி வண்ணமாய், வார்த்தையும்; வார்த்தையின் பொருளுமாய்; பொருளின் சுவையுமாய்; சுவையின்

மணமுமாய் விஞ்சும் மாயப் புதுக் கன்னியொருத்தி: பேரொளியொன்று பொங்கப் பொங்க இறங்கினாள், கன்னியர் புனலாடிக் கொண்டிருக்கும் தேர் மடுக் கரைக்கு...

மணல் நோகா அடி வைத்து அருகில் வந்து வாளுக பரப்பில் வீழ்ந்திருந்த என்னை வாரியணைத்தாள். மடி மீது கிடத்தினாள்.. உச்சி முகந்து பெருமூச்சு விட, கண்ணிரண்டும் தாரை தாரையாய் வழிய என் நெற்றியில் முத்தம் பதித்தாள். பதித்த முத்தச் சத்தம் பெருஞ் சத்தமாய் பெருகி ஒலிக்கக் கேட்ட சப்த கன்னியரும் சற்று நின்றனர் துணுக்குற்று. காணாப் புதுமையைக் கண்டதுபோல் நாணினர் கண்ணுற்று. செய்வது என்ன, செய்யப்போவது என்னவென யோசிக்க வொண்ணாத கன்னியர் ஆற்றாமை கொள்ள இசை நிறுத்தி; மணம் நீக்கி; நிறம் மறைத்துத் தானும் மறைந்தனர். வட்ட ஒளி மறைந்தது; மீன்கள் நீந்தின; நத்தைகளும் ஊமச்சிகளும் அமிழ்ந்தன.. மடு நிலைத்தது...

சப்த கன்னியர் சட்டென மறைந்து போக.. வந்தமர்ந்த புதினக் கன்னி யார்..? புத்தி தெளியப் பார்த்தேன்.. அவள் என் மாயக்கன்னி. என் உயிர் கலந்த கன்னி. கன்னியரில் நான் தேடிவந்த என் காதல் கன்னி. அவள் சிந்திய ஒளி என் உள்ளமும் உடலும் ஊடுருவி கூனி மேடு தொட்டு, நாகலா மலை தொட்டுப் பரவியது.. கண்ட கண்கள் கூசவில்லை.. ஒளியது மையலொளி...

..மையலால் கருணை வழிந்த காதல் தோய்ந்த கரமது எடுத்து என் கண்களில் நான் ஒற்ற, என் கைகளை எடுத்துத் தானும் ஒற்றினாள் அக் கன்னி. ஆரத் தழுவி, ஆரத் தழுவி ஊடுருவிப் பார்த்தாள்.. ஐயகோ! என் மனதில் தங்கிய கன்னி.. அவளேதான்... ஓங்கிப் பெருங் குரலில் அழுதாள்...

..புராண நாத! பித்தா! என் மன்னா..! சென்ம வினையெனத் தொடரும் என் புராணா! என்ன செய்வேன் ஐயகோ! என்ன செய்வேன்! என் கை நனைந்த கண்ணீரும் காயாதா! என் மனம் குளிர மாங்கல்யம் வாராதா? என் அருவுடல் உருவுடல் கொள்ளாதா! பிராணனே என் நர பிறவி திரும்ப ஒரு வழியுண்டா..? பித்தனே..! மன்னனே..! மன்னனே...!

..என்று அவள் கரைந்தழுத கண்ணீர் தாரையாய், அருவியாய் வீழ்ந்து மடுவில் சேர; கரித்த நீரின் உப்புணர்ந்த மச்ச வர்க்கமும் சேர்ந்து அழுகை கூட்ட; மடுவே கரித்தது. என் காதல் கன்னியும் மச்ச வர்க்கமும் சேர்ந்து அழுத ஓலம் காதடைக்கக் கண்ணை மூடினேன். சற்று ஆசுவாசப்படுத்திக் கண்ணை மீண்டும் திறந்தேன்..

..ஐயகோ... என் காதல் கன்னியைக் காணவில்லை..! என்னோடு ஆதியில் வந்தவள். காதலில் கலந்தவள். நான் செய்த பொல்லாப்போ.. என் முன்வினை செய்த பொல்லாப்போ... நானறியேன். அரவமற்ற ஓரிடத்தில் மாண்டு மண்ணாகியிருந்தாள் ஒரு நாள். வாடிக் காய்ந்த அல்லிபோல் இருந்தாள். அன்று போனவள்.. கன்னியரைக் கண்ட நேரத்தில் இடையில் வந்தாள்..! இதயத்தில் நின்றாள்..! எங்கு போனாள்..? யோசனை எனை அழுத்தப் பார்த்தேன்: எங்கும் இருள்..! இருளான இருள்..! நான் கண்ட முதல் இருள்..! என் வாழ்வின் மாறா இருள்....!!

..கன்னியர் கதை கண்ட கோலமிதுதான்... கோலமிதுதான்...இதுதான்....

◆ ◆ ◆

எனச் சொல்லி முடித்த கண்ணாயிரம் கண்களில் தாரை தாரையாய் வழிந்த நீர் போட்ட உப்புக் கோலம் முகமெங்கும் பரவியிருக்க.. கதை கேட்ட கூட்டமும் விம்மிக்கொண்டிருந்தது. நிழலை விழுங்கிய அந்தி இருள் கவிழ்ந்த நேரம் கண்ணாயிரம் சொன்னான்...

மொண்ணேட்டு மக்களே கேளீர்..! ஏழு கன்னிமார் தோற்கும் பேரழகி; ஒளியின் ஒளியழகி; வடிவழகி; மாயக் கண்ணழகி; அவளைக் காண இப் புது ராவில் மீளப் புகுவேன். என் மாயப் புதிரை மேலும் இறுக்கிக் காலச் சக்கரம் கடப்பேன்...! கடப்பேன்...! கடப்பேன்...!

என்று கூறி நாகலா மலை முகட்டுத் திசை நோக்கிப் பாய்ந்தான்... மறைந்தான்.

21
எட்டுக்காலி

நாகலா மலைச்சாரல் பக்கம் பாய்ந்து, யாரும் காணச் சாகசப் பயணம் போன பித்தனின் கதையைப் பேசாத வாயில்லை; கேட்காத காதில்லை. எங்கும் கதை பேசிக் கதை பேசிக் கழிந்தன பொழுதுகள். போன பித்தன் திரும்புவானோ! இல்லை திரும்பா வழி மாய்வானோ! எனச் சிலரும்: பித்தன் சொன்ன சுவனம் நரகம் பயண வழிப் படலம் கேட்டுக் காய்ச்சல் கொண்ட சிலரும்: அவன் தாவிப் பாய்ந்த சாரல் பக்கம் மாயமான வழி கண்டு காய்ச்சல் கொண்ட சிலரும்: அவன் அழுது கசப்புக் காட்டிய மாயப் புதிர்

பேரழகி அறிய வீங்கிய சிலரும்: எனச் சுகமிழந்த யாவரும் புலம்பலும் முனகலுமாய் உழல சேரியரைச் சங்கை கூடித் துரத்தி விரட்டியது மனதுள்.

அன்னம் பிடித்துச் சுற்றிய கழிப்பும் பலிக்காமல்; சுற்றிப் போட்ட உப்பு அடுப்பில் கனன்ற எருமுட்டை நெருப்பில் பொரியும் வெடியொலியோடு கழித்த கழிப்பும் பலிக்காமல்; கைப்பிடி தொடப்பக் கட்டையும் கொளுத்த உயர்ந்தோங்கிய சுவாலையும் கருகி வீணாகிப்போன கழிப்பும் பலிக்காமல்; பம்பை அடித்து உடுக்கையடித்து ஓட்டிய வேப்பிலை விளாசலும் பலிக்காமல்; போன சுகம் வரவில்லை சுகவீனப் பிரியருக்கு: சுகவீனம் சுகமாயிருந்தது பித்தேறிய பிஞ்சுள்ள பொடியருக்கு.

சுரத்திலும் உறக்கத்திலும் பிதற்றலாய்ப் பித்தனும்; பித்தனின் கதையும் பொங்கிப் பெருக சேரியும்; ஊரும் கனாக் காய்ச்சலில் காந்தக் காந்த கனன்று கொண்டிருந்தன நாளும்..

பித்தன் சாகசம் கேட்ட செம்பேட்டுக் கிழவன், பெங்கிக் கிழவன், பச்சைத் தாத்தன், ஓசூரான், ஹுக்கை, தனமணி யாவரும் யோசித்தனர் நாள் முழுசும். பித்தன் பயணம் கால் முளைத்த கதையா? அவன் மை தேட பிணம் தேடி அலைந்த ராவில் மோகினியடித்துக் கலங்கிய கலகத்தில் கண்ட சொப்பனமா? எனக் கேள்விகள் கிளர்ந்தபடிக் கிளர்த்த; சாகசப் பயணமாய்ப் பதிலும் சுருள் சுருளாய் எழுந்தபடி இருக்கின்றன எல்லோரிலும்.

சேரியின் கதைகாரன்; அடவு கட்டி ஆட்டம் போட்டு ஆள் மயக்கும் கட்டைக் கத்திக்காரன் செம்பேட்டுக் கிழவன் குறு நகைத்தான். ரா முழுசும் தண்டில்

ஏற்றிய திரிவிளக்கு நிறம் மாறி ஒளிர்ந்த செம்மஞ்சள் வெளிச்சத்தில் உத்திரத்தில் எட்டுக் கால் பின்னும் வலையைப் பார்த்தபடி குறுநகையாய் நிலைத்து வெறிக்க வெறிக்க வலையுள் நுழைந்தான்... எட்டுக்காலியென வலைப் பின்னலில் விழுந்தான்.

எட்டுக்காலி பின்னிய வலை பெரும் பெரிதாய் வளர்கிறது. இழைகள் தடிக்கின்றன; முடிச்சுகள் கனக்கின்றன. வளரும் வலை உத்திரம் தாண்டி; வீடு தாண்டி, மரம் தாண்டி; வீடுகள் பல தாண்டி; சேரியும் தாண்டி வளர்கிறது... பெருக்கிறது. வளரும் வேகம் பெரு வேகமெடுத்து வளரும் வலை அறுந்து தெறிக்கிறது. பற்றுக் கழிகள் பிடுங்கிப் பறந்து எட்டுத் திக்கும் பாய்கின்றன. பற்றினை விட்ட எட்டுக்காலி அந்தரமாய் விழுகிறது கூனி மேட்டில்.

எட்டுக்கால் சிலந்தி வளர வளரச் சிலந்தியாய் வளர்கிறான்; எழுகிறான் செம்பேட்டுக் கிழவன். பற்று முடிச்சைக் கூனி மேட்டில் கட்டிய நொடியில் மாயக் கயிறிழுத்து நாகலா மலைக்குப் பாய்கிறான்; அங்கு கட்டிய நொடிக்குப் பின் பேட்டைக்கும்; அங்கு முடிந்து சீயம்பாக்கம் பாய இடைமறித்த பித்தன் தானும் சிலந்தியாகிப் பாய்கிறான் பற்று முடிச்சிக் கட்ட... பித்தனிடம் பிடுங்கி பச்சைத் தாத்தனும்; அவனிடம் பிடுங்கி பெங்கியும்; அவனிடம் பிடுங்கி ஓசூரானும்; ஓசூரானிடம் பாலன் பிடுங்க; பாலனைப் பற்றி வூக்கையும்; வூக்கையைப் பற்றி முசுடனும்; அவனிடம் பிடுங்கி தனமணியும்; அவளைப் பற்றிய பெண்டிரும்; பின் பொடியரும் எனக் கூனி மேடு தொட்டு நாகலா மலைச்சாரல், சீயம்பாக்கம், சித்தம்பாக்கம், செம்பேடு, சோந்தம், வெங்கல், பூண்டி, மலானூர், கீழானூர், வேம்பேடு,

விளம்பி, வெல்லூர், தாமரைப்பாக்கம், ஓதப்பேய், மெய்யூர், மாம்பாக்கம், வேளகாவரம், சிரணம்புதூர், மதனம்பேடு, ராசாபாளையம், பேட்டை, கண்டிகை, எறையூர் என மொண்ணேடு மையம் கொண்டு: சிலந்தியென வலையேறும் சேரியரில் ஒருவனாய் குறு நகைக்கிறான் செம்பேட்டுக் கிழவன்.

விசும்பில் பயணித்த பித்தனும், வடக்கில் பயணித்த தனபாலனும் கொண்டு சென்ற முடிச்சை எப்போது பற்றுவது? அவர்கள் கொண்டு போன வழியெதுவோ? அவர்கள் திரும்பத்தான் கொண்டுவரும் நாளெதுவோ யார் அறிவார்? எட்டுக்காலியின் மாய முடிச்சைத் தெரிந்தவர்கள் தானும் எட்டுக்காலியாகிக் கொண்டு வரும் சூக்குமம் வருமா..? பல ரூபம் காட்டி; பல கோலம் காட்டி; மாய்க்கும் சாகசம் காட்டி; வரும் கதைவெளிக்கு நாயக நாயகிகள் கேட்போர் தானே.. செவிகள் தானே.. மீளும் நாளும் வரும்.. வரும்.. யோசித்தபடி இருந்தான் செம்பேட்டுக் கிழவன்.

தண்டில் வைத்த காடை வற்றி வெளிச்சம் அயர்ந்தது. உத்திரத்தில் துள்ளிய பல்லியின் வாலறுந்து துள்ளும் துள்ளலில் சிதறிய தூசிப் படலம் நாசியேறத் தும்பும் கிழவன் விழிக்கிறான்..

சிலந்தி பின்னிய வலையறுந்து மீளக் கட்டும் வேகம் கண்டபடி கீழ் வானம் பார்க்கிறான். வெள்ளி முளைத்துப் பாகை மாறிய தெளிந்த வானில் அருகில் பறக்கும் மின்மினி கண்டு மூச்செறிகிறான் செம்பேட்டுக் கிழவன்...!

22
கெடுவூழ்க் குறிகள்

பித்தன் கதையும், பச்சைத் தாத்தன் பட்டமும் விதைத்து வாரம் இரண்டாகிறது. பாசி படிந்த கால்வாய்கள் கரும் பச்சையென வறண்டு கிடக்கின்றன. விதைத்த கழனிகளில் ஈரம் உலர்ந்த பாத்திகளில் சாணி மொத்தைகளைத் தேடிக் கண்டு உருட்டிச் செல்கின்றன வண்டுகள். ஈரம் பட்டு உயிர்த்த நத்தைகள் தூவானம் எதிர்பார்த்து வெள்ளி வரிவிட்டுத் திசையற்ற பயணம் போகின்றன பாறைகளில். கூரை பிரிக்கும் காற்றுச் சுழலெடுத்து அடிக்கும் முன்மாலைப் பொழுதுகளோடு, ராவும் பகலும் கூழும் கதையுமெனக் கழிந்த

நாட்களில்; பித்தனை மெல்லும் வாய்களில் குறத்தி அகப்படாமல் தப்பித்த மாயம் உணர்ந்து திடுக்கிட்டான் செம்பேட்டான் தன்னுள்.

குளிர்ந்த வைகறை சாணித் தெளிப்பு அரவத்தில் கோமிய வீச்சம் நுகர்ந்து வந்த சாரை ஒன்று காலரவம் கண்டு திசைமாறிச் செம்பேட்டான் தூங்கும் திண்ணையில் ஏறி அவன் கால்களில் ஊர்ந்த மழ மழப் புணர்ந்து பதறி உதறினான் தூக்கத்தில். தூர விழுந்த சாரை ஓடி மறைந்தது அருந்ததி இருட்டில்.

மழ மழப்பின் அருவெறுப்பில் விழித்த கிழவன் துண்டை உதறி எழுந்து நடந்தான் கீழ்வான இருட்டில். வழிகண்டு பழகிய கால் நடக்க யோசனை மீற அருந்ததி பார்த்துச் சுருக்கென்றது நெஞ்சுள்.

ஈசான மூலையில் வைகறை பூக்கும் அருந்ததி இன்று தென்கடல் திசையில் ஒளிர்ந்த நிலை கண்டு மனக் கிலேசம் தோன்றியது. காலை காட்டும் கோலம் கொடுங்கோலமாய்; தூமகேது வீழும் கோலமாய் இருக்கும் என்றெண்ணிக் கலங்கினான் செம்பேட்டுக் கிழவன். விடிந்த பின்னும் யாரிடமும் சொல்லாமல் உள்ளுக்குள் குமங்கினான். நாட்கள் கரைந்தன...

பெருங்குவியல் கூழாங் கல்லிடுக்கில் நெடுகி நிற்கும் ஒற்றைக் கூந்தற்பனை பூத்துக் குலுங்கி திங்கள் இரண்டு போய்விட்டது. மாமரத் தோப்பு பூப் பூவாய்ப் பூத்த வெங்கோலம் தொடர்ந்தும்; கூந்தற் பனை பூத்த சகுனம் முடிந்தும், அருந்ததி திசை மாறி முளைத்தும் கெடு ஊழ் காட்டி நிற்கிறது. இன்னும் ஊழ்க் குறிகள் எத்தனையோ..?

கழனியில் கழித்து, பச்சேரி மேல் வீதி தாண்டிக் கடந்தால் பள்ளப் பாத்தி வரும். காலையும்

வெளுத்தேறியது; காக்கைகள் கரைய, வானுயர்ந்த மூங்கில் புதரின் உச்சியில் கூடுகட்டிக் கீச்சிடும் காதல் தூக்கணாங் குருவியோசை கேட்டு நடக்கிறான் பெங்கிக் கிழவனுடன் செம்பேட்டுக் கிழவன்...

காலை நக்கல்களும்; சரச கிண்டல்களும் செவி கொடுக்காத நடையுடன் நடக்கின்றனர் ரெண்டு பெரிசுகளும். கழைகளின் நெடு உச்சியாடிய தூக்கணாங் கூடுகளை வெறித்த பெங்கிக் கிழவன் நெஞ்சு துடித்தது. நீண்டு துருத்திய கழை சிணுக்கெங்கும் முகைச் சரங்கள் அடுக்கடுக்காய் முகிழ்ந்த கோலம் கண்டு திகைத்தான். செம்பேட்டானைத் தட்டி அதைக் காட்ட அவனும் திடுக்கிட்டான் மூங்கில் பூத்திருக்கக் கண்டு..! பேசாமல் கொள்ளாமல் கடன்களைக் கழித்துக் காலையைக் கடந்தனர் கிழவர்கள்.

வீடு சேர்ந்த செம்பேட்டான் எதிர்வரும் கெடு ஊழ் காட்டும் மூன்று சகுனங்கள் நினைத்து மருக; வாடிய முகத்தில் இருண்ட ரேகைகள் ஓடிய நெற்றியோடு பள்ளி கொள்ளும் திண்ணையில் குந்தித் தலை கவிழ்த்தான். எதிர்வரும் ஊழ் கெடுத்தழிக்கும் வகையைத் தடுப்பது எப்படி? பேசப் பார்ப்பது யாரை? நிலையற்ற மனதுடன் ஓசூரானைக் கண்டு பேச நடந்தான் செம்பேட்டான்...

கோவணத்தை இறுக்கிக் கட்டி; புல் செதுக்குப் பாரையைத் தண்டமெனப் பிடித்து ஆண்டியைப்போல் கிளம்பிய ஓசூரான் நடையில் ஒத்தாசையாய்ச் சேர்ந்து நடந்தான் செம்பேட்டான். சந்து தாண்டி, வீதி தாண்டி, புல் செதுக்க நாணல் விளைந்த ஏரிக்கரை மேட்டில் ஏறிய இருவருடன் வந்த காராம் பசுவும் சேங்கன்னும் கூசியடித்துக் கட்டிய வெளியில் மேய; செதுக்காத

புல்லில் குந்திய செம்பேட்டான் சொன்னான் சகுனக் கேடுகளை.

செதுக்கிய புல்லடையைக் குவித்துக் குவித்துக் கேட்ட ஓசூரான் சொல்லத் தொடங்கினான் தன் பதிலை....

..கூந்தற் பனை பூத்த நாளும்; மாம்பூக்கள் பெருத்த மாதமும்; அருந்ததி திசை மாறித் தோன்றிய காலமும்; மூங்கில் பூத்து அரிசி கொட்டக் காட்டும் காலத்தோடு; சுடுகாட்டுப் பாதையெங்கும் எருக்கும் ஊமத்தையும் சடைத்திருக்க; மணல் அலைந்த ஆற்றோரம் வசும்பு காய்ந்து மணக்கப் பார்த்தேன். வானம் பொய்ப்பதற்கு வருகுறி காட்டும் சகுனமென நிலையுணர்ந்து நானும் கலங்கிவிட்டேன். கூத்தாடிக் கிழவனே செய்வதற்கு ஏதுமில்லை. விட்டது விடட்டும், நடப்பது நடக்கட்டும்... என்று சொன்னான் ஓசூரான்.

நிலைகொள்ளா மனத்தினால் சஞ்சலம் சடைத்த செம்பேட்டானுக்குக் கேள்விகள் குடைந்தபடி இருந்தன. பருவம் பொய்த்து, பாலை படர்ந்து நிலமெலாம் குமைந்து, வதங்கிய மக்களெல்லாம் மனங்குளிரும் நாள்கள் வருவதெப்போ..? யார் சொல்லி யார் தீர்ப்பார் வேனல் வெம்மையை..? குற்றம் குறை தீர்க்கக் குறி கேட்டால் என்ன..? குலச் சாமி குலவை வைத்து வரம் கேட்டால்தான் என்ன.. எனக் கேட்டான் ஓசூரானிடம்...

நீள யோசித்த ஓசூரான் பதில் சொன்னான் சூசகமாய்..

..செம்பேட்டுக் கிழவனே.. காலச் சக்கரம் கர்ம பூமி, போக பூமியாய்ப் பிளந்து ஒன்றை விட்டு ஒன்று

பிரியாமல் தொடர்ந்து சுழலுவது புதிதல்ல.. ஏறு காலத்திலும் இறங்குங் காலத்திலும் கர்ம பூமியைப் போக பூமி தொடர்ந்து வரும். இந்த இரு காலத்திலும் இரு பூமி நேரத்திலும்: நல் நல்காலம், நல் காலம், நல் தீ காலம் என நாலில் ஒரு பங்காய்ப் போக பூமி இறங்குங் காலத்திலும் சுற்றி வரும். தொடர்வது இறங்குங் காலமல்லவா..? அதிலும் தொடரும்: தீ நல் காலம், தீ காலம், தீ தீ காலம். இது கால் பாகக் காலம் கழிய; ஏறு காலத்தில் மறுபடியும் இதுவே தொடரும். சுழலும்.. காலக் கணக்கை மாற்றுவார் யார்..?

நிறுத்திப் பார்த்த ஓசூரான் மீண்டும் தொடர்ந்தான்..

..காலச் சக்கரத்தை உருட்டுவதும், நிறுத்துவதும் நம் கையிலில்லை. பொதிக் கழுதையும் மானுடப் பிறவியும் மணம் கொள்வதாலும் பயனொன்றும் பயப்பதில்லை. மணி மாடுகள் வண்டிப் பாதையைத் தொடர்வதுபோல; காலச் சக்கரம் நிற்காது.. என்றும் தடம் மாறாது. சுற்றும்.. சுற்றும்.. சுற்றியபடி இருக்கும். நீயும் நானும் மட்டுமல்ல யாரும் யாவரும் சக்கரச் சுத்தலில்தான் சுற்றி வருகிறோம். மாற்ற நினைக்காதே. மருகிப் போகாதே.. வருவது வரும், நல் வினையாக வரும்.. சக்கரக் கணக்கு பிசகும் சில வேளை.. அது நல் வினையோ? தீ வினையோ? நம்மைத்தான் சேரும். மூப்பனே காலச் சகுனமும் ஆனதினாலே கண்டோம்...என்று நிறுத்தினான் ஓசூரான்.

பேசாக் கணங்கள் கரையக் கரைய அமைதியா இருந்தான் செம்பேட்டான். ஓசூரான் சிரைத்தபடி இருந்தான் புல்லடையை விரைவாய். அவன் செதுக்கிப் போட்ட பசும் புல்லை மென்று அமர்ந்து

அரைக்கிறது காரம்பசு சேங் கன்னோடு...! மாட்டிற்குத் தண்ணி காட்ட எழுந்தான் ஓசூரான்.

குமுதக் கொடித் தண்டுகளுரசி நீந்தும் தட கெளுத்தி துள்ளும் துள்ளல் கண்டு அந்தரத்தில் நின்ற சிரல் நீலச் சிறகுகளசைய செம்பொன் அலகு தாழ்த்தி நேரே பாய்கிறது நீரில்.. நீந்தும் மாடொன்று வரும் வேகம் பார்த்து.. சிக்கிய கெளுத்தியோடு பறந்தது மகிழம்பூ மரம் நோக்கிய சிரல்...

சகுனம் பேசிய ரெண்டு பேரும் முடிவு பெறா ஏக்கத்தோடு அவரவர் கழனி போகப் பிரிந்தனர் வெயில் ஏறும் முன்னே...

வெங்கதிர் பனை உச்சி நின்று சாயும் முன்னே பரவின கெடு ஊழ் காட்சிகள். கை முளைத்து கால் முளைத்து கந்தூரி கட்டி அது திசைக்கொன்றாய்ப் பரவியது சேரி ஊரெங்கும். நடப்பது நடக்கட்டும்; சேர்வது சேரட்டும். சகுனத் தடை வராத சகுனமது; கெடு ஊழ் சகுனமது. காட்டுவது காட்டட்டும்.. சோர்ந்து கிடந்தான் செம்பேட்டுக் கிழவன்...!

23
பஞ்ச சுரம்

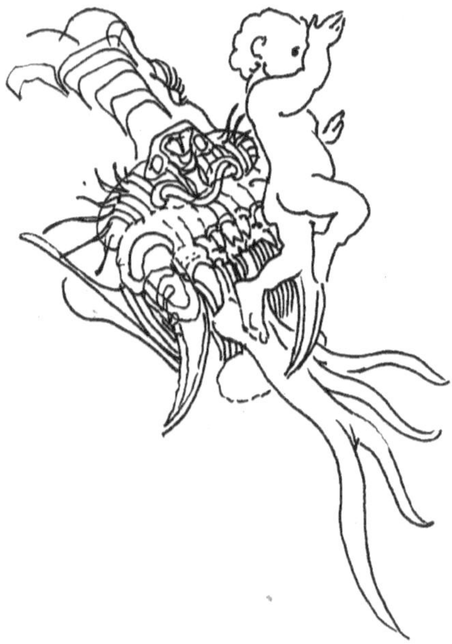

கரையுடைந்த ஏரிக்கரை மகிழம் காய்க்கத் தொடங்கி வாரம் ஒன்றாகிறது. காய்த்த முட்டைக் காய்களில் காஞ்சி வண்ணம் பொலிய பழுத்த வாசனை பரவிக்கொண்டிருகிறது காற்றில். கரையோரப் பள்ளமெல்லாம் மண்டிய கடற்பால் மண்டைகளோடு, எருக்கமும் ஊமத்தையும் சடைத்திருக்க; அங்கொன்றும் இங்கொன்றுமாய் வாசம் வீசும் வசம்பு வாடிக் காய்கின்றது.

நுணாவும் ஓடையும் வளர்ந்திருந்த தூரக் கரை மேட்டில் பச்சைப் பசேலென்று படர்ந்திருந்த நீலக்கிரந்தி; செம்பழக் கோவை, முடக்கத்தான் கொடிகளும் பச்சை குறைய வாடியிருக்கின்றன.

நாலுபுள்ளி வண்டு, கொம்பு வண்டு, கலைமான் வண்டு, ஓலை வண்டு, செத்தை வண்டு, பிள்ளைப் பூச்சி, வெட்டுக் கிளி, தத்துக்கிளி, தேன்வண்டு, கருவண்டு, பொன்வண்டு, சிள்வண்டு என வண்டு வர்க்கமெலாம் பெருகிப் பெருகி ஊர்கின்றன எங்கும். தாழப் பறக்கும் உள்ளான்கள் அலகு பிளந்து பறக்கும் வேகத்தில் வேட்டையாடுகின்றன சிதறப் பறக்கும் சிறு வண்டுகளை.

வரப்பில் ஓடும் பொடியர் கூட்டமெனச் சித்தெறும்பும் தேனெறும்பும் வரிசை வரிசையாய் ஊர்ந்திருக்க, படை கலைந்த சிப்பாய்களைப்போல் கலைந்தோடும் செவ்வெறும்புகளும் குட எறும்புகளும் அலைகின்றன பொந்துவிட்டு. சாரி சாரியாய் உடல் கடுத்த உழைப்பாளிகளாய்ப் பெருமூட்டை சுமக்கும் கட்டெறும்பு எல்லாம் செத்த வண்டுகளை இழுத்துப் போக; எங்கும் வண்டுப் பிணங்களின் பாடைகளென நகர்கின்றன நீரற்ற வெளிகளில்.

மாலை தொடங்கி இருளேறும் போதில் சின்னஞ்சிறு வவ்வால்கள் பெருகிப் பறந்தன. திசை தப்பிப் புகை மண்டிய வீடுகளுக்குள் பேசாக் குரலோடு நுழைந்து வெளி வருவதுமாய் இருந்தன. பெருங்கூகைளோடு பழந்தின்னி பெரும் வவ்வால்களும் பெருகிப் பறந்தன.. கூரைகளில் உட்கார்ந்த கூகைகளின் அலறல் முன்னிரவில் கேட்ட யாவரும் கலங்கினர்.. இது என்ன சகுனக் கேடா..?

கூனி மேட்டில்; பாத்தியோரங்களில்; பனந்தோப் படியில்; கிணற்றடி ஓரத்தில் என அங்கிங்கெங்கும் வளர்ந்த மலை வேம்புகள் மஞ்சள் காய்களைக் காய்த்துக் குலுங்கி கருகத் தொடங்கின. மலைவேம்பு கருகத் தொடங்கிய காலமிந்த காலம் வசி நின்று கெடுஊழ் தொடங்கும் சகுனமிதுவெனச் செம்பேட்டான் சொன்ன வாக்குப் பலிதமாகி வருவதெண்ணிக் கலங்கினர் மொண்ணேட்டு மாந்தர்.

மப்புக் கூடி மந்தாரமாகிக் கலைகிறது நாள்தோறும். ஈரம் சொரிந்து ஓதம் ஏறி பச்சைப் பாத்திகள் கதிர் முற்றும் காலச் சுழற்சி வருமா? கூடிய மந்தாரம் கலைந்த நொடி அனல் எரிக்கிறது வெளியெங்கும். செய்வதறியா கையறு கை பிசைந்த சேரி சனம் நரிக்கும் நாய்க்கும் கல்யாணமாகும் வெயிலோடு; மாரி தூவும் தூறலாவது வாய்க்காதா என்றேங்கி; ஆத்தாளை, துளிர் கானகத்தாளை, வேம்பு மகர அம்பிகையம்மனை, கொடுமை மாற்றி நீக்கும் கொடுமாறியம்மனை, மாத்தாளை வேண்டி பொங்கலோடு குலவை வைத்துத் தொழுதனர்.

செக்கடியின் வட்டக் களத்தில்; செக்கு மேட்டுக் கிணற்றில் சேந்திய நீர் கொண்டு கழுவிய கல்லாத்தாள் செந்தூரம் சிவக்க, நீரும் காவியும் ஏறிப் பூங்கரகம் அலங்கரிக்கச் சிவந்திருந்தாள். பல்லாக்கள் சேர்ந்து வெந்து குவிந்திருந்த வெல்லப் பொங்கலோடு வரட்டிப் புகை கலந்து கைக்கு ஒரு சிரங்கை வாய்த்தது எல்லோருக்கும். பொங்கிப் போற்றிய நேர்த்தி முடிய செக்கச் செவேலெனக் கனன்றது அடிவானம்...

ரா முடிந்தது. இளங்கதிர் நிமிர்ந்து ஏறி வறுத்த வேளை; வெள்ளச்சி வயிற்று மகள் தனமணி அவள் பயந்த மக்கள் பூங்கையும் பஞ்சமும் பச்சைத்

தாத்தனையண்டி தார் குச்சோடு; ஓட்டிப் போன காராம் பசுவும் செம்மறிக் குட்டியும் ஓடிய ஆற்றுப் பாதையில்; இரு மருங்கில் களைத்திருந்த அரிவாள் மனைப் பூண்டும், நாயுருவியும், கருந்துளசியும் சடைத்திருக்க மேய மறுத்த நிரைகளை விரட்டி யோட்டினர் ஆற்றுப் பக்கம்.

துள்ளித் துள்ளிச் செடியிடை ஓடும் மறிக் குட்டியைத் துரத்திய பஞ்சத்தின் பாவாடையில்; பொத்திய நாயுருவி விதை முட்களை நெப்பமாய் நீக்க வந்தாள் பூங்கை. பாட்டையில் வண்டியோட்டிப் போகும் மெய்யூர்க் கிழவன் ஒருவன் பழம்படு தேறல் நெடி வீச; பொக்கைவாய் தெறிக்கத் தெறிக்கக் குரலெடுத்துக் கேட்டான் பூங்கையாளிடம்...

..ஏழு கன்னியரில் இரு கன்னியர் இங்கிருக்க எஞ் சிய பஞ்ச கன்னியர் எங்கே..? என்றான்.

..யாரிந்த பொக்கைப் பழம்? கன்னிமார் பூர்வீகம் தேடியலையும் பித்தனில் ஒருவனா? பித்த நிலை பூண்டவனா? என்றெண்ணி உள்ளூறப் பயந்தாள். பின் துணிந்து பொக்கையனைக் கேட்டாள் பஞ்சம்.

..மாடு பூட்டிச் சகடம் ஓட்டித் தேறல் நாறும் வண்டியரே! வாய் பேசா மாயக்காரி, அந்தக் குறத்தியைக் கண்டாயா? அவள் பூர்வீகம் சொல்வாயா?... என்று பஞ்சம் கேட்டாள்.

கிழவன் சொன்னான்.

..கோள்களோடு மீனுலவும் பாகைகள் நகரும் விசும்பு சொல்வேன்; ஆழ்நீர் குட்டம் நீந்தும் மச்ச வகை சொல்வேன்; திக்கொன்றாய் வனப்புடனே முகை அவிழ்க்கும் ஆயிரம் இதழ்க் குமுதமும் சொல்வேன்; அம்மா..! நீ கேட்கும் குறத்தி பூர்வீகம் சொல்ல வகையறியேன்...!

..அப்படியானால் பொத்திச் செல்லும் பொக்கையரே.. என்று சொன்னாள் பூங்கையாள்.

சின்னஞ் சிறுமிகளின் பொய்க் கோபம் ஒன்னாது என உணர்ந்து; வாய்த் தேறல் நாறிய கோழையைத் தூரத்துப்பி, கயிற்றைத் தளற விட்டுச் செவுட்டி ஓட்டினான்.. வண்டி உருண்டோடியது...

◆ ◆ ◆

காராம் பசுவோடு மறியும் புல்லோடு பொழுதையும் மேய மாலை வந்தது. வேனல் அனல் குறைய வறண்ட தண்வளி வீசியடிக்கிறது ஆற்றோரத்தில். பேசிப் பேசிப் பொழுது கழித்த பொடிச்சிகள் வாயெல்லாம் நாதேறிப் பழம் குதப்பிச் சிவந்த நாக்கை நீட்டிப் பார்த்துப் பூங்கையாள் சொன்னாள்.

..குறத்தி போனாள் வரக் காணோம்? சக்கர வட்டம் கட்டி வண்டியோட்டிப் போன தனபாலனும் திரும்பக் காணோம்? மேலுலகம், பூவுலகம், கீழுலகம் என அண்டமெல்லாம் சுத்தி வந்த பித்தனும் காணோம்? சொல்லடி பஞ்சம் செம்பேட்டு வெளுத்த தலையன் சேதியேதும் சொன்னானா?

..போனவர் போனவூர் போகத் திரும்ப நீயும் கண்டதென்ன கொண்டதென்ன? புதுப் பொங்கல் பொங்கப் பார்த்துப் பொங்காத மாரியோடு போனவர்கள் போனார்கள்; வேனல் வெந்த மணல் சுட, கானல் தோன்றும் மாயம்போலத் திரும்புவார்கள்... என்று குறி சொல்லும் கோல்காரிபோலச் சொன்ன பஞ்சம் குலுங்கிச் சிரித்தாள்.

கருமை ஏறிய வேளையில்; பெரிய பொதி மஞ்செனத் துலங்கும் நாகலா மலை பார்த்தபடி பொடிச்சியர் ரெண்டு பேரும்; செந்நிறம் ஏறிச் சிவந்த

அடிவானம் பார்த்து நடந்தனர் மணல் கரையில். படர்ந்த மணலில் சின்னத் தீவாய் காய்த்து படர்ந்திருந்த ஆட்டுத் தும்டிக் கொடியிடை தெரிந்த தும்டிக்காய் பறித்துப் பந்தாடத் தொடங்கினர். பெருகி ஓடியிருந்த புனல் விட்ட வரியோடிய மணல் வெளியில் எட்ட எட்ட நின்று போட்ட பந்து பறக்கிறது காற்றில். காய் பிடித்த கைகளில் நச நசத்த ஈரக் கசப்பைக் கண்டு கொள்ளத் தோதில்லா நேரம்...

விளையாடிய பந்தாட்டம் வியர்வையோடு விழுங்கிய நேரம் போயிருந்தது. ஆள் அரவம் அற்ற போதில் இருள் படர்ந்து கவிழ்ந்தது மெல்லியதாய். தூரக் காட்சிகள் மங்கி மருகத் தனிமையுணர்ந்த ரெண்டு பேருள் நெஞ்சில் திகில் கிளம்பியது. அடி வயிற்றில் பிசையும் விசை கேட்க, நெஞ்சாங்கூடு படபடத்தது. குப்பாயங்கள் வேர்த்து கைகளுக்குள் ஈரலித்துக் கிலி கூட்டின. இலைகள் சடைத்த கொன்றையும், பூத்து நின்ற கூந்தல் பனையும் துணையின்றி நிற்கின்றன தனியாய். ஏது நடக்குமோ எது வாய்க்குமோ என இனம்புரியாக் குழப்பம் பதற வைக்கும் சோதனையாய்க் கிடந்தது ஆறு.

மண் தட்டிய மணல் மேட்டுப் பொந்துகளில் ரா மேயக் கிளம்பிய பெருச்சாளிகள் பெருகி ஓடிய மணல் வெளி ஓரத்தில் மண் பறித்து வேர் அறுந்த வசம்புக் காய்கள் மணக்கின்றன காற்றில். எலிகள் பிராண்டும் சத்தம் கேட்டு மிரண்ட ரெண்டு பேரும் கிலி விரட்ட; வியர்த்த கைகளில் காராம் பசு தும்பு பிடித்து, மேய்ந்த மறி பிடித்துப் பயம் விரட்டக் கத்தினார்கள். கத்தும் சத்தம் கேட்டு ஆறு மிரள; அவர்களும் மிரள வீடு விரட்டிய நேரத்தில் எலியும் ராக்கோழியும் போட்ட சத்தம் கேட்டுக் குழம்பினாள் பஞ்சம்.

ஒரு நாளுமில்லாத் திருநாளாய் எலிகள் பெருகிய மாயமென்ன? மண் பறித்து மரம் கொறித்து, கிறீச்சிடும் எலிகள் பெருக வந்த வரம்தான் என்ன? என யோசித்தாள். கையுள் பிடித்து வைத்த தும்டி காயை உயர எறிந்து கரையேறிப் பாட்டை பிடித்து நடந்த நேரம் காண அதிசயமாய் வந்து தோன்றினான் பித்தன் சட்டென.

திடுப்பென வந்தவனைக் கண்டதிர்ந்த பஞ்சம் விக்கித்து, நாவுலர்ந்து மூர்ச்சையானாள்.

ஊற்றுப் பறித்து, நீர் சேந்தித் தெளித்த மூஞ்சில் தோன்றாத தெளிவு கண்டு கவலை கொண்ட பூங்கையாள் பஞ்சத்தைச் சுமந்தபடி வீடு வந்தாள் மெனக்கெட்டு. மூர்ச்சை தெளிந்து எழுந்த பஞ்சம் முகர்ந்து பார்த்த கையிரண்டில் தும்டி காயின் கசப்பு வாடை பித்தன் முகத்தைக் காட்ட மீண்டும் மூர்ச்சையானாள்.

மூன்று நாள் அடித்த காய்ச்சல் நாளெல்லாம் பித்தனைக் கண்ட பஞ்சத்தின் கதையைப் பேசிப் பேசி வாயூறியது சேரி சனம். பித்தன் வந்தது மெய்தானா..? பொய் முகம் காட்டியது ஆறுலவும் பகல்நேர மோகினியின் மாயம்தானா..? அல்லவெனில் கன்னியரின் சாலம்தானா..? யார்தான் அறிவார்... அந்த மாயத்தை..?

24
மாவளிப் பாலை

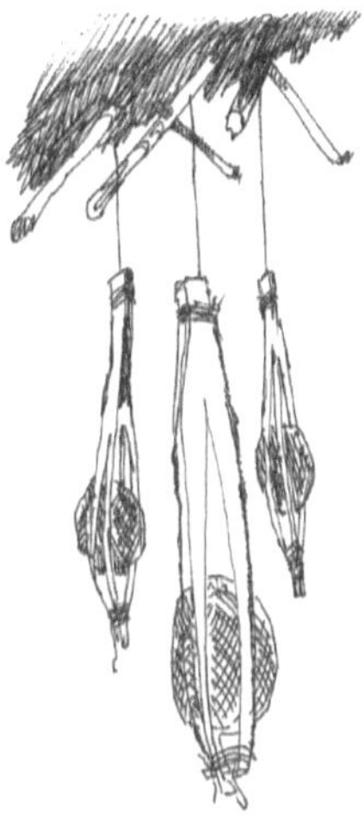

மாரிக் காலம் தொடங்கித் திங்களொன்று போயும் பெருத்துத் தகிக்கின்றது எங்கும். நிலைகளில் நீர் வற்றி நாள்கள் பலவாகின. ஈரமின்றி வீசும் காற்றில் கருகும் நாற்றுகளும், முளைத்த பாத்திகளும் வாடிக் கிடக்கின்றன கழனிகளெங்கும். அலையற்றுத் தேங்கிய ஆற்று நீரில் பாசி பார்த்து மந்தை குடிக்க மறுக்கிறது மாலை வேளைகளில். வண்ணாரத் துறையில் தேங்கிய பாத மட்ட நீரை நாள்தோறும் குழி வெட்டி இறைக்கும் ஏற்றக் கொம்பும் நின்று விட்டது. ஏற்றப் பாட்டுகள் நின்று பாய்ச்சல் எட்டாக்

கழனிகள் வதங்கிக் காய்கின்றன.. வானம் கூடி, போக்குக் காட்டிக் கலையும் தருணங்களில் கும்பி எரிய குலவை கத்தும் பெண்டிர் குரல் வானவரும் கேட்பதாக இல்லை.

பெருச்சாளியும் மூஞ்சூரும் பெருத்துத் திரியும் பகல் நேரத் தெருக்களில் கழியெடுத்துத் துரத்தும் பொடியர்களைப் போக்குக் காட்டி; போரிலோ; மாடுகட்டும் கொட்டாயிலோ; பேக்கடைப் பொந்திலோ ஓடி…ஓடி.. ஒளிகின்றன.

ராத் தொடங்கி இருள் சேர்ந்த வேளைகளில் சரஞ் சரமாய் மின் மினுக்கும் மினுக்கட்டாம் கூட்டம் விரவிப் பரவி; பூத்த மூங்கில் புதரில் சரஞ் சரமாய் மின்னியதைக் கண்டு யாரும் மகிழவில்லை.

மரத்துக்கு மரமும், செடிக்குச் செடியும் தயங்கிப் பறக்கும் மின்மினிகளைக் கைத்துண்டை வீசி வீசி பிடித்தார்கள் பாந்தவனும் சன்னமணியும். வகையின்றிச் சிக்கிய மிதக்கும் ஒளிப் புள்ளிகளை ஓலை டப்பியில் சிறைப் பிடித்துச் சேர்த்து அடைக்க: நகர்ந்து நெளிந்தன மின்னும் வெளிச்சங்கள். மையிருட்டில் இருவரின் கெக்கலிப்புக் கேட்டுச் சேர்ந்த பொடியர்களும் குலவைக் கத்தியபடி ஓயாமல் திரிந்தார்கள் துண்டு வீசி… சின்னஞ்சிறு ஒளிப் புள்ளிகள் துண்டுகள் அதிர்வை உணர்ந்து உயர உயர்ந்தன மரங்களை நோக்கி…

கதையில்லை, பாட்டில்லை; கூத்துமில்லை; கால்களின் அரவங்கள் ஏதுமின்றி வீணே கழிகின்றன ராப் போதுகள். கடைசிச் சாம இருட்டில் அமைதியின் சத்தம் பெருத்த வேளை குளிர் கடுத்து நீர் கழிக்க வெளியில் வந்தான் ஓசூரான். குட்டையாய் வளர்ந்த ரெட்டைத் தாளவ மரங்களடியில் பெய்து எழுந்தான்.

தலையில் விழுந்த நீர்த் துளி உதறித் திடுமென எழுந்தான் சட்டென. வானம் பெய்த மழைத் துளியில்லை; அது பனை ஓலை நுனி சிந்திய பூம் பனித்துளி. மாரி பெய்யும் கூதிரில் பனி பொழியும் அதிரல் கண்டு பெருத்த மூச்சிழுத்துப் போனான் படுக்க... கவலை தாக்கிய இருள் அறையில்.

சோபையின்றிப் புலர்ந்த காலை எங்கும் மின்னின பனி நீர்த் திவலைகள். துணி வெளுக்கும் கோதையோ கழுதையோட்டிப் போக விருப்பின்றி வெறுத்தாள் பாசி யேறிய ஆற்று நீர்க் குட்டையை. வேனல் ஏறும் பயம் பற்றிய; மந்தை மேய்க்கும் பொடியர்கள் காட்டும் சுணக்கத்தைப் பெரிசுகளின் அதட்டல் விரட்டியது. ஆயினும் செய்தற்கு ஏதுமில்லை மேய்ப்பருக்கு.

வேலையற்ற காலங்களில், வேலை தேடி வேறூர் போக வாய்க்கும் எப்போதாவது சேரியர்க்கு. இப்போது வாய்த்தது.. சடைத்த களை பறிக்க; முற்றிய நெல் படர்ந்த கழனிகளில் அறுப்பறுக்க; கதிர்களைக் கட்டி ஒப்புடியடிக்க; அரிதாகக் காடழிக்கப் போவார்கள் அயலூர்களுக்கு. விதி துரத்திய வெற்று வேளையில் செம்பேட்டான், பெங்கி, பச்சைத் தாத்தன், ஓசூரான், முசுடன் எனப் பெரிசுக் கூட்டம்; மரம் வெட்டக் கிளம்பிய இளவட்டப் பிள்ளைகளோடு வேறூர் போனார்கள். நாள்தோறும் மரம் வெட்டித் திரும்பிய பின்மாலைப் பொழுதுகளில் கூத்துப் பாட்டை அடவு கட்டி, ஓங்கிப் பாடி நடை வலி மறக்கச் செய்தான் செம்பேட்டான்.

பூங்கையாளும் பஞ்சமும் விளையாடிக் கழித்த பொழுதுகள் போக; நீர் சேந்தும் எல்லைக் கிணற்றுப் பெண்களோடு வாயளந்து சிரித்துத் திரிந்தார்கள் மீந்த சிறு பொழுதுகளில்.. ஆளுக்கொரு வேலையென நாள்கள் கழிகின்றன..

கூதிர் காலம் முற்றிலும் ஒழிந்து கொடும் பனி பெய்கிறது பின்னிரவு நேரங்களில். குளிர் குறுக்கிய தெள்ளிய ராத்திரி வானில் மின்னும் மீன்களை ரசிக்க விருப்பின்றிக் கதைகளைப் பேசிப்பேசி ரசிக்கும் ராக்கள் போயும் நாளாகின்றது. பித்தனையோ, குறத்தியையோ, கன்னிமாரையோ தீரக் கேட்கும் ஆசையேதும் காணோம் யாரிடமும்...

விதைப்பில்லை, மட்டமோட்டலில்லை, வெறுமனே மழுக்கள் மண் கீறும் வேலையுமில்லை. பாலை படர்ந்த பகல் நேரப் பொழுதுகள் கனத்து அசைக்கின்றன தூரப் போகும் ஆட்களை. வீடுகளின் மூலையில் சாய்ந்திருந்த அடுக்குப் பானைகளின் தானியங்கள் வறண்டு வற்றின. உரியில் தொங்கிய பல்லாவில் சாம்பலோடு விதைகளும் உறங்கிப் போயின.

அனல் படர்ந்த வெளியில் எருக்கமும் ஊமத்தையும் கடல்பால் மண்டைத் தழைகள் வளர்ந்து, காய்த்து, கருகி நெடிக்கும் வேண்டா வாடை பரவுகிறது எங்கும். வெகுல் காய்ந்த ஏரியும், அரிவாள்மனைப் பூண்டும், நாயுருவியும், காட்டுத் துளசியும் காய்ந்து கொட்டி வெற்றுத் தரையாகி நாளாகிறது. சுடுகாட்டில் பூக்கும் நித்திய கல்யாணி, நிலாவரை, குடப்பாசலையும் இலையுதிர்த்துக் குச்சிக் குவியலாய்க் கிடக்கின்றன...

சோபையற்ற நாளொன்றில்.. சன்னமணி, பாந்தவன், புத்தாள், பூங்கை, பஞ்சம் முருவனொடு மத்தியும் எனப் பொடியர் கூட்டம் அலைகின்றது பனைமரத் தோப்பில். ஆண் பனை பார்த்து ஏறும் முருவன் வெட்டித் தள்ளுகிறான் ஆணங்காய் குலைகளை. பங்கு போட்ட காய்களைக் கட்டி; இழுத்து இழுத்து வீடு வரும் பொடியரைச் சீமிக்கும் பெத்தவர் சத்தம்

கேளாமல், வெட்டிப் பிளந்து காய்கள் காய்ந்தன. நாள்கள் பலவும் காய்ந்தபடி போயின... காய்ந்த காய்களை நெருப்பிலிட்டுச் சுட்டுக் கரியாக்கி இடித்து அரைத்த கரிப் பொடியைப் பல்லாவில் சேர்த்துப் பொழுதைக் கழிக்கப் பொடியர் காத்திருந்த அந் நாளும் வந்தது.

சேர்ந்த கரிப் பொடியதை சணல் மடிப்பில் நீளத் தூவி, பட்டைப் பாம்பென அதைச் சேரச் சுருட்டிக் கட்டிவைக்க மாலை வந்தது. முன்மாலைப் பொழுதில் வெட்டிய பனை மட்டையை நாலாய்ப் பிளந்து; நட்டநடு மட்டையில் வைத்துக் கட்டிய சணல் சுருட்டைகள் மட்டைகளில் புடைத்துக் காட்டின தன் வயிறுகளை. எல்லாம் முடிந்து எரிக்கத் தயாரான மாவளிப் பந்தங்கள் சுத்தும் வாட்டத்துக்குக் கயிறு கட்டித் தொங்குகின்றன எறவானத்தில் வரிசையாக...

முன்பனி தொடங்கி ஓர் ஓரை கழிந்தது. பற்கிட்டும் குளிரில் அசைபோடும் மாடுகள் குளிர்ந்த தரை வெறுத்து நிற்கின்றன கொட்டாயெல்லாம். முன்பனி ஈரம் பட்ட றெக்கைகளை அடிக்க வலுவின்றி மரத்துக்கு மரம் தயங்கித் தங்கும் மின்மினிகளை விழுங்கி வயிறு பெருத்த பல்லிகளுக்கு ராவெல்லாம் வேட்டை.. ரெண்டாம் சாமம் தொடங்கிய போதிலே கூரையடியில் பூத்த மண்ணில் சொட்டிய பனித் திவலைகள் சிதறிச் சிதறி வார்த்த பள்ளங்கள் வரிசைக் கிரமமாய்த் தெரிந்தன காலையில்.

புதுச் சாணி பொறுக்கிக் கரைத்துத் தெளிக்கும் சத்தம் கேட்கத் தொடங்கிச் சோம்பல் முறித்த மாடுகள் கத்த... சேவலும் பெட்டையும் கதிரைக் கூவியழைக்கின்றன... புலர்ந்த காலைக்குள் கோலம் படர்ந்த வாசல்களில் சாணி கரைத்துத் தெளித்த வாடை. அடுப்புகள் புகையத்

தொடங்கி ராவில் அரைத்த மாவு வட்டத் தட்டென வெந்து சேர்கிறது குண்டானில் தோசைகளாய். தின்று தீர்த்துப் பொழுதோட்டி; பின்னிருள் இறங்கிய பின்மாலையில் கிளம்பியது இளவட்டக் கூட்டம் கீழ்வானக் கழனி மேட்டுக்கு...

கயிறிறுக்கிய பனைமட்டைத் தூக்கில் சுற்றி வைத்த சணல் சுருட்டில் அடுப்புக் கங்கு வைத்து ஊத ஊத.. இருள் துளைக்கும் தீப்பொறிகள் பறக்கப் பறக்க; விறு விறுவெனச் சுற்றுகின்றார்கள் இளவட்டப் பொடியர் எல்லோரும்.

சுற்றிய சுற்றுகள் வகைக்கு ஒன்றாய் வாள் சுருளென வீசும் தோரணையில் சுற்றிய வேகத்தில் தீப்பொறிகள் தெறித்துத் தெறித்துப் பொன் பொறிகோடுகளை வளையங்களாய் விட்டெறிந்து சாலங் காட்டுகின்றன ஆணங்காய் கரித் துகள்கள்.

திண்ணையில் அமர்ந்த பெங்கிக் கிழவன் கிழக்குப் பார்த்துத் தூரத் தெரியும் கார்த்துலத் தீப்பொறி காட்டும் மாயக் கோடுகளைக் கண்டு பெருமூச்செறிந்தான். இளவட்ட வயசில் தான் சுற்றிய ஆணங்காய் மாவளி காட்டிய வெளிச்சச் சாலங்கள் எல்லாம் விடிய விடிய வீசிய தீப்பொறியைக் கண்டு, சேரியும் ஊரும் ஒருசேரக் கலங்கிப் பிளந்த வாய்களை மறந்த; அந்தக் கால ஞாபகம் வந்த தருணம் வருந்துகிறது கடைசிக் காலமென. நாடாளும் ராசனே வந்தாலும், சேனாதிபதிகள் வந்தாலும் வீசிச் சுழற்றிய என் மாவளிச் சுத்தலுக்கு ஈடாக வீசுவார்களோ வாளை.. எனத் தன்னுள் நினைத்து ஆசுவாசமானான் பெங்கி.

பார்க்கும் பெரிசுகள் ஆளுக்கொரு ஏக்கமாய்ப் பார்த்து; ஆளுக்கொரு தினுசாய் பெருமூச்செறிந்தார்கள். இளங்காளைப்போதுகளில் குமரிப் பெண்களை

வசீகரித்து மயக்க மாவளி சுற்றிய ராக்கள்தானே தோது..

தீப்பொறிகள் பறந்த ஆணங்காய் மாவளி விழா முடிந்து மூன்று நாள் போனது. தொடரும் குளிர் வாட்டிய பின்பனிக் காலக் காலையில் கதிரேறக் காணோம். எப்போது வருவாள்? எப்போது போவாள்? எனக் குறத்திக்குக் காத்திருந்த சேரியருக்கு ஞாபகம் நடுங்கும் குளிரில் ஒடுங்கிக் கனவில் கனவாய்க் கரைந்திருந்தாள். அவள் எப்போது வந்தாள் எப்போது போனாள் என வாட்டிய சங்கைகள் வற்றிப்போயிருந்த காலத்தின் காலமாய் ஆற்றைக் கடந்து; மேடேறி; தயிர்ப் பானைப் பெண்களோடு குறத்தி வந்தாள்....

அதிசயத்திலும் அதிசயமாய்!

25
பிடி சாபம்

குளிர்பனி அடர்ந்த காலையில் ஆள் மறைக்கும் பின் பனி படர்ந்திருக்கிறது கழனிகளில். கதிர் ஏறி நாழிகளிரண்டு போயும் குளிர்கிறது கதிர். மேயப் போகும் காலை நேர மாடுகள் புகைப் பனி மறைக்க மிரண்டு நடக்கின்றன மனப் பாதை பிடித்து. பனி விலகா நேரத்தில் வந்த குறத்தியை யாரும் காணவில்லை. மாயக்காரி போன சுவடு அறியாமல் பகலைக் கழித்தது சேரி...

மாலை வந்தது. குளிர் வாட்டிய முன் மாலைப் போதில் புட்டுக் கூடை தலையில் வைத்துக் குறத்தி வந்தாள் ஆறு தாண்ட! சதை

போட்டு பூசிய மூஞ்சோடு; பசலை மிளிரும் வெளுத்த அழகோடு; தெளிந்த வகிடு மின்ன, வந்தவளைக் கண்ட பெண்களெல்லாம் பிளந்தனர் வாயை...!

வரியோடி மின்னும் பேற்று வரிகள் ஒளிர்ந்த வயிற்றில் பூஞ்சுருக்கம் கண்டு பேச எத்தனித்த பெண்களை விலக்கி, ஏங்கிப் பார்க்கும் இளவட்டங்களை விலக்கிப் போனாள்..

புதிர் நிலைத்த அவள் வருகை முன் மறந்த கதைகளைத் தட்டி எழுப்பின எல்லோரிலும்... எங்கெங்கும் கதை பேசும் ஆசை கிளர்த்தியடிக்கச் சிரித்த செம்பேட்டான் பஞ்சத்தைக் கூப்பிட்டுச் சேதி சொன்னான். மீதிக் கதை வேண்டியோர் வரலாம். பன்னீர்ப் பூக்கள் பூக்கத் தொடங்கும் முன் சாம ராவில் வரச் சொன்னான்...

சேதி கேட்டுப் பொடிசுகளோடு பெரிசுகளும் வந்தன.. பொல்லாக் கிழவன் காட்டும் மாயக் கதையூரைக் காண...!

முதற் சாமப் பனி பொழிய, பன்னீர்ப் பூக்கள் முகையவிழ எழுந்த மணம் மிதக்கிறது பனியோடு பனியாய். பேக்கடையில் ஓங்கி நின்ற பன்னீர் மரம் அசையாமல் மொக்குகள் பூக்கும் ஓசைகள் கரைகின்றன இருள் வெளியில். தண்டத்தில் ஏற்றிய திரி விளக்கு விண்ணேறும் புகையசைந்து ஆடுகிறது கூட்டம் விடும் மூச்சுக் காற்றில்...

தலையில் துண்டு கட்டிப் போத்தி வந்தவர்கள் குந்திய திண்ணை நிரம்பி வாசலும் நிரம்பியது. மனை வைத்துப் படுத்திருந்த செம்பேட்டுக் கிழவன் எழுந்தான் மெல்ல.. வந்த கூட்டம் பார்த்து எக்காளம் உந்தித் தள்ளக் குரலெடுத்துப் பாடினான் ஒரு கூத்துப்

பாட்டு. ஐண்டை வரிசையாய்ப் பாடிய குரல் கேட்டுச் சுறுசுறுப்பில் தெம்பேறிய கூட்டம் கண்ணில் பனி விழ வழிந்த நீரைத் துடைத்துப் பார்க்கின்றது. சட்டெனப் பாட்டை நிறுத்திக் கதை விட்ட இடம் சொல் என்றான் புத்தாளைப் பார்த்து....

புத்தாளும் சொன்னாள்..

..சரி கேளுங்கள்...!

சொல்லத் தொடங்கினான் கிழவன்...!

◆ ◆ ◆

கானகம் போய்க் காடுயிர்களை வேட்டையாடிய செய்யன் வேட்டைப் பரிவாரங்களோடு திரும்பினான்.

...காடு கடந்து, ஆறு கடந்து, மலை கடந்து, தோப்பு கடந்து, போன வழியெல்லாம் திரும்பக் கடந்து, பொறை மதில் நீண்ட கோட்டை வாசல் வந்தான் செய்யன். அம்பாரியில் நின்ற நிலையில் நோக்கினான் நகரை. பொன்னொளி மின்னிப் புதுக் கோலம் பூண்ட மாளிகை மாடமெங்கும் அலங்கரித்து; தோரணமேறிய வீட்டுப் பலகணிகள்தோறும்; கூடை கொண்டு பூச் சொரியும் மக்கள் மனம் பொங்கும் மகிழ் வெள்ள நிலையைக் கண்டு மகிழ்ந்த செய்யன், அம்பாரி அசைந்தாட நுழைந்தான் நகருக்குள்....

பொறை மதில் காவலர் எக்காளமும் கொம்பும் ஊத.. கின்னரர், கிம்புருடர், திசைப் பாலகர் என யாவரும் மயங்கும் இசை எழுந்தது.. இசை கேட்டுக் கானம் எழுந்தது.. கானமுடன் குலவையும் எழுந்தது....!

அசைந்து அசைந்து ஆனைகள் நகர... பரிவாரங்கள் தொடர.. வானம் மறைக்கும் பூத் தூவல் வீசியடித்த மலர் மகள்கள் கூட்டம் மாடந்தோறும் சிரித்துக்

குலுங்கும் ஓசைகள் பரவுகின்றன மணத்தோடு. வீதிதோறும் ஆனைக் கால்கள் மூழ்கியது பூக்களில்: பாதம் பட்டுப் பூக்கள் நசிய ஊறிய தேன் மணக்கிறது.

ஆனைகளின் பொன் மணிகள் கிணுங்கும் சத்தமும், நெடுங்கோடுகளின் கிம்புரியும், நடுச் சுழி ஒளிரும் வீச்சும் பார்த்து முழங்கும் மக்கள் அதிரொலியில் அசைகின்றன தோரணங்கள். நாலு றெக்கைத் தேனீக்களும் வண்டுகளும் ரீங்காரக் கூட்டமாய் யானையடிகளை நோக்கிப் பாய்கின்றன நரவ வாசனையுணர்ந்து.

நித்தில ஆரமும், கெம்பு வங்கியும் மின்ன மின்னக் கையசைத்து முக நகை பெருகச் செய்யன் நகர்கிறான் அரண்மனை நோக்கி. முன் சொன்ன பேர் கொண்ட தெருக்களையெல்லாம் கடந்த செய்யன் அதிகாரித் தெரு, திருவோலைத் தெரு, மதியூக மந்திரிமார் தெரு எனத் தெருக்களெல்லாம் நுழைந்தான். கண்ட தெருக்கள் தெருக்களா தண்டலையா படப்பையா என வியக்கும் பூம்போரில் மூழ்கிய வீதிகள் தாண்டித் தன் கோ இல் நுழைந்தான் செய்யன்.

அம்பாரியில் நின்று நோக்க நகரம் களி முற்றி; கானம் முற்றி; மது முற்றி வெறியாட்டம் ஏறக் கண்டு மகிழ்ந்தான். பஞ்சவத யானை பெரும் பவ்ய நடையோடு போய் ஆனை மாடத்தில் நின்றது தோதாய்: மா மன்னன் செய்யன் அம்பாரம் விட்டிறங்கினான். ஒத்தாசையாய் நின்ற சேவுகரின் உள்ளம் குளிர மாடமிறங்கிய செய்யன்; யாவரையும் நிற்கச் சொல்லி, மதியூகி மந்திரிமாரும், சேனாதிபதியரும், மெய்க்காவலரும் உடன் வர அரண்மனைக்குள் நுழைந்தான். தோரண வாயில் கடந்து, ஆல வட்டம் சுற்றும் வாசல் போய்

நின்ற செய்யன் திகைத்தான்; குழம்பிச் சினந்தான், வெற்றாய் விளங்கும் வெறும் வாசலைக் கண்டு.

சேடியரும் இல்லை; சேவுகரும் இல்லை; பேடியரும் இல்லை; காவலரும் இல்லை; மங்கள வாத்தியரும் இல்லை; குரலிசைப் பாவலரும் இல்லை; பறை இல்லை; முரசு இல்லை; முழவு இல்லை; விண்ணதிரும் முழக்கமும் இல்லை.. ஏழாயிரம் ராணிமாரில் செவ்வாலம் கலந்து காட்ட ஒருவரும் இல்லை..!

திகைத்துக் கலங்கி நின்றான் செய்யன். மனத்துள் தயங்கி; நடையில் தளர்ந்து; மணிகள் இழைத்து மின்னும் பெரும்படியில் அவன் காலடி வைத்த நொடி.... மாட ஆனைகள் ஓங்கிய ஓலமோடு பிளிறின: சேனை மடைத்த பரிகள் கனைத்தன: காவல் சுற்றும் பைரவக் கூட்டங்கள் ஊளை கூட்டியழுதன: மாடப் புறாக்கள் பதறியடித்துப் பறந்து சிதறின... குறிப்பறியாச் செய்யன் நுழைந்தான் தன் கோயிலில் தனியனாய்.

ஏழடி நடந்தவேளை பொன்னொளி வீசிப் பொலிந்த மாடங்களின் பொலிவு குன்றியது; மேன்மை குன்றியது; ஒளி குன்றியது... எங்கும் அந்தகாரமோ என நடுங்கும் மந்தகாரம் கண்டு குழம்பிய செய்யன் விசாலப்படி ஏறி; விசால நடை கடந்து; விசால தர்பார் நுழைந்து சுற்றுமுற்றும் பார்த்தான் குழம்பிய மனத்துடன். என்ன ஆனது.. ஏது ஆனது..?

விண்ணை முட்டும் விதானம், பளிங்கு இழைத்து நெடுந்தோங்கி நிற்கும் தூண்களும் பொலிய; தூணிற்கொன்றாய் ஏற்றிய துஞ்சாப் பொன் விளக்குத் தீபமெல்லாம் தலை கீழாய் எரியக் கண்டான்..! காணாத அதிசயம், கேட்டிராத அதிசயம்.. தலை தாழ்த்தி எரியும் தீபங்கள் தூம கேது காட்டும் சோதனையோ எனக்

கலங்கிய மனத்தோடு சிங்காதனம் நோக்கினான்.. பொன் வேய்ந்த வெண்குடையும் சுடர் மணிகள் பதித்த சாம்புநதப் பொன்வேலை மிளிர்ந்த சிங்காதனமும் குடையும் கோலும் புகழ் குன்றி, ஒளி மங்கக் கண்டான்.

எட்ட நின்ற மதியூகி மந்திரிமாரும், வன்கை விளங்கிய வன்தோள் தளபதிமாரும், சேனாபதியாரும், நெடுவேல் பிடித்த காவலரும், தட்டு முட்டுப் பிடித்த சேவுகரும் கலங்கி நின்ற கோலம் காணச் சகியாது அந்தப்புரம் காண ஓடினான் செய்யன்.

ஆறாயிரத்துத் தொள்ளாயிரத்துத் தொண்ணூத் தொன்பது ராணியரின் அந்தப்புரக் கதவுகள் திறந்த நிலையிலில்லை; மங்களமில்லை; பேடியர் காவலில்லை; சேடியர் யாருமே இல்லை. ஒருநாளும் காணாத நிலையைக் கண்டும் காணாமலும் விசால நடையெலாம் விரைவாய்க் கடந்து.. ராணியரில் ராணி, உயிரில் உயிரான எல்லியைக் காண ஓடினான் செய்யன். மண்டிலம் கவிழ்ந்த இருளில் ஒளிர்ந்த தீபமெலாம் தலை தாழ்த்தி எரியக் கண்டான் வழியெங்கும்: மூச்சிறைக்க, மூச்சிறைக்க நெஞ்சுக்கூடு விரிந்து வலிக்க எல்லி ராணி வதியும் அந்தப்புரம் நுழைந்தான். ஆளரவம் ஏதுமின்றிக் கிடந்த அறையில் கண்ட காட்சி கண்டு அதிர்ந்தான்.. உறைந்தான்..!

..ஐயகோ...! ஐயகோ...!! என்ன மாயமிது? யார் விட்ட சாபமிது? கூளி வினையோ? ஒன்னார் ஏவலோ..? முதற்சாம முன்னிரவில் கெடுத்தழிக்கும் ஊழ் தொடங்கும் காலமோ? என் செய்வேன்.. ஐயகோ என் செய்வேன்?....

என்று புலம்பிக் கதறிய வேகத்தில் புடைத்து வீங்கி வழிந்த வெந்நீர் துடைத்துப் பார்த்தான். இன்பலோக

வாசிகள் எனப் பேர்பெற்ற நாக நினகர் பொறாமை கொள்ளும் தகை பூண்ட அறை.. பொன்னும் மணியும் இழைத்த சுவர்கள், குளிர் பளிங்கு பாவி; நித்திலம் கோர்த்த மேகலைத் தோரணம் இடையிடைப் பவளமும்; பச்சை மரகதமும் கோர்த்து அழகு கூட்ட.. ஆனை தந்த கால்கள் கொண்ட கட்டில்மீது வண்ண மடலவிழ்த்த பூ மென்மை படர்ந்த மெத்தை விரித்து; பெத்தம் பெரிய கட்டிலில் பட்டுப் போர்த்தி வைத்த திண்டுகளோடு; பீலி வீசும் மாருதம் தவழ விளங்கும் கட்டில் மீது...

எல்லி ராணி பூட்டியிருந்த கிரீடம், சுட்டி, பில்லை தொடங்கி மெட்டி வரை, பட்டாபரணத் துகிலோடு ராணி வடிவாய்க் கட்டிலில் விழுந்திருக்க; தலை மூழ்கும் இலவம் தலையணையில் முகம் புதைத்துப் படுத்திருக்கிறது. கண்களில் தாரை வழிய.. வழிய.. ஒரு பெண் நாய்...!

அழுது, அழுது விம்மும் நாய் தன் சரமடி முட்டும் ஏழு குழந்தைகளைப் பார்க்கிறது. நாய்க் குட்டிகளெனத் தவழ்ந்த குழந்தைகள் நெப்பமான விரல்களைக் கொண்டு, சரமடி பற்றிப் பால் சூப்பும் காட்சி கண்டு திகைக்கிறான், தவிக்கிறான், குழம்புகிறான், மகாராசன், ராசாதி ராசன் செய்யன்.

ஏழு நிறங்கள் வாய்த்த ஏழு பச்சிளங் குழந்தைகள் யாருடைய குழந்தைகள்? பெற்ற தாயெங்கே? ஏங்கிப் பார்த்தழும் நாய் இங்கு வந்த மாயமென்ன? சங்கைகள் துளைக்கப் போனான் அருகில்...

தலை தூக்கிச் செய்யன் முகம் பார்த்த நாய் ஓங்கிக் குரலெடுத்து ஓலமிட்டு அழுத வேகம் கொடூர வேகம்... காதுகள் தெறிக்கும் வேகம்.. ஓலம் கேட்டுப்

பதறிய சப்த குழந்தைகளும் வீரிட்டலறிய சத்தமான சத்தத்தில் அறை அதிர்ந்தது. ஓலமும் அலறலும் கேட்டு ஓடி வந்த மதியூகி மந்திரிமாரும் சேனாபதியரும் சேவுகரும் தினத்தோள் வீரரும் அரசன் காணும் காட்சி பார்த்துச் சமைந்து நின்றனர் கல்லாய்.. பதுமைகளாய்.

துணுக்குற்று விழித்த மதியூகி மந்திரிமாரில் ஒருவன் செய்யன் நிலை கண்டுருகி அருகில் சென்று ராசனைத் தேற்றினான். நாயையும் சேய்களையும் கண்ட கோலம் தோன்றிய மாயம் தீர்க்க வினவியபோது ஓலமிடும் நாயை விரட்ட ஓடி வந்த சேவுகரைத் தடுத்து, அறையைப் பூட்டச் சொன்னான். அந்தப்புரத்தைக் காவலிட்டு மதியாலோசனை மண்டபத்திற்கு அழைத்துப் போனான்.

நிறைந்தது மண்டபம். நிறைந்த மந்திரிமாரோடு மதியாலோசனை செய்தான் செய்யன். சோறின்றித் தூக்கமின்றி தீர செய்த யோசனையைக் கேட்ட மன்னனுக்குப் பெரும் சாம்பவன் சந்தகனைப் பற்றிச் சொன்னார்கள் மதியூகிகள். ஆற்றல் திறத்தவன்; மாயங்காட்டும் யாவற்றையும் மயங்காமல் புரிந்தவன்; மறைச் சொற்களும், மறைக் காட்சிகளும் அவனுக்குப் புலப்படும் அதிசயம் நிறைந்தவன், நிமித்தகம் சொல்லும் யாவரும் அவனுக்குக் கட்டுண்டவர்கள்.. மன்னரே அவனைக் கூப்பிடுவம்.. என்று ஆலோசனை சொன்னார்கள்.

சேவுகருக்குக் கட்டளையிட்டான் மாமன்னன் செய்யன். இட்ட கட்டளை ஏற்ற சேவுகர்கள்; யானையேறுமந்த பெரும் சாம்பவன் சந்தகனைக் கண்டு மன்னன் விட்ட சேதி சொன்னார்கள். சேதி கேட்ட சந்தகன் யானையேறி; அம்பாரம் அசைய;

சுழியும் மணியும் கிணுங்க, சிணுங்க வந்தான் தர்பாருக்கு.

கண்ணீரும் கம்பலையுமாய் நின்ற செய்யன் கோலமான கோலம் கண்டு மருகினான் சந்தகன்.. மன்னனைப் பார்த்து..

..விண்ணவரும் மன்னவரும் போற்றிப் பாடும் ராசாதி ராசனே! நான் காணும் காட்சி மெய்யோ? கண்ட கோலம் மெய்யோ? மூவுலகும் போயும் தீராத பாவம் என் பதுமைகளடைந்த பாவம். கொடுமை.. கொடுங் கொடுமை.. எப்படிச் சொல்வேன் அய்யனே நின் அழூத கோலம்...! அழூத கோலம்..!! என்று கதறி விசனத்தைக் கொட்டினான்.

தேறுதலும், ஆறுதலும் கழிந்த பின் சந்தகனிடம் கண்ட காட்சியைச் சொன்னான், மதியாலோசனைச் சபையின் முடிவைச் சொன்ன செய்யன்.. சந்தகனே உம்மையழைத்த காரணத்தை உணர்ந்திருப்பாய். மேற்கொண்டு செய்ய நீ சொல்லும் ஆலோசனை என்ன வென்றான்?

கேட்ட சந்தகன் சொன்னான்... ராசாதி ராசரே! விசும் புலவும் கோள் கண்டு காலம் உரைக்கும் வள்ளுவனை; சோழியுருட்டிக் கணித்துக் காலம் காட்டும் சோழியனை; சுவடி பார்த்துக் கணக்குப் போட்டு உரைக்கும் கணியனை அழைத்து நிமித்தகம் கேட்டுச் செய்வது செய்வோம்.. என்று சொல்லி யானையேறிக் கிளம்பிப் போனான் செய்யனை விட்டு...

அரண்மனை கடந்து, வீதிகள் கடந்த வள்ளுவரும், கணியரும், சோழியரும் வசிக்கும் தெருக்களடைந்து சிறந்தவருள் சிறந்த மூவரை அழைத்து அரண்மனைக்குத் திரும்பிப் போய் செய்யனிடம் நிறுத்தினான் சந்தகன்.

மன்னன் அந்தப்புரத்தில் நடந்ததைச் சொல்லக் கேட்ட மூவரும் அதிசயித்தனர். கேளாத கதையென மாய்ந்தனர். செய்யனின் நிலையுணர்ந்த மூவரும் தம் பணி தொடங்கினர்.

சந்தகன் அவர்களை விளித்துச் சொன்னான்.. காலக் கணக்கரே..! மாமன்னர் சொன்ன காதை வெறும் காதையல்ல. காதைக்குப் பின்னால் உள்ள கமுக்கத் தையும், காரணா காரணத்தையும், சதியோ, சாபமோ எதுவாயினும்.. உம் மனக் கண்ணில் தோன்றுவன யாதாயினும் சொல்லுங்கள். தீரும் பரிகாரங்கள் எது வாயினும் ஏற்றுச் செய்வோம் நம் மன்னவருக்கு.. என்று சொன்னான் சந்தகன்.

எல்லா முகங்களும் வேர்த்து.. வியந்து.. சமைந்து பார்த்திருக்க.. தயாராயினர் மூவரும்..!

மூவரில் முதலாமவன் வள்ளுவன். விண்கோள் தங்கும் வீடு பார்த்துத் தசை பார்த்து, ஓரை, நாழி, பாதம், பட்சம் நட்சத்திரம், ராசி பார்த்து நடந்த கதையைக் கணித்துக் கூறினான்.

பின்பு, கணியன் முறை,

சுவடி பார்த்து, பஞ்சாங்கம் பார்த்து, முகூர்த்தமும் நாழியும் கடந்து போன வேளை பார்த்து, தாலத் தாளில் நூல் போட்டுப் படித்து நடந்ததை உரைத்தான்.

கடைசியில், சோழி போடும் சோழியன்,

பெருத்த பலகரைகள் ஒன்பது; பனிரெண்டு; பதினைந்து; இருபத்தொன்று என எண்களைக் கூட்டி, கூட்டியதைக் கழித்து; நேரே விழுந்த சோழிகளை யெண்ணி, படுத்து விழுந்த சோழிகளை எண்ணி நெடு நேரம் கூட்டிக் கழித்து நடந்ததைச் சொன்னான்...

மூவரும் சொன்னது ஒத்திருக்கக் காரணம் புரிந்தது செய்யனுக்கு.

..கானகம் போய் செய்த வேட்டையில் எய்த பாணம் ஒன்று கரு சுமந்த யானை வயிற்றைத் துளைக்க, தாயும் கரு உறைந்த சேயும் செய்யனைச் சபித்துப் பின் மாண்டன...

..செங்காந்தள் நிறத்தழகி, வடிவின் வடிவான விண்ணுலகப் பெண்களும் ஆற்றாமை கொள்ளும் பேரழகி. அன்பும் கருணையும் வழிந்த எல்லி நிறை சூல் நிலையிலாச் சாபம் தாக்கும்.. அய்யோ.. யாருக்கும் வருவதாகாது அவள் நிலை. யாருக்கும் அடுக்காதே அவள் பெற்ற சாபம். எப்படிச் சொல்வது.. மஞ்சத்தில் துயின்ற எல்லி யானை சாபம் தாக்கி, சூல் வலியெடுத்து ஏழு பிள்ளைகளைப் பெற்றுப் பின் நாயாகிப் போனாள்.

..அவள் இரவில் நாயாகவும், கருக்கலில் முளைக்கும் கதிரொளி பட்டவுடன் தாயாகவும் மாறி வாழ்வாள். சாபம் நீங்கும் காலம்வரை எல்லூர் பட்டணம் பசத்தில் வாடி வதங்கிப் புகழ் குன்றி ஒளி குன்றிப் போகும்... என மூவரும் கூறக் கேட்ட செய்யன் கலங்கினான்.

..ஐயகோ..! என்ன செய்து தீர்ப்பேன்? அம்பாரி அம்பிலொன்றை அறியாமல் எய்த பாவம்; கொடுத்ததேனோ பெருஞ் சாபம். என் மக்கள் உகுநீர் வற்றி! என் நாட்டு ஓதம் வற்றி! அறுநீர் பாலையாக எல்லூர் மாறும் நிலை காண என் கண்கள் பொசுங்குமோ..? தாங்குமோ..? அம்மா என் உயிர் தந்தால் தீருமோ..? ஆதியனாரே கூறும்.. கூறும்.. எனப் புலம்பினான் செய்யன்.

அவன் புலம்பப் புலம்ப எல்லோரும் அமைதியாய் நின்றனர் மருகிய கோலமாய். நாழிரண்டு கழியச்

செய்யன் புலம்பலைச் சற்று நிறுத்தினான். ஆசுவாச மான அந்த இடை நேரத்தில் மறுபடியும் எதிர்கால நிலையறிய கணித்து மூவரும் சொன்னார்கள் ஒரு தீர்வு.

..ராசாதி ராசனே! கலங்க வேண்டாம்: நெஞ்சம் பதற வேண்டாம். ஏழு குழந்தைகளும் வளர்ந்து வதுவைப் பருவம் எய்தும் காலம் வரை, பேர் இன்றி ஓடும் ஓர் ஆற்றில், நடுச் சாம நிசியில் புனலாட்டம் ஆடி வர; பின்னாளில் அந்நதி ஒரு பேர் பெறும். அப்போது உம்மைப் பிடித்த சாபம் போகும்: துய்ர் போகும்: உம் நகரம் ஒளி பெறும்: மீண்டும் பொலிவு பெறும். ஆனதினாலே, பேர் பெறாத நதியைக் கண்டு வர ஆளனுப்பும்... என்று சொன்ன மூவருக்கும் சன்மானம் கொடுத்து அனுப்பச் சொன்னான்.

காலக் கணக்கரின் தீர்வு கேட்டுச் சிறு தெம்பேறிய செய்யன்: தேர்ப் படை, யானைப் படை, பரிப் படை, வாயுப் படை, காலாட் படை என இருக்கப்பட்ட படைகளையும் அழைத்துத் திசைக்குத் திசை அனுப்பிப் பேரற்ற ஆற்றைத் தேடச் சொல்லி ஆணையிட்டான்.

செய்யனின் கடு நிலை துரத்திய அவசரம் கண்ட மூவரும்...

..எமையாளும் ராசனே! வீணே அலைவது வேண்டாம்: பரிவாரங்களையும் அனுப்ப வேண்டாம். பேர் அற்ற ஓர் ஆற்றைக் கண்டடைய நம் யானையேறி சந்தகனே போதும். அவன் அறிவான் அகிலமும், அகிலம் நீந்தும் அண்ட சராசரமும். மூன்று நாள் கழித்துப் புதுச் சகுனம் தோன்றும்; தோன்றிய சகுனம் பார்த்த பின்னே, அவனைத் தேட அனுப்பிவையும்... என்று சொல்லிக் கிளம்பிப் போயினர் மூவரும்.

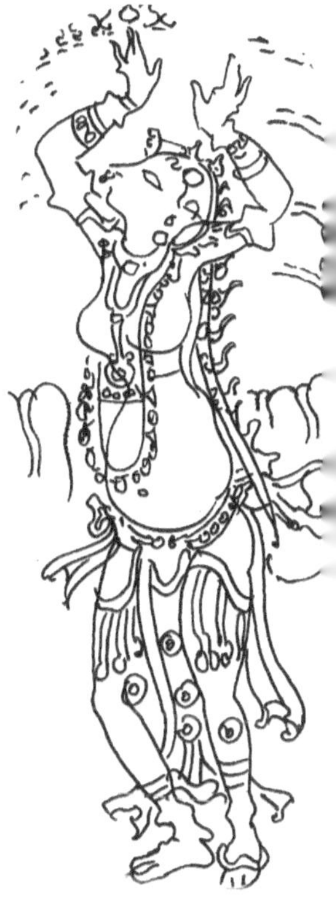

சபை கலைந்து புறப்பட்ட எல்லோரும் அவரவர் வீடு சேர, எல்லி நாயான சேதி பரவியது எல்லூரெங்கும். சேதி பரவப் பரவ எங்கும் ஓலமும் அழுகையும் ஒப்பாரியும் புலம்பலும் பெருத்து எழுந்து மூவுலகையும் அசைத்தன.

மக்கள் அழுகை கேட்டுச் செய்யன் அழுதான்: நாயான எல்லி அழுதாள்: ஏழு குழந்தைகளும் அழுது அரற்ற, வனம் மேயும் காராம் பசுவும் மானும் மயிலும் புலியும் சிங்கமும், பறப்பதுவும் ஊர்வதுமென எல்லாம் அழுது புலம்ப; உகுந்த கண்ணீர் ஆறாகப் பெருக்கெடுத்து ஓடுகிறது. ஓடிய கண்ணீர் ஓடையாகி.....

26
உகு நீரோடை

கதையோட்டத்தைச் சற்று நிறுத்தினான் செம்பேட்டான்.. கதை கேட்கும் யாவரையும் நோக்கினான். எல்லோர் கண்களும் தாரை தரையாய் வழிய தன்னில் துளிர்த்த மனங்கசியும் துளி களைத் துண்டில் துடைத்தபடி.. அது மட்டுமா.. செய்யன் பெற்ற பிடி சாபம் எல்லூரை வாட்டிய கோலத்தைக் கேளுங்கள்...

◆ ◆ ◆

எல்லூர் அழுத கண்ணீர் பெருகியது. பெருகியது.. உகுநீர் ஓடையாகிப் பெருக்கெடுத்துப் பாய்ந்தது, பாய்ச்சல் பெரும் பாய்ச்சலாய்ப் பாயப் பாய...!

கிழக்கே வானம் முடியுமட்டும் கணக்கற்ற காராம் பசுக்கள் தானே சொரிந்து ஓடிய பாலாற்றில் உகு நீர் ஓடை கலந்து, பால் கெட்டுத் திரிந்து குழம்பிப் பெரு நாற்றம் எழுந்து வதைக்கிறது வனமெங்கும்...

மேற்கே வானம் முடியுமட்டும் காணக் கண் கூசும் சொக்கமான சொக்கத் தங்கம் கொட்டிக் கிடக்க; ஓடைக் கண்ணீர் கிழக்கில் எழுந்த வாடை பட்டு மின்னும் பொன் குன்றமும், யாவும் கருகி வற்றியது ஒளி. குன்றியது பொலிவு...

தெற்கே வானம் முடியுமட்டும் கொட்டிக் கிடக்கும் தானியங்கள் அளப்பதற்கு ஆளின்றி; கட்டுவதற்கு ஆளின்றி, தானே விளைந்து களஞ்சியமாய்ச் சேர்ந்த தானியமும் வெம்பி முளைத்தன. திரிந்த வாடை பட்டு முளைகள் கருகிப் போக.. தானியமும் புழுத்துப் போய் கெடு நாற்றம் கொடுமையாய் எழுந்தது...

முத்திசையும் எழுந்த கொடும் நாற்றம் நாசிகளைக் கொல்லத் தென் திசையடைந்து நாடி வந்த வேறு நாட்டு மன்னவரை, இளவரசர்களை, செய்யன் புகழ்ப்பா பாட வந்த புலவர்களை, மகிழ்விக்க வந்த இன்னிசைப் பாணர்களை.. என யாவரையும் தூரத் துரத்தியது.

வான் சூழ்ந்த மஞ்சு பொதியும் வாடை பட்டு ஈரம் குன்றித் திசை மாறி வேறிடம் போக, வசியும், வளியும் குன்றின எல்லூருக்கு. கதிர் கொளுத்தி வேனல் வறுக்க, மக்களின் வளம் குன்றியது.. கனவு குன்றியது.. கனவின் சுவை குன்றியது... சுவையின் சுவையும் குன்றி ஒழிந்தது எல்லூர்.

நாளிரண்டு கழிந்து; மூன்றாம் நாள் ராத் தொடங்கிய முன்னிரவுப் போதில்; மனைமாட

முன்றிலின் பொன்னூஞ்சலில் அமர்ந்திருந்த செய்யன் உணவின்றி, உறக்கமின்றி, உள்ளக் குமைச்சலோடு யோசித்திருந்தான். மேகங்கள் விலகிய வானமும்; தாரகைகள் ஒழிந்த விசும்பும்; அம்புலியும் முகம் காட்ட மறுத்த கிழக்கும்; தண் மாருதம் வரும் தெற்கும் தவறியது கண்டு உள்ளம் குமுறிய வேளை: மாடத்தில் வைத்திருந்த பூத்தொட்டிகளில் செடிகள் அசைந்தாடும் நிலை பார்த்துத் துணுக்குற்றான் செய்யன்.

தொட்டியில் ஒரு தொட்டியாய் இருந்த பிரம்ம கமலப் பூ தன் முகையவிழ்த்துப் பூக்கத் தொடங்கியது. முதல் மடலவிழ்ந்த ஓசை கேட்டு அருகில் போன செய்யன், ஆயிரம் இதழ் கமலியோ என வியக்க மடல்கள் ஒவ்வொன்றாய் அவிழ்த்தது பிரம்ம கமலப் பூ. அது மிளிரும் அழகும், மலரும் ஓசையும் கண்டு ராவெல்லாம் தன்னை மறந்தான் செய்யன். கரைந்த நொடிகள் கரைந்த படியிருக்க கீழ்வான வெம்மையுணர்ந்து விடிந்த பொழுதைக் கண்டான். ரா போன மாயமென்ன என வியந்து சுற்றும் பார்க்க மாடச் செடியனைத்தும் பூத்திருக்கக் கண்டான். அதிரல், காந்தள், தவளம், பித்திகை, பூவை, காயா, பூலா, துளசி, கார்த்திகை, நந்தியாவட்டம், சாமந்தி, சம்பங்கி, திரிகண்டம், நல்வேளை, ஊதா, துளசி, கருமுகை, கழுநீர், என இருக்கப்பட்ட அத்தனை பூ வகையும் முன் காலையில் பூக்க நற்சகுனம் தொடங்கியதோ என வியக்க காலை புலர்ந்தது.

மாடத்தில் நின்ற செய்யன் திசை தோறும் பார்க்கிறான். கல்லத்திப் பூத்திருக்கக் கண்டு மகிழ்ந்தான். தொடர்ந்து வன்னி, வேங்கை, சுரபுன்னை பூத்ததோடு, காஞ்சிப் பூ பூக்கும் பூவரசம் பூத்தன. கல்லாலம் பூத்தது. அரளி, மரமல்லி, மகிழம், வேம்பு, கொன்றை, தேக்கு,

சந்தனம், அத்தி, மா, பலா, கருவேலம், செம்பரத்தை, கழை, காந்தள், சண்பகம், முண்டகம், தாலம், தெங்கு என எல்லாம் காலம் மறந்து பூத்துக் குலுங்கும் நிறங்களோடு, பூக்களின் மணங்களும் எங்கும் பரவியதைக் கண்டான்.

பூக்கள் பூத்த காட்சியது கிளர்த்த உள்ளம் பொங்கிய செய்யன் சேவுகரை அழைத்தான்.

..சேவுகரே..! புது சகுனம் தொடங்கி ஒரு முகூர்த்தம் ஆனதினாலே யானையேறி சந்தகனைப் பூத்த பூக்கள் வாடுமுன்னே பேரில்லா நதி தேடிப் போகச் சொல் யானை ஏறி... என்று ஆணையிட்டான்.

செய்யன் செய்தி கேட்ட சந்தகன் நெடுங்கொம்பு கொண்ட யானைக்குக் கிம்புரி பூட்டி; சூழி பூட்டி; அம்பாரி பூட்டி; நகத்துக்கு வண்ணச் சாந்திட்டு; உடலெங்கும் வண்ணம் தீட்டி; பொன்மணி கட்டி; பொன் வேய்ந்த அம்பாரியில் பட்டுத் திண்டிட்டு; அலங்கரித்த கரிக்கு ஆலம் காட்டி; ஆதிமாதவனைத் தொழுது; சரணங்கள் செபித்து, யாவரும் வணங்க யானை மீது ஏறி அமர்ந்தான் சந்தகன்.

நெடுவேல் பிடித்த சேவுகர் முன்னே போக, கொடியும் குடையும் பிடித்த கரு மேகமென யானைகளிரண்டு பக்கம் வர; வெற்றி முழக்கம் விண்ணதிர; வாதுவர் ஏறிய புரவியும், சாரதிகளேறிய தேரும், வீரரிளம் படை யொன்றும் பின் தொடரப் புறப்பட்டான் சந்தகன்.

மறையவர், திரிவேத போதியர், முக்காலமுணர்ந்த குரவர், பெரியோர், சிறியோர் என யாவரும் வாழ்த்தினர். அள்ளி முடித்த அளகத்தில் சுட்டிகை சூடிய பேரிளம் மகளிர் எல்லாம் கூளியும், நீலியும், இடாகினியும், மோகினியும், சூலியும், காட்டேரியும் பின் தொடரா வண்ணம் ஆலம் காட்டி வாழ்த்தி அனுப்ப..

முரசு, முழவு, தண்ணுமை ஒலிக்கக் கொம்புகளும் தாரைகளும் முழங்கின. எயிற் தாண்டி; அகழி தாண்டி; நிலம் பல தாண்டி; சாரல் தாண்டி; நீள வாள்வரி, பெருந் தலைச் சிம்மம் உள்ளிட்ட பெரும் கொடுவின மிருக வர்க்கம் தங்கும் கானகம் தாண்டிப் போனான் சந்தகன்.

போனவன் மீளவர எல்லூர் பொலிவதெப்போ? என மக்களெல்லாம் நினைந்துருகப் போனவன் போனான்...!

சந்தகன் போன நாள் கழித்து ஞாயிறு எழுந்து எரிந்தபடி ஏறியது உச்சிநோக்கி.. காலை பூத்த மரங்களும் செடிகளும் கொடிகளும் பூவிழந்து; இலையுதிர்ந்து வெறுமையாய் நின்ற கோலம் விண்ணவர் பரிகாசம் செய்யும் கோலமாய் இருக்க, அந்தப்புரம் போன செய்யன் எல்லியைக் காண கதவம் திறந்தான்.

பொன்னொளி வீசும் வதனம் கருத்து; நறுமணம் கமழ்ந்த அளகம் கொட்டி; வழமென் தோள்கள் பொலிவிழந்து; தேமல் படர்ந்த அலர் முலைகள் வற்றி; நவமணி அணிந்த கழுத்தும் சுருங்கி; கும்பியும் சுருங்கி; கால்கள் மெலிந்து; மேனி இருண்டு, சகியா உருவாய், புலராப் பொலிவாய் இருந்தாள் அந்தப்புர அறையில் எல்லி.

நிலைமாறி உருமாறி இருந்தாலும் கரையா அன்பாய், உருகும் காதலாய் இருந்த எல்லியின் கண்கள் வற்றின. வற்றிய கண்களின் குழியில் கண்ணீர் தங்க வழியுமின்றி விம்மியும் தேம்பியும் அரற்றினாள் குரலெழுப்பச் சக்தியின்றி.

பெற்ற பிள்ளைகளைக் கொஞ்ச வழியின்றி; குளிப்பாட்ட வகையின்றி; தாலாட்டத் தோதின்றி,

பொன்னூஞ்சலில் போட்டுக் குதலை கேட்கும் பாக்கியமின்றி அழுதாள். ஆனாலும்; பசியெடுத்தழும் ஏழு குழந்தையும் மடியூறிக் குடிக்கத் தோதாய் மெத்தையிலே கட்டுண்டாள். பால் குடித்த வாயோடு; பால் மணம் மணக்க மணக்க துஞ்சும் குழந்தைகளைப் பார்த்த செய்யன் செய்வதறியா யோசனையில் வாரியணைத்தான் ஒவ்வொன்றாய் நாளொரு நாளுமாய்…

தன்னைப்போலப் பொலிவும், புகழும் இழந்த செய்யன் நிலை கண்டு வெம்பியழுத எல்லியிடம் தேறுதல் சொல்லி; மந்திரிமாரும் காலக் கணக்கரும் செய்த வினைகளைச் சொல்லி: சந்தகன் போன பயணமும் சொன்னான். கவலையை மறந்து சேய்களைப் பார்: நல்லது நடக்கும் நம்பியிரு… என்று தேற்றினான்.

செய்யனின் தேறுதலில் தேறாத எல்லி மனம் கோடி ஈட்டிகள் குத்திய வேதனையில் வாடி வதங்க; ஆற்றும் வகையின்றித் தவித்த செய்யன் கையறு மனத்தின் கனத்தோடு கிளம்பினான் மற்ற ராணியரைக் காண.

அந்தப்புரத்தில் ஆறாயிரத்துத் தொள்ளாயிரத்து தொண்ணூத்தொன்பது ராணியரைக் காண அவன் போன வேளை காணச் சகியா காட்சிகளைக் கண்டான். அகிலும் சந்தனமும் புகை கமழ; பெரும்பொன் அண்டாக்களில் மது மாந்தி; தரையுணராக் கால்களில் தடுமாறி, தடம் மாறி, பாட்டும் இசையும் கூட்டி; கூடிக் கூத்தாடும் ராணியரைக் கண்டு திகைத்தான் செய்யன்.

எல்லூரே புன்னகை மறந்து, கண்ணீர் மல்கி, கசிந் துருகி கடுந்துயர் கொண்டு வருந்திக் கொண்டிருக்கும் வருத்த வேளையில்.. தேறா ராணியரெல்லாம். நறும்பூ மணக்க; பித்திகை மின்ன; பொன்னணி மின்ன,

ஆட்டம் ஆடும் குணங்கைகளோ எனக் குழம்பி நின்றான் செய்யன்.

ஆடிய ஆட்டத்தில் தம்மை மறந்த ராணியர் ஒளியும் வனப்பும் குன்றிப்போய், அடையாப் பவிசை அடைந்த களிப்பில் ஆடினர்.. ஆடும் மகளிரைக் காந்தும் மனத்தினனாய்க் காணும் செய்யனைக் கண்ட ஆட்ட ராணியரெல்லாம் சிந்தை குலைந்து; அவனைக் கொஞ்சிக் குலவி மகிழக் கூட்டமிட்டனர். சினம் கொண்ட செய்யன் ராணியரை முனிந்து கடுஞ் சொற்கள் வீசித் திரும்பிப் போனான் கோபமுற்றவனாய்.

மன்னவன் போக.. பொறுக்கா ராணியர் கூடிப் பேசினர். மன்னவன் முனிப்பும், எல்லி மேல் அவன் கொண்ட மையலும் நீக்கத் திட்டம் தீட்டி முடித்தனர். சகுனம் பார்த்து, சாதக நேரம் பார்த்துக் காத்துக் கிடந்தனர் அந்த ராணியரெல்லாம்...!

27
எல்லி சோதி

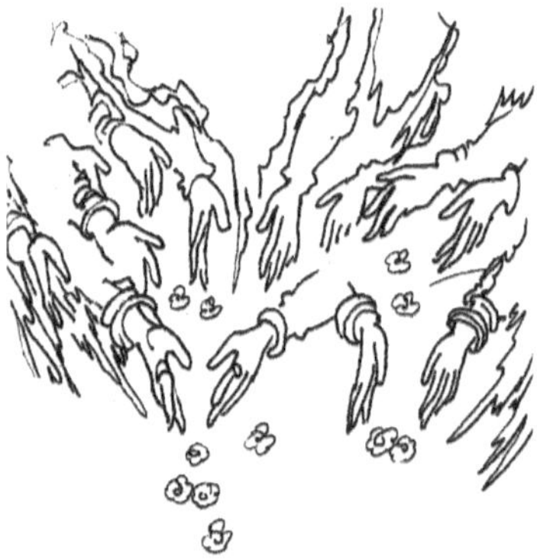

வேனிற் போனது. கார் வந்து பொய்க்கக் கூதிர் வந்தது. கொடுங்குளிர் வாட்டி பின்பனி வற்றி தணலேறத் தொடங்கியது தரை. வசந்தம் தொடங்கி இளவேனில் முதுவேனிலாகி மக்கள் வருந்தப் போன சந்தகன் திரும்பவில்லை.

குழந்தைகள் ஏழும் வளர்ந்து நடக்க; குதலை பேசும் குழந்தைகளைக் கொஞ்சிக் கொஞ்சிப் பொழுதைப் போக்கினான் செய்யன். பாழாய்ப் பரிதவித்த எல்லி ராணி சந்தகன் வரும் நாளை எண்ணி எண்ணிக் காத்திருந்தாள். ஒற்றுக்காரர் ஒருவரும் நலச் சேதி

சொல்லா நாள்கள் வீணே கழிய; பஞ்சம் தொடங்கிப் பாலை பெருகிக் காந்த, வெந்து புலம்பிய எல்லூர் நிலை அறிந்த திறத்தோர் தேற்றினர் யாவரையும்...!

அரண்மனை துஞ்சிய மற்ற ராணியர் எல்லோரும் வெந்து வெம்பிக் கன்றிய முகமாய், தீட்டி வைத்த சதியது நனவாக நோக்கிய நாளும் வந்தது.. ஒரு நாள்.

நாடடங்கிய மையான மையிருட்டில் ஒளிரும் தீப்பந்தங்கள் காட்டிய வெளிச்ச நகரில், ராவலம் போகப் பொய் வேடம் புனைந்து போனான் மகாராசன் செய்யன். அவன் போய் முதற்சாமம் முடிந்த ராவில்; மற்ற ராணியர் எல்லோரும் சேர்ந்து, கொடுங் குணம் கொண்ட ஒரு சேவுகனை அனுப்பினர் எல்லி ராணி மனைக்கு; குடி கெடுக்கும் தம் கொடு மதித் திட்டங்களைச் சொல்லி. மண்டையில் நஞ்சேறி; மனதில் கள் வெறியேறிய சேவுகன் மை பூசி யாரும் காணாவொரு மாயம் கொண்டு; காவலிருந்த மற்றச் சேவுகரின் கண்களுக்குப் புலனாகா வேடம் கட்டி; உடன் ஒரு நாயின் வாயைக் கட்டி: புலனாகா வேடத்தை அதற்கும் போட்டு எல்லி ராணி அந்தப்புரம் நோக்கிப் போனான்.

ஏழு குழந்தையர் சரமடி முட்டிப் பால் குடிக்கும் வேளையில், பாதகச் சேவுகன் பின்கட்டுக் கதவம் திறந்து நுழைந்தான் எல்லி மனையுள். கொண்டுவந்த வாய் கட்டிய நாயைக் கட்டிலில் கட்டிப்போட்டு, சில நகைகளைப் பொய்யாய் அதற்குப் பூட்டிப் படுக்க வைத்தான் சேவுகன். நாயுருவான எல்லி சேவுகன் வந்து நோக்கம் புரிந்து கத்த வாய் திறந்தாள். அது ஊளையாய் எழுந்து.. அழும் ஊளையாய் மாறியதைக் கேட்டு யாரும் சங்கை கொள்ளக் காணோம். ஊளையிட்ட எல்லியைச் சுருக்கு வீசி, வாயைக் கட்டித் தூக்கிப்

போனான். அந்தப்புரம் தாண்டி, நடை தாண்டி, ஆனை தங்கும் கொட்டில் தாண்டி, காராம் பசுத் தொழுவத்திற்குக் கொண்டு போனான் படுபாதகச் சேவுகன்.

நாயுருவாயிருக்கும் எல்லியின் வாயைக் கட்டி, கால்கள் நான்கையும் சேரக் கட்டி; அவள் திமிரத் திமிர ஒரு சணல் பையில் நுழைத்துக் கட்டி, மூட்டை போலாக்கிய சேவுகன்: சுற்றம் சூழலைப் பார்த்து, ஆள் அரவமற்ற சகுனம் பார்த்து; கட்டிய எல்லியைத் தூக்கிச் சாணி கொட்டும் பள்ளத்தில் போட்டு ஓடி மறைந்தான் அந்தப் படுபாதகன்.

திமிர வலுவின்றி, கத்த வாயின்றி உள் ஓலமிட்டு அழுத எல்லி கண்ணீர் தாரையாய் வழிய அது அவளைக் கட்டிய கோணி நனைத்து வழிந்து ஓடி, சாணம் வடியும் கோமியத்தில் கலந்து ஓட; சாண வாசனை தேடி வந்த அரவுகள் புதுச் சூடு நீர்ப் பட்டு விலகி ஓடின காடு நோக்கி.

எல்லி மஞ்சத்தில் ஏறிய புது நாயின் உக்கிரம் கண்டு கிலி கொண்ட குழந்தைகள் ஏழும் கடும் பசி எடுத்து அழுது கத்தின. குழவிகள் ஓலம் கேட்டுப் பதறிய புரியாப் புது நாயும் கத்தி ஊளையிட்டது. ஊளையிடும் நாய் தம்மைப் பெற்ற தாயல்ல என்று வாசம் உணர்ந்த குழவிகள் புது நாயின் வாசனை வெறுத்துக் கத்தினர் ரா முழுசும்.

சேவற் கூவி; புள்ளினம் கத்திய கீழ்வானம் வெளுக்கும் வேளை: அரண்மனைத் தொழுவத்துப் பால் கறக்கும் சேவுகரும், தொழுவம் கூட்டியள்ளும் சேவுகரும் கூடிவந்து வேலை தொடங்கிய வேளை சாணத்தில் இருந்த எல்லி அழுதபடி இருந்தாள் நாயாக..

கதிரவன் எழுமுன் வட மீன் அருந்ததி காணும் நேரமான நேரம்தான் பெண்ணுருவாய் எல்லி மாறத் தொடங்கும் நேரம்.. அந் நல்நேரம் தொடங்கும் முன்னே.. ஆனைச் சாணம், குதிரைச் சாணம், பசுஞ் சாணம், காளைச் சாணம், கன்றுச் சாணம் எனத் தொழுவச் சாணமெல்லாம் வழித்த சேவுகர்கள் குழியில் கொஞ் சமாய்ப் புதைந்திருந்த எல்லி மீது கொட்டினர். அரை முகூர்த்தம் கடப்பதற்குள் மலை மலையாய்க் குவித்தனர். சாணி பாரம் தாங்கா எல்லி மூர்ச்சையானாள். வட மீன் தோன்றப் பெண்ணாக மாறும் முன்னே சாண மலை அழுத்த.. அழுத்த.. அவள் மூச்சு முட்டி மாண்டு போனாள்.

உயிர் விடும் தருணம்.. உயிர் வலி கடுக்கும் நேரம்.. அன்பாய்த் திகழ்ந்த எல்லி நினைத்தாள்...

..யார் செய்த கொடுமையிது? இதயம் அற்றவரோ? வன் கொடுமதி மாந்தரோ? இதக்கம் இன்றி இன்பம் தேடும் கொரூர மனத்தரோ? ஐயகோ! என் குழந்தைகளைக் காப்பார் யார்?.. குஞ்சுக் குதலைகள், குலம் தொடரும் கொழுந்துகளை அரவணைத்துக் காப்பவர் தான் யார்? வஞ்சினம் கொண்ட வஞ்சக உலகில் வாஞ்சையோடு அவைகளை வாழ்விப்பவர் யார்? என்று மனம் வெம்பினாள்.

செய்வதற்கு ஏதுமில்லை, காப்பதற்கும் இனி ஆளுமில்லை எனத் தேறி.. ஆதியம் பகவனை, போதியம் முதல்வனை நோக்கித் தொழுதாள்... சபிக்கும் மனதொழிந்து.

..தம் குதலைகள் காக்கத் தம் உயிர் சென்று அவர்களில் உறையும். அவ்வண்ணம் உறையும் என்னுயிர் அவர்கள் நினைத்ததை முடிக்கும் பலமதை

அளிக்கும்.. அளிக்கட்டும்... என்று தீர்மானித்து விட்டாள் உயிரை.

எல்லி விட்ட உயிர் ஒளியாய் விரிந்து சாண மலையை மாயத் தணலாக்கியது. உலர்ந்த குவியலைத் துளைத்து வெளியேறியது. சிறு அகல் ஒளி வடிவாய் மிதந்து ஏழு குழந்தைகள் உறைந்த அறைக்குச் சென்று ஆற்றாமை கொண்டு அறை முழுசும் சுற்றிச் சுற்றி வந்தது. வேகமான வேகமெடுத்துச் சுற்றியது; சுற்றிய வேகத்தில் தீயது அணையவில்லை; நிலைத்த பொருளெதுவும் வேகவில்லை; மெல்லென வேகம் குறைந்து, நெப்பமாய், நடுநாயகியாய் நின்று குழந்தைகளின் அருகில் அமைதி கொண்டு மிதக்க. பாலின்றி வாடி வதங்கிய ஏழு குழவிகள் உறக்கத்தில் பிறந்தது அமைதி. துஞ்சும் குழவிகளுள் ஒளியது கலந்தது.. ஏழு வதனத்திலும் குறுநகை மின்னியது. யாரும் உணரா பலமென உறைந்தது தாயான எல்லி ராணி உயிர்.

◆ ◆ ◆

நகர் வலம் போன எல்லன் திரும்பினான் வட மீன் தோன்று முன்னே எல்லி பகல் வடிவு பெறும் நிலையைக் காண..! கதவம் திறந்து பொன்னொளி வீசும் தண் வளி சூழ்ந்த அறையில் செய்யன் நுழைந்தான்... பிணைத்த புது நாய் கட்டிய வாய்க்குள் கடும் கோபமாய் உறுமியது செய்யனைக் கண்டு. உறுமியது புது நாய் என விளங்கா செய்யன்; எல்லி உருமாறாத மாற்றம் என்ன? நேர்ந்ததுதான் என்ன? எனச் சங்கைகளால் வருத்தி; தொட்டிலில் துஞ்சும் தன் குழந்தைகளைக் கண்டான். அழுத ரேகை முகமெல்லாம் ஓடியிருக்க; மாறாப் புன்னகை பூத்துத் துஞ்சும் குழந்தைகளைக் கண்டு மேலும் குழம்பினான். அழுத ரேகைக்குள்

அழகு குலையா அமைதியின் ரேகைகள் ஓடும் மாயம் புரியாமல் கலங்கினான். கட்டிப் போட்ட நாய் உறுமியது உறுமியபடி இருக்க, முன்றில் வந்து சுற்றும் முற்றும் பார்த்தான் தெளிவற்ற தோரணையோடு.

பின்கட்டுத் தொழுவத்தில் சேவுகர் கூவும் ஆச்சர்ய சத்தம் மேலெழுந்து காது சேரக் கேட்ட செய்யன்; சேவுகரைக் கூப்பிட்டு ..என்ன சேதி பார்த்து வா..? என்றான்...

சென்ற சேவுகர் சடுதியில் திரும்பி வந்து சொன்ன சேதி கேட்டுப் பதறினான் செய்யன். பதைக்கப் பதைக்க ஓடினான் தொழுவம் நோக்கி. மூச்சிறைக்க ஓடியவன் சாண மலையை மோதாமல் நின்றான் சட்டென வேகம் குறைத்து. ஆசுவாசம் கொள்வதற்குள் சாணக் குவியலைக் கண்டு அதிசயத்துச் சமைந்து நின்றான் கணநேரக் கல்லாய்.

கொட்டி வைத்துக் குவித்த சாணம் சந்தனமாய் மலர்ந்து மணக்க; சாம்புநதப் பொன்னோடு மரகதம், நீலக்கல், நித்திலம், மாணிக்க விந்தப் பரல், கெம்பு, வைடூரியம், வயிரத்தில் உயர்ந்த சந்திரகுரு, சந்திரபாணி, செம்பவளம், கோமேதகம் என நவமணியோடு; உயர்ந்த மணிகளெலாம் அடையடையாய்ச் சந்தனத்தோடு சடைத்திருக்க; எழுந்த மணம் எங்கும் வியாபித்தது. அதிர்ச்சியோடு அதிசயமாய்ப் பார்த்த செய்யன் குவியலைக் கிளறச் சொன்னான்.

ஈரடி கிளறிய சேவுகன் ஒருவன் நவமணிகளில் பெருகிய ஒளியதைத் தாங்காக் கண்களைக் கசக்கி ஒதுங்க, மற்றச் சேவுகர் எத்தனித்து ஒதுக்கித் தள்ள.. முழுப் பொன் மேனியுடன்; செக்கர் சிவந்த பொலிவுடன்; ஒளியோ, மதியோ என மயக்கும்

அழகுடன்; மிளிர்ந்த வதனத்துடன்; உயர்ந்த வெண்பட்டு சுற்றிய நிலையில் சமாதி அடைந்த எல்லி உடல் இருக்கக் கண்டான் செய்யன். கோடான கோடி இடிகள் தாக்கிய மனம் போல் உணர்ந்தான்: நின்ற பூமி நிலை தடுமாறிப் பிளந்த கோலத்தில் வீழ்ந்தவன்போல் தடுமாறினான்: யாரும் தேற்ற வகையற்றுக் கையறு தவிப்போடு கலங்க நின்றான். கண்களும் பெருகி நின்றான் செய்யன்.

..நடந்தது என்ன..? சாபத்தில் இல்லாத புது நியமமோ..? வனத்தில் விட்ட அம்பு மீளத் துணித்ததோ எல்லி உயிரை..? அல்லவெனில் யார் செய்த சதியோ..? சாணக் குவியலில் எல்லி வந்த மாயமென்ன..? நாய் வடிவம் போன சூக்குமம் தானென்ன..? அவள் மணக்கும் மர்மம் தானென்ன..? துளைக்கும் கேள்விகளால், பெருகும் கண்ணீரால் நிலை குலைந்தான் செய்யன்..

எல்லி ராணி மறைந்த சேதி பரவி; மக்கள் அழுது அரற்ற: மாட மாளிகை துஞ்சும் மற்ற ராணிமார் மகிழ்ந்து நொர நாட்டியம் ஆடினர் அந்தப்புரத்தில். ஆருயிர் ராணியைப் பறி கொடுத்த மகாராசன் செய்யனை எண்ணி மருகும் எல்லூர்ப் பெண்களும், குழவிகளும், திறல்சார் பெரியோரும் கலங்கியதைக் கண்ட வானுறைக் கூட்டம், எல்லூர் காணும் கெடுஊழ் நடபடிகள் எவ்வூருக்கும் நேர ஆகாதென்று யோசித்து; எல்லிராணி குவிந்த பொக்கிசமாய் மறைந்த நிலை என்ன நிலையோ? என யோசிக்க அவர்களும் மாளாமல் வியந்தனர். யாதுதான் நடக்குமோவெனப் பரிதவித்தனர்.

குவியலில் மீட்ட உடலைப் பன்னீரில் குளிப்பாட்டி, பசுந்துணியில் ஒற்றியெடுத்து, பூவும் பன்னீரும் நறும்

புகையும் இட்டு அலங்கரித்துப் பூவுடல் ராணியை முன்றிலில் கிடத்தினர் சேடியர்.

எல்லி கிடந்த கோலம் காணச் சகியா யாவரும் கதறியழ எங்கும் நிலைத்தது ஓலத்தின் ஓலம். எல்லூர்வாசிகள் பார்க்க; விண்ணவர் பார்க்க; திரை கட்டும் சுற்று வட்ட அரசர்கள் பார்க்க; பார்த்தவர் யாரும் கலையா மனத்தோடு; இறங்கா பாரத்தோடு நகராமலிருக்க; பார்க்கும் கூட்டம் பெருகிப் பெருகிச் சேர்ந்தபடி இருந்தது. கூடிய கூட்டத்தில் மற்ற ராணியர் யாரும் காணோம்.

நறுமணத் தைலங்கள் பூசிய எல்லி ராணி பூவுடல் ஒன்பது நாள்கள் தரிசனம் முடிந்து அடக்க வேலைகள் தொடங்கின. கோட்டையின் மீது நின்ற சேவுகர் கொம்புகளூதி, முரசுகளறைந்து நகரத்தை எழுப்பினர். அரசவை கூட்டி கணியரை அழைக்க நல்லடக்க நல்முகூர்த்தம் கணித்துச் சொல்ல; சீவரம் தரித்த அறவாழி அந்தணரை அழைத்து அடக்க வேலைகளைத் தொடங்கச் சொன்னான் செய்யன்.

எல்லி உடல் கிடத்திய அரண்மனைப் படப்பை நடுவில், சீவரவாழி அந்தணர் கூடி; அருள் சால் பகவனை, ஆதியம் பயந்தனை, நெடுந்தவம் புரிந்த மா மாதவனை, திரிநெறி பயந்த அருள் நிறை சாத்தனை, நடுவழி கண்டு நல் வழி காட்டிய போதியனை வணங்கி திரிசரணங்களை ஓதினர். முப்பெரும் பீடகப் பாடல்களைப் பாடினர்.

முன்றிலில் கிடத்திய எல்லியை வானவர் குளிக்கும் ஆகாய கங்கை நீரை முகந்து பொற்குடமேந்திய சீவரப் பெண்கள் கழுவினர். அலங்கரித்த தேரில் ஏற்றிய உடல் மக்கள் உகுத்த கண்ணீர்க் கடலில் மூன்று நாள் சுற்றி எரி திடல் வந்தது.

எரிதிடல் மேடையில்.. திரிமறை அந்தணர் முன்னின்று அகிலும், சந்தனமும், ஜவ்வாதும் கூட்டி உடலதைக் கிடத்தினர். மக்கள் ஓலம் விண்ணைப் பிளக்கப் போதி மந்திரங்கள் காற்றில் கரைந்தன. சீவரமேற்ற மறையவர் கொடுத்த நெய்ப் பந்த நெருப்பை எல்லி உடலில் இட்ட செய்யன் கதறினான்.. கதறினான்.. ஐயகோ.. கதறி அரற்றினான்.

விண்ணும் மண்ணும் கலந்த சோதி உயர்ந்து ஓங்கப் பெருஞ்சோதியில் கலந்த ராணி உடலாய் வெந்து கரைந்தாள். அருள்நிறை ராணி காதலாய் உறைந்தாள்...

அடக்கம் முடிந்தது. அருள்வசி பொழிந்தவள்; ஒளிமதி வாய்த்தவள்; ராணியரில் ராணியான எல்லி ஞாபகம் நாளும் வருத்த; பற்று அறுத்துத் திக்குகள் உதற எண்ணிய செய்யன் எல்லி கொலையுண்ட காரணம் என்னவாயிருக்கும் எனத் தன்னுள் தீர ஆலோசித்தான். ஏதும் தீராத யோசனையில் அரசவைக் கூட்டி மந்திர ஆலோசனை செய்தால் விளங்கினாலும் விளங்கும் என்றெண்ணித் சேவுகரை அழைக்க மணியடிக்க எழுந்தான். ஆற்றாமையோடு அறையுள் நடந்தபடி இருந்தான் அங்கலாய்ப்பில்..

யோசித்து யோசித்துத் தீராச் சங்கையால் வெம்பி; நடந்தபடி இருந்த செய்யனின் நிலைகண்டு; எல்லி வளர்த்த பஞ்சவர்ணச் கிளியது அவன் தோளில் வந்தமர்ந்தது: கொலைக் கேதுவாய் நடந்த கதைகளைச் சொல்லியது.

ஆறாயிரத்துத் தொள்ளாயிரத்துத் தொண்ணூற் றொன்பது ராணியர் கொண்ட வெறுப்பையும்; அவர்கள் கதவடைத்துக் கோலம் காட்டி வராது போன காரணத்தையும்; எல்லி இடுப்பு வலியெடுத்து

அவர்கள் கதவடைத்துப் போட்ட நொர நாட்டியத்தையும்; நகர்வலம் போன ராவில் சேவுகனை அனுப்பியதையும், அவன் எல்லியினைக் கட்டி சாணக் குவியலில் போட்ட சதியையும் சொல்லிப் பறந்தது வனம் நோக்கி.

நடந்த சதி யாவையும் கேட்ட செய்யன் பொங்கிய கோபமாய்; அடங்கா முறுக்காய்; செக்கக் கனன்ற கண்களாய் எஞ்சிய ராணியரைக் கொல்லத் துணிந்தான். பெருகும் கோபம் பெருகியபடி இருக்க வெடிக்கும் மனத்தில் சுள்ளெனத் தைத்தது ஓர் எண்ணம். பிடி கொலை செய்து பெற்ற சாபம் நெஞ்சில் உதிக்க வஞ்சினம் சட்டெனத் தணிந்தது. மிச்ச ராணியரைக் கொல்லும் எண்ணம் முற்றிலும் மறைந்தது.

ஆயினும் ஆற்றாமை அகலா மனத்தில் ராணியரை முழுசும் முனிந்தான் செய்யன். பின், ஆறாயிரத் தொள்ளாயிரத்துத் தொண்ணூத்தொன்பது ராணியரையும் அழைத்தான்.. வந்தார்கள்.. அவன் முன் நின்றார்கள்.

நின்றவர்களை நோக்கிய செய்யன் சொன்னான்..

..ராணியரே! உங்களைக் காணாது விட்டது என் தவறு, அண்டாது விட்டது பெருந்தவறு. காலம் செய்த கோலம் மட்டுமல்ல, என் கோலாட்சி செய்த கோலமும்தான்.. ஆகையினாலே எனை மன்னியுங்கள் மனைவிமார்களே.. எனை மன்னியுங்கள்...

என மன்னிக்கக் கோரிய மன்னன் மேலும் சொன்னான்..

..ராணியரே..! எல்லூர் மா தேவியரே..! உங்கள் வெஞ்சினம் உணர்ந்தேன்: என் பாவம் தீராத பெரும் பாவம்: விலகாத பெரும் பழி. வனம்

மேய்ந்த கருவுற்ற ஒரு பிடி யானை கொன்று பெற்ற சாபம் கொடியது ராணியரே.. கொடியது.. அதனினும் உங்களை அந்தப்புரம் அடைத்து ஒழித்துச் சிதைத்தது. இளமையும் வனப்பும்; இயற்கைப் பெருக்கும்; கனவும்; கனவின் பெருமூச்சும் வாய்த்த உங்களைத் தேற்றாமல் போனது பெரும்பாவம். அல்லல்பட்ட ராணியரே இனிச் செய்யேன் இதை.. இனிமேல் செய்யவே செய்யேன்...

..தேவியீர்..! இனி உங்களை நான் தடுக்கேன்.. உங்களில் நீங்கள் விரும்பியவர் தங்கலாம்.. வேண்டாதவர் வேண்டிய பொக்கிசம் எடுத்து விரும்பிய வாழ்வை: விரும்பிய இடத்தில் தொடங்கலாம். வேண்டிய உதவிகள் பெறலாம்.. விரும்பியவர்கள் இப்போதே செல்லலாம், தடையேதும் கொள்ள வேண்டாம். புது வாழ்க்கை தொடங்க மனக்கிலேசமும் வேண்டாம்... ஏசகமும் யாசகமும் அற்ற புது வாழ்வைத் தொடங்குங்கள்.. தொடங்குங்கள்..!.

என்று சொன்னான் செய்யன். செய்யனின் வேண்டுதல் கேட்டு மகிழ்ந்த ராணியர் தம் சிறு மகுடங்களை அவன் காலடியில் போட்டு; எல்லூர் வெளிச்சத்தை உள்ளத்தில் போட்டு, வேண்டிய செல்வங்களை எடுத்துக் கிளம்பிப் போயினர் தாம் விரும்பியபடி.

எல்லோரும் போன பின் மிஞ்சியவள் கடைசி ராணி. மனப் பெருஞ்சுமை கழிந்த செய்யன் நீண்ட பெரு மூச்சை விட்டு அயர்ந்தான். மிஞ்சிய பெரு வடிவாய், காணும் பார்வையில் அருள் வடிவாய் நின்ற மிஞ்சிய ராணியை பேர் என்னவெனக் கேட்டான் செய்யன்.

அவள்.. இளைய எல்லி...! என்றாள்...

இளைய எல்லி எண்ணம் அறிந்து, அவள் பூமனம் உணர்ந்து மகிழ்ந்த செய்யன்.. எல்லி பெற்ற பச்சைக் குழந்தைகளைப் பேதமின்றி காப்பாயானால் தாயாக நில் அல்லவெனில் மற்றோரைப்போல் செல்.. எல்லிராணி பட்ட கொடுந் துயர் உம்மைத் தொடாது... என்றான் செய்யன்.

செய்யனின் மறுமொழி கேட்ட இளைய எல்லி, கனத்த நெஞ்சத்துடன் மொழிந்தாள் தன் உள்ளக் கிடக்கை..

..எல்லி சோதியானாள்.. சோதியாய்ச் சேயுள் உறையும் தெய்வமுமானாள்.. என்னவரே ! எம் மன்னவரே ! உம் மனம் போல் காப்பேன் எம் மக்களை... பட்டம் கேட்டு நிற்கவில்லை.. குழவிகளைக் காத்துக் காதல்கொள்ள நிற்கிறேன்.. என்று சொன்னாள் இளைய எல்லி..

இளைய எல்லியின் வாக்கில் நம்பிக்கை கொண்டு அவளை இருக்கச் செய்தான் செய்யன். நாள் சில போன பின் அரசவை கூட்டி ஆலோசனை செய்தான். இளைய எல்லிக்குப் பட்டம் கட்ட அனைவருக்கும் சேதி சொன்னான். பின் நற்காலம் பார்த்து அறவாழி அந்தணர்களைக் கூட்டி இளைய எல்லிக்குப் பட்டம் கட்டிப் பக்கத்தில் அமர வைத்து நாட்டைப் பரிபாலனம் செய்து வந்தான் செய்யன்...!

28
வெற்றிச் சந்தகன்

பொழுதும் இரவும் நாள் மேல் செல்ல.. பருவமும் பொய்த்து மழை வானம் மறைந்து போக.. எல்லூர்க் களஞ்சியம் கரைந்து எருக்கம் முளைத்துப் போக.. காலச் சக்கரம் உருண்டு மறைந்து மூன்றாம் வசந்தம் தொடங்கி, சந்திரன் ஒழிந்த ராவின் நடுநிசியில் வந்த ஒற்றன் கணநேரம் நில்லாமல் சந்தகன் வரும் சேதியைச் சொன்னான் செய்யனிடம்.

சந்தகன் வரும் சேதி கேட்டுப் பூரித்த உள்ளத்துடன் அவசரம் காட்டி ராவைக் கழித்த மன்னன்; தோரணம் கட்டி, வீதிகளை

வனப்பேற்றச் சொல்ல: முடித்தனர் மக்கள். கூத்தும் குலவையும் கொண்டு சந்தகனை வரவேற்க எல்லூர் எல்லையின் வாயில் வந்தான் செய்யன்.

புத்தம் பொலிவுடன் திகழ்ந்த கரிமீது அம்பாரித் திண்டில் அமர்ந்த சந்தகன் தலையில் தக்கோலக் காய் முடிசூடி, வாகையும் கடம்பமும் புரளும் மார்புடன் விளங்க வந்தான் தூரத்தில்..

தோரணை மிடுக்கில் விம்மிய நெஞ்சுடன் எயிலருகில் வர வர வானில் சூழ்ந்த கரு மேகக் கூட்டம் கீழே இறங்கின. குளிர்ந்த மாருதம் மெல்ல வீச; இறங்கிய மேகத்தில் வண்ணங்கள் செறிந்த வானவில் வானம் முடியுமட்டும் தோரணமாய் இறங்கியது. வானவில் அமைத்த தோரண வாயிலில் நுழைந்த சந்தகன் வெற்றிக் கொடியைக் காட்டினான். எல்லூர்க் கொடி முன்னே பிடித்த சேவுகர் முழக்கம் விண்ணைப் பிளக்கத் திரல்சால் சந்தகன் வந்து நின்றான் கோட்டை வாயிலில்.

ஆலங் காட்டி; ஆரத் தழுவி சந்தகனை அழைத்துப் பரி வாரம் சூழ, வீதியெங்கும் வாழ்த்தொலிக்கப் போனான் செய்யன். அரசனுக்கு இணையான ஆசனம் கொடுத்து, மதியூகி மந்திரிமாரும், திணந்தோள் சேனாதிபதி யாரும், கணியரும், வள்ளுவரும், சோழியரும் எனக் காலக் கணக்கரோடு, இளைய எல்லியும், தகைசால் அறவாழி அந்தணரும் சூழ்ந்து நிற்க:

..சென்ற காரியம் வெற்றியா...? என்றான் செய்யன் சந்தகனை நோக்கி..

..மன்னர் மன்னா! சென்ற காரியம் வெற்றியில் வெற்றி! சிறந்த வெற்றி!... எனச் சொல்லத் தொடங்கினான் சந்தகன் தன் வெற்றிப் பயணத்தை.

..பூலோக திசையில் மண்டிலம் தோன்றும் திசை தொடங்கி அது வீழ்ந்து மறையும் திசை வரை மனோ வேகம், வாயு வேகத்தோடு எங்கும் தேடினேன்.

..வடக்கே ஜம்புதீவ மரம் தொடங்கி தெற்கே கவாடச் சமுத்திரம் வரை நிற்காமல் நிலைக்காமல் ஒரு நொடியும் தாமதிக்காமல் தேடினேன்.

..பொங்கிப் பெருகும் பேராறுகளும், பொங்காமல் பெருத்தோடும் இன்னும் பல ஆறுகளும், புனலோட்ட அலையடிக்கும் சிற்றாறுகளும், எண்ண வகையற்ற ஓடைகளும், காய்ந்த நதிகளும், மணல் மட்டும் தேங்கிய ஆறுகளும், ஓடைகளும் என உலகிலுள்ள எல்லா ஆறுகளையும் கண்டேன்...

..எல்லா ஆறுகளுக்கும் ஒவ்வோர் பேருண்டு; பேருக்கு ஒரு கதையுண்டு; கதைக்கும் ஒரு காரணமுண்டு; அந்தக் கதைகளைக் காக்கும் குடிகளுமுண்டு; குடிகளுக் கொரு மூலம் உண்டு; மூலத்திற்கு ஒரு கற்பனையுண்டு; கற்பனைக்கொரு கடவுளுமுண்டு; கடவுளுக்கொரு ஆறுமுண்டு: ஆயினும் அலுக்காமல் தேடினேன்.

..இரவெது பகலெது பாராமல் தேடியலைந்து திரிவேத போதியனை நினைத்து; அருள் கைகளை நீட்டு போதியின் மாதவனே! என உள்ளுக்குள் உருகியபடி பயணத்தைத் தொடர்ந்தேன். கடைசியில் நாகலா மலைகளைத் தொடர்ந்து.. சத்திய மலைகளைத் தொடர்ந்து.. கூனி மேட்டு ஏற்ற இறக்கங்களைக் கடந்து; மொண்ணேட்டு வட திசையில் கண்டேன் அந்தப் பேரற்ற ஆற்றை..

..வானவர் மயங்கும் வாளுவம் நிறைந்து; ஆவாரமும் கொன்றையும் கடம்பமும் தாழமும் பிரண்டையும் களாவும் காரையும் நிறைந்த படப்பைச் சூழ் தெளிந்த

ஆற்றைக் கண்டேன்.. அரிதிலும் அரிதான அந்நதியைக் காக்கும் காவல் தெய்வம், ஈராறு ஆண்டுக்கு ஒரு முறை பூக்கும் பிரம்ம கமலப் பூவில் என்றும் குடியிருப்பாள். ஆயிரம் இதழ் விரியப் பூக்கும் அந்தப் பூ மலரும் இடமெங்கும் வளமும் வாழ்வும் கொழிக்க வைப்பாள். வையத்துள் உயர்த்தி வைப்பாள் அந்த நதி காக்கும் காவல் தேவதை...

சந்தகன் வாய்ச் சொற்களைக் கேட்ட செய்யன் சகுனக் குறிகளை முன்னமே கண்ட தன் பாக்கியம் எண்ணியவனாய்ச் சந்தகனிடம் கேட்டான்:

..சந்தகனே நீ சொன்ன சகுனக் குறிகளை நானும் கண்டேன், நீ நதி தேடிக் கிளம்பிய நாள்முன்னே. நம் அரண்மனை மாட முன்றிலில் பிரம்ம கமலப் பூ பூத்தது. பூக்காத மரங்களெல்லாம் காலம் மாறிப் பூத்ததை நானும் கண்டேன். உன் வாக்குப் பொய்யா வாக்கெனத் தெரிந்தேன். ஆயினும் அன்பனே பேரில்லா நதியது போகும் வழியது சொல்வாய்... என்றான்.

..மன்னாதி மன்னவ! அது தோன்றும் இடம் தெரியாது. அது முடிவுறும் இடமும் தெரியாது. துலங்கும் இடமே நான் கண்ட இடம். ஆயினும் அருளாளனே! இருள் தங்கும் வனமும்; நெடுமுடி கொண்ட மலைகளும்; குன்றுகளும்,பேர் சூடிய குட்டம் நீண்ட ஆறுகளும் தாண்டிப் போகும் சிரமம் பெருஞ் சிரமம். நம் எல்லூர்த் தச்சன் பெருந்தச்சனைக் கொண்டு விண்ணவர் பொரும ஒரு புட்பக விமானம் செய்து: காற்றில் ஏறிச் சடுதியில் போகலாம்... என்றான் சந்தகன்.

சந்தகன் யோசனை ஏற்றச் செய்யன் பெருந் தச்சனை அழைத்து.. ஏழு கன்னிமார் ஏறிச் செல்லும் புட்பக

விமானம் ஒன்றை விரைவாய்ச் செய்க... என்று ஆணை யிட்டான்.

யோசனை முடிந்தது... சபை கலைந்தது.

திங்கள் போய், திங்கள் போய்த் தோன்றிய மூன்றாம் முழுமதி நாளில் பறக்கத் தயாரானது புட்பக விமானம். விசையேற்றிய இருபெரும் எந்திர றெக்கைகள் பொருத்தி; பொன் தகடு போர்த்திய உடலது கொண்டு, தூரத்தில் பார்க்கப் பறவை போலும்; அருகில் பார்க்கத் தேர் போலும்; பட்டு மெத்தைகள் போட்டு அமைத்த இருக்கைகளும்; விசை செலுத்தியோட்ட ஓரமைப்புமாய்; கண்களுக்குக் கொள்ளாத் தேராய் இருந்தது புட்பக விமானம்.

திரிமறை வேதவர் குறித்த நாளில் விமானம் கிளம்பத் தயாராய் நின்றது. அலங்கரித்த பெரும் பொலிவுடன் வந்து நின்றான் சந்தகன். மாடத்தில் வதியும் பெரியோர் வாழ்த்த; இன்னிசை முழங்க; மாட மகளிர் பூமாரி பொழிய; ஏழு குழந்தைகளுக்குத் தேவதையர் தோற்கும் உடைகளை அணிவித்து விமானத்தில் ஏற்றினான் செய்யன். வழித் துணையாகச் சந்தகன் ஏறக் கிளம்பியது விண்வண்டி.

வெண்மதி முழுசும் ஒளிர்ந்த அத் தெள்ளிய ராவில். தெள்ளிய தண்ணொளி காட்டிய வழியது பிடித்து வாயு வேகம், மனோ வேகமாய்ச் சடுதியில் அடைந்தது கூனி மேட்டுக் கரையை அந்தப் புட்பக விமானம்.

விமானம் இறங்கிய வேளை நடுச் சாம வேளை, ராக் கோழியும் நுணலும் கத்திக் கத்திச் செவி கூசிய வேளை. திரி கல்லும் திம்மக் கல்லும் போட்ட, ஏழு விரற்கடை ஆழமேயிருந்த தேர் மடுத் துறையில் இறக்கினான் குழந்தைகளைக் காவற் துணைச் சந்தகன்.

நீரில் ஏழு குழவிகளும் கால் வைத்த வேளை மடுவாழ் மீன்கள், நண்டுகள், நத்தைகள், ஊமச்சிகள், புழு, பூச்சிகள் என அத்தனையும் மகிழ்ச்சியில் துள்ளின. துள்ளிய மீன்களின் சலசலப்பில் கலங்கிய மடுவில் சகதியெதுவும் மேலெழக் காணோம்.

உயர நின்ற வான் மதி சடுதியில் இறங்கி வட்ட ஒளி காட்ட: குழந்தையர் எழுவரும் ஆளுக்கொரு அதிசய நிறமாய் மாறினர். வெளிச்சக் குட்டையில் நிறங்கள் சிதறிப்பெருக; குழவிகள் உடலது கண்பறிக்கும் மாயக் கோலமாய் மின்ன, வட்ட ஒளி வீழ்ந்த நீர் வெளியெல்லாம் மிதந்து நீந்தும் குழந்தைகள் கண்டு வியந்தான் சந்தகன்.

குழவியர் நீந்த நீந்தக் கானம் எழுந்தது, இசை எழுந்தது, எங்கும் நறுமணம் சூழ்ந்தது. விண்ணவர் காணாத ஒளியும் மணமும் எழுந்த வேளையும் முடிய; வானில் ஏறிய வான்மதி தன் பாதை பிடித்துப் போக; கரை சேர்ந்த குழவிகள் சிரித்த அழகில் மயங்கிய சந்தகன் கண்ட காட்சிகளை மறந்தே போனான். விமானம் ஏற்றிய குழவியரை வடமீன் தோன்றும் முன்னமே அரண்மனைச் சேர்ப்பித்துப் பின் ஆணையேறி வீடு போனான் சந்தகன்.

புலர்ந்த காலை துயிலெழுந்து முன்றில் பலகணி வந்து நின்ற செய்யன் எல்லூர் காணும் புது மாற்றங்களைக் கண்டான். இழந்த பெருமையை, வனப்பை, வளத்தை, பொலிவை, ஒளிவை மீளவும் மெல்லப் பெறுவதைக் கண்டான். தூரப் போய் விலகிய மேகங்கள் திரும்பக் கண்டான். எங்கும் வீசிய கொடூர நாற்றம் அடங்கக் கண்டான். திரி கரிந்து பொசுங்கிய தீபங்கள் நிமிர்ந்து நின்று எரியக் கண்டான்..

மனதில் மகிழ்ச்சி கொஞ்சம் மேலெழ யோசித்தான்... நான் பெற்ற மக்கள் புனலாடப் போய் வர எல்லூர் பெற்ற பொலிவே இதுவென்றால்; பேர் பெறாத நதியோடும் அந்த மண்ணும் மக்களும் பெற்ற வளமென்ன வளமோ..! என்று தன்னுள் அங்கலாய்த்தான்.

நாளொரு நாளும் சந்தகனை அழைத்து நடுநிசி முன்னே விமானம் ஏற்றிக் குழவியரை அனுப்புவான் செய்யன்.. அந்தப் புனலாட்ட வழக்கம் தொடரத் தொடரப் பொலிவு கொஞ்சம் கொஞ்சமாய்க் கூடி வந்ததது எல்லூருக்கு நாளும்.

சந்தகன் விமானம் ஏறி, குழவிகளை ஏற்றிச் செல்வான்.. வருவான்.. இருந்தும் கண்ட காட்சிகளை யாவும் மறப்பான். நடந்த கதையை ஒரு நாளும் அவன் சொல்லா மாயமும் விளக்காக் காட்சியும் வருத்தியது செய்யனை. சந்தகன் வந்து அவனிடம் கேட்டால் சொல்ல வகையின்றி அவனும் குழப்புவான். சந்தகன் செய்கையில் கிலேசம் கூடிய செய்யன் எல்லூர் பெறும் பொலிவினாலே நம்பிக்கை கொள்வான் நாளும்.

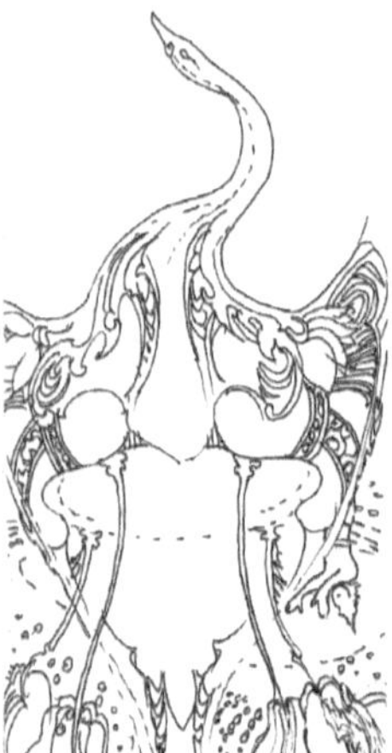

நாளும் நாழியும் கழிந்து கழிந்து ஏழு ஆண்டுகள் முற்றிய நாளில்; தோன்றிய அம் முழுமதி நாளில் குழந்தையர் வளர்ந்து பொலிந்த சிறுமியராய் வளர்ந்திருக்கக் கண்டனர் செய்யனும் சந்தகனும். தாம் வளர்ந்த நிலையது உணர்ந்த சிறுமியர் தந்தையிடம் வந்து வணங்கி நின்றனர் ஒரு நாள். தம் மக்கள் நின்ற கோலம் கண்டு மகிழ்ந்த செய்யன்..

..எனை வணங்கும் எம் அழகு மக்காள்.. நீங்கள் வந்த நோக்கமென்ன..? எனக் கேட்டான்.

வணங்கிய சிறுமியர் புன்னகை மாறா முகத்துடன், பற்றிய பாசத்துடன், விலகாப் பணிவுடன் தந்தையிடம்:

..அன்பும் அறிவும் கொண்டு எம்மை வழி நடத்தும் தந்தையே..! பேரில்லா ஆற்றில் புனலாட இனி நாங்கள் தனித்துப் போகத் துணிகிறோம். குலகுரு போல வழி காட்டிய வழித் துணைச் சந்தகன் இனி ஓய்வெடுக்கட்டும்.. அய்யனே அனுமதி தாருங்கள்... என்றனர்.

மகள்களின் வைராக்கியம் உணர்ந்த செய்யன் முழு நம்பிக்கை பிறந்தவனாய், புதுத் தெம்பு ஏறியவனாய் தனக்குள் விம்மி.. மருகி.. தந்தான் அனுமதி.

அந் நாள் தொடர்ந்து சப்த சிறுமியர் சந்தகன் துணையின்றிப் போய்ப் புனலாடிப் புனலாடிச் சேதமின்றித் திரும்பினர் ஒவ்வொரு ராவும்.

அப்படி அவர்கள் போன ஒரு ராவில்.. வெண்முகில் துளைத்து விண்ணேறிப் போன வேகத்தில், வான்மதி பின்தொடரப் பறந்தனர் புட்பக விமானத்தில். வான மண்டலங்களைக் கடந்து சென்ற விமானம் பால் வீதிகளில் நுழைந்து சாலங்களைக் காட்டியது. விண்வதியும் தேவரெல்லாம் யாரிந்தப் பெண்கள் என்று யோசித்து தியானிக்க எல்லூர் மன்னன் செய்யனின் புதல்விகள் என்று உணர்ந்து மகிழ்ந்தனர். ஆண்டுகள் ஏழது விமானத்தில் பறந்து விண்வலம் போனவர்கள் இன்னும் போவார்களா என்று தமக்குள் கமுக்கமாய்ப் பேசினர்.

தேவரரும் விண்ணவரும் பார்த்துக்கொண்டிருக்கும் போதே சிறுமியர் எழுவரும் சட்டென ஒளிர்ந்தனர் பெரு ஒளியாய்.. அது சிறுமியர் தாய் எல்லியின் ஒளி. சோதியாய்ச் சேர்ந்த உயிரொளி. விண்ணவருக்கும் வாய்க்காத தாயன்பு ஒளி. அந்த எல்லி சோதி ஒளி தந்த மாயத்தினாலே சிறுமியர் பறந்த புட்பக விமானம் திடுமென மறைந்தது ஒரு ராவில்.

வீயா விசும்பில் விழுந்த சிறுமியர் முகிலென மிதந்து; நெப்பமாய்ப் பறந்து; ஆற்றை அடைந்து புனலாடினர். புனலாடி முடித்த பின் எல்லூர் போவதெப்படி என யோசிக்கும்போதே விண்ணேறிப் பறக்கத் தொடங்கினர். பறக்கத்தக்க ஆற்றல் பெற்ற பெரு மகிழ்ச்சி கூடியது: பெருமை பொலிந்த ராவில் அவர்கள் ஒளிமிகு தேவதையரென்ற விவரம் புரிந்தது எழுவருக்கும். அது எல்லி தந்த வரம் என்றும் புரிந்தது.

பெற்ற மக்களின் நிலையது எண்ணிக் கலங்கும் செய்யன் தம் மக்கள் தேவதையரான விவரம் அறியாதிருந்தான். நதியது பேர் பெரும் நாளெந்த நாளோ? தம் மக்களும் எல்லூரும் மீள்வது எந்த நாளோ என நாளொரு நாளும் யோசித்து மருகினான். ஆயினும் தான் பெற்ற மக்கள் பொலியும் வளர்ச்சி கண்டு சில நேரம் மகிழ்கிறான்.

நாளொரு நாளும் மகிழ்ச்சியும் மலர்ச்சியும் வளர்கிறது எல்லூரில். பொலிவும் வலிவும் துளித் துளியாய்க் கூடுகிறது. மாற்றங்களைக் காணும் செய்யன் மனத்துள் மகிழ்ந்தவனாய் மீளும் ஆதிநிலையைக் காண எண்ணி மருகியவனாய் இருந்தான். நாளும் நாழியும் கழிந்தாலும் போதியம் மாதவனை, விநாயகன் சாத்தனை, அறவாழியன், அறப்பளீசன், உலகளந்தோன், அண்டர் கோன், வானவர்க்கு அரசன், முநியன், ஆயிர நாமத்தாழியன், பஞ்சேந்திரியத் தாரை விட்டொழித்த முநீந்திரன், காலகாலன், தருமராசன், தியாகராசன் எனப் புனிதப் பேர்கள் பல கொண்ட சங்க அறனை நாளும் வணங்கி வாரத்திற்கொரு நாள் சீவரம் ஏற்று போதி நெறி கொண்டு அரசாண்டு வருகிறான் வளம் வற்றிய எல்லூரில் செய்யன்.

செய்யன் பெற்ற மக்களோ ராவில் ஒளி மிகுந்த தேவதையராய், பகலில் பேரழகுக் கன்னியராய் வளர்ந்திருக்க நாளும் வருகிறார்கள் பெயரேதும் பெறாத...?

◆ ◆ ◆

என்று நிறுத்திய செம்பேட்டான் அனைவரையும் பார்த்தான் சிறு புன்னகையோடே...!

சட்டென நின்ற கதையில் சிக்கிய யாவரும் புரியாத புதிராய்ப் பார்த்தனர் செம்பேட்டானை. அவன் என்ன கேட்கப் போகிறானோ..! யாது சொல்லப் போகிறானோ..! கதை முடியும் தருணம் அவன் புதிர் போட்ட காரணம் என்ன காரணமோ என அங்கலாய்த்து அமைதியாய் இருந்தனர் அனைவரும்.

யாவரின் மௌனத்தையும் பார்த்த செம்பேட்டான் மீண்டும் புதிராய்ப் பேசினான்..

..செய்யனின் கன்னியர்கள் வந்து புனலாடும் அந்தப் பெயரேதும் பெறாத ஆறெது விளங்கியதா.. நம் மடுவுக்குப் பெயருண்டு.. மடு நிலைக்கும் நம் ஆற்றிற்குப் பெயருண்டா..? கதை கேட்ட மக்களே அதை என்றேனும் யோசித்ததுண்டா..? சரி கன்னியர் கதைதான் புரிந்ததா..?

..என்று சொலவடைபோல நிறுத்தினான் செம்பேட்டான்.

29
குதலைக் குழவி

எல்லூர் செய்யனைச் சுற்றி மனக் கரையிலமர்ந்த கதைக் கூட்டம்; இரவின் சத்தத்தில் மரமல்லி உதிர்க்கும் பன்னீர்ப் பூக்கள் வீழ எழும் சத்தமதைக் கேட்க மறந்தது. ஒளி குன்றிய விளக்கின் நாற்றம் எழ மீண்டும் எள்நெய் வார்த்து இரண்டாம் முறையதில் தான் சொல்லி வந்த கதையதைப் புதிரோடு முடித்தான் செம்பேட்டுக் கிழவன்.

தூங்கிய பொடியர்கள் மடியில் இருக்க, தாம் இருப்பது எல்லூரா.. மொண்ணேடா.. பேர் தெரியா நதியா.. எனக் குழம்பி; தூக்கம் மறந்த சேரியர் யாவரும் செய்யனை, சப்த கன்னியரை,

யானையேறிச் சென்ற சந்தகனைக் காணும் ஆவல் மீறித் தவிக்க, தவிக்க, துண்டைத் தட்டி மனை மீது போட்டுப் படுத்து விட்டான் செம்பேட்டுக் கிழவன்.

முற்றாமல் முற்றாய் முடிந்த கதை கேட்ட சனம் கலைந்து எழுந்தது. சுவர்ப் பூச்சிகள் கத்திக் காதடைக்க; பனை மர ஓலையில் குந்திய கோட்டான் அலறிய கடைசி சாமத்தில் அவரவர் வீடு போய்ச் சேர்ந்தனர் எல்லோரும்.

◆ ◆ ◆

கீழ்திசைக் கதிரேறி முகூர்த்தம் ஒன்று போய் மேயக் கிளம்பும் ஆவும், காளையும், மறியும் என அவிழ்க்கா மந்தைகள் கத்திக் கிடந்தன கொட்டில்களில். கதை கேட்டுத் துஞ்சிய பொடியர்கள் கலையாத் துயிலால் கும்பி எரியத் தவித்த நிரைகளை அதட்டினர் பெண்கள்.

மஞ்சுயிறங்கிப் படர்ந்ததோ எனக் கவிந்த பனியில் கிட்டிய பற்களைக் கடித்து; கைகளைத் தேய்த்துச் சூடேற்றியபடி, உடன்பட நடக்கும் ஒத்தவர் முகத்தைக் காணாச் சேரியர் குரல் கண்டு பேசினர் காலைப் போதில்..

செய்யன் மகளிர் புனலாடிப் பாடும் பாட்டும்; செய்யன் பெற்ற சாபமும் வரப்போகும் வரமும்; யானையேறி சந்தகன் கண்ட ஆறும் பற்றி எங்கும் பேச்சாயிருந்தது பனி மூடி அவிழும் புலரில்.. நாம் புனலாடும் துறைகளோடு பாயும் ஆறின் பேர்தான் என்ன..? புதுச் சங்கையொன்றை செம்பேட்டான் கிளப்பிவிட்டான்.. யார் சொல்வது விடையை..?

ஆள் மறைக்கும் புகைப் பனி மூட்டத்தின் ஊடே குறத்தி வந்தாள். பேச்சில் சுகம் கண்ட சேரியர் யாரும்

அவளைக் காணவில்லை. வந்தவள் வழமை போல் ஆறு தாண்டி, சேரி தாண்டி, ஊர் தாண்டி அவள் போகும் மாயப் பாதை பிடித்துப் போனாள்..

எல்லைக் கிணற்றில் நீர் சேந்தும் பெண்கள் யாரும் கேணி சுற்றிப் பூத்திருந்த சாமந்தி மறந்து; பனி நனைத்த நாயுருவி புடவையில் பற்றிக் குத்துவதை மறந்து; கால்பட்டுச் சிணுங்கிய இலைச் சரம் மீறி இளஞ்சிகப்பு பூப்பந்தாய் நீர் தாங்கிய இலச்சியை மறந்து; சால்மரம் சுற்றிய விட்ணு கிரந்தி நீலப் பூவையும் மறந்து; கேணி தாண்டி நிற்கும் கருநொச்சி மரம் சுற்றிப் படர்ந்திருக்கும் உத்தாமணி ஒற்றைவேல் இதழ்களின் இடுக்கில்; பற்றிச் சுற்றித் தவழ்ந்து நிறம் சிந்தும் காக்கரட்டான்; ஊதாப் பூக்கள் காட்டும் வண்ண வண்ணக் காட்சிகளையும் துறந்து; கேட்ட கதையைப் பேசியபடி சேந்தினர் பெண்கள்.. பேச்சு மும்முரத்தில் வந்த குறத்தியை அவர்களும் காணாமல் நீரெடுத்துப் போனார்கள்..

கதிரொளி ஏற இதழ் நுனி தொங்கிய பூநீர் வாங்கி இலவத்தியாக எங்கும் புலர்ந்தது பளிச்சென. பனிநீர் படிந்த மண் மேடெங்கும் நடக்கும் சேரியர் பாதம் ஒட்டிய பூமண் சேறென நச நசக்க; அருகம் புல்லில் தேய்த்த கால்களில் மஞ்சள் பூத்த நெருஞ்சில் ஏறி; ஈர வலி கடுக்க உதறும் காலோடு மந்தையை ஓட்டுகின்றனர் மேய்க்கும் பொடியர்கள். அவர்கள் நடையில் சோபையில்லை: பேச்சில் சுரமில்லை: கண்களில் ஏக்கம் கனக்கப் போகிறார்கள் மேய்ச்சல் வழி பார்த்து.

வெயிலேறிய பொழுதில் விதைக்காத வயல் வெளிகள் காய்ந்து தரிசாகிச் சடைத்திருந்த நல்வேளைக் காய்களை உண்ண விருப்பின்றி;

படர்ந்து செழித்திருந்த மென்சிவப்பு கொண்டைக் கரந்திப் பூப் பந்துகளையும்; கோரை நுனிகளையும், சிறுகன்பீளை துளிர்களையும் மேய்ந்து நகர்ந்த வெள்ளாட்டு மந்தையும், செம்மறி மந்தையும் ஏரி தாண்டி; சுடுகாட்டுப் பாதை பிடித்து மணல் குவிந்த மடுதுறைப் பக்கம் மேயப் போயின.

கூனி மேட்டுச் சரிவில் மந்தை மேய்ந்த தருணத்தில் கூடினர் மேய்ப்பர்கள். செய்யன் கதையில் பித்தேறிய மேய்ப்பர்களில்.. குச்சி கொண்டு மேய்த்த பொடியரில் பெரியவன் முருவன் குரலெடுத்துப் பாடினான் ஒரு பாட்டு. புத்தாள், மத்தி எல்லோரும் மேய்த்து வந்த நிரைகளைத் தூர விரட்டினர். மேயப் போன நிரைகளை மறந்து பொய்க் கூத்தாட்டம் ஆடத் தொடங்கினர் பொடியர்கள்.

உத்தாமணி கொடி பறித்துப் பிரிமணை சுற்றி; அதன் முறுக்கிய இடுக்கில் சங்குப் பூக்களைச் சொருகித் தலையில் சூடிய முருவன்; கடல்பால் மண்டையொடித்து அதைத் தோட்டியெனப் பிடித்த படி; மடி பெருத்து ஊர்ந்து நடந்த எருமை மேல் ஏறினான். நாட்டைக் கட்டை கட்டிய நினைப்புடன் சவாரி செய்து அடவு கட்டிப் பாடினான்.

செய்யன் பெத்த கன்னியருக்கு
காவலனின் காவலும் நானே..!
யானை ஏறி உலகலைந்த
சந்தகனின் பிள்ளையும் நானே..!

மாய ஆறு பேர் பெறும்
மங்கள நாளன்று
மாயலோக மங்கையருக்கு
மணாளனும் நானே..!

சூராதி சூரனாக வலம் வருவேன்
பித்தன் ஏறிய புரவியும் ஏறுவேன்
உத்தாமணி முடி சூடி
எல்லூரின் அரியாசனமும் அமருவேன்..!

அடவுப் பாட்டைப் பாடி எருமை மீது ஏறி நின்ற முருவனின் பாதம் முதுகில் அழுத்த வாலை வீசி உதறித் தள்ளியது கீழே.. சூராதி சூரன் முருவன் விழுந்த கோலம் கண்டு விலாவொடியச் சிரித்த மேய்ப்புக் கூட்டம் பொழுது சாயும் மட்டும் செய்யன் கதையை நடித்தே போக்கியது.

◆ ◆ ◆

நாகலா மலை முகடும் அடி மலையும் இருளத் தெரிந்த மாலைப் போதில் வெளுத்த துணிகளை எடுத்துக் கட்டித் தனமணி கிளம்ப நேரமிருந்தது. ஆட்டு தும்டிக்காய் பந்தாடும் பூங்கையும் பஞ்சமும் மணல் உலர்த்திய துணிகளில் சிதறிய பெருமணலைக் காணாமல் விளையாடும் வேகத்தைப் பார்த்துச் சினந்த தனமணி, நாக்கைக் கடித்து அதட்டினாள். சுருட்டிய துணிகளைக் கட்டிய மூட்டையோடு மணல் குவிந்த அடிகளில் கால் பதித்து நடந்தனர் கரைமேடு நோக்கி மூவரும்.

கரை தாண்டி மேடேறிப் பாதை பிடித்த வேளை குறத்தி வந்தாள் எதிரில். வற்றிய மணல் வரியோடிய ஆற்றுக் குட்டையில் வெளுத்து வரும் மூவரையும் கண்ட குறத்தி சிரித்தாள் நேசமாக.

..பொடிச்சி ரெண்டும் வெளுத்துத் தீர்த்தது போய்; விறகு வெட்டித் தறித்து; ராச் சோறு ஆக்கப் போவார்களோ...? என்று கேட்டாள் குறத்தி சட்டென!

அந்தி சாய வந்த அதிசயமா இது? குறத்தி பேசா மடந்தையாய்ப் போய் வந்த நாளின்று முடிந்ததோ ? என மூவரும் வியந்து சிரிக்க; தனமணி கேட்டாள்.

..போய்தான் தெரியும்.. விளையாட்டுக்காரிகள் தறிப்பார்களோ? ஆக்குவார்களோ? இல்லை ஆக்கியதை மட்டும் திம்பார்களோ.. அதுவும் போய்தான் தெரியும்.. சரி எனக்கொரு சேதி சொல் குறத்தியே! பேசாமல் பேசி வந்தவளே! உன் குழந்தை ஆணா? பெண்ணா?

..என் சின்னஞ்சிறு தேவதை பெண்தானே...!

என்று சிவந்து சிரித்துச் சொல்லி மேடிறங்கி, மணலிறங்கிக் கூனி மேடு தாண்டிப் போய்விட்டாள் குறத்தி..

குறத்தி பெற்ற குழந்தை பெண்ணாய் இருக்கும் சேதி கேட்ட எல்லோரும் வியந்தனர். குறத்தி குரல் கேட்ட தனமணி குறத்தி குரலைச் சொல்லிச் சொல்லி; சேரிப் பெண்டிர் குரலோடு ஒத்துப் பொழுதைப் போக்கினாள். புதிய சேதி கிடைத்த சேரியருக்கு இனி ரூபமான கதைகளைப் பின்னும் வேலைதான் மீளச் சேர்ந்தது...!

30
வெந்தணல் பொழுது

பனி மறைந்து நாளாகிறது. இளவேனில் தொடங்கி இலையுதிர்க்கின்றன மரங்கள். பாக்கத் தோப்பில் பூத்த மாம்பூக்கள் செமை செமையாய் உதிர்ந்திருக்கின்றன தரையில். பகல் நீண்ட பொழுதுகளின் வெம்மையில் வெடித்த ஆமணக்குக் காய்களின் விதைகள் சிந்திச் சிதறிக் கிடக்க; மேயும் மாடுகளின் குளம்புகளில் மிதிபட்டு நசிந்து விளக்குநெய்ச் சேறு நச நசக்கிறது ஏரிக்கரைப் பாதையில்..

வெயில் ஏற,ஏற.. இரவுகள் கரையக் கரைய நாள்கள் கழிகின்றன. தரை பிளந்த கழனிகளில் சிறுகன்பீளையும், செறுப்படையோடு

அம்மான் பச்சரிசியும், சிற்றாமுட்டியும் காய்ந்து கிடக்கின்றன. கன்று மேயும் கன்றைச் செடிகளும் காய்ந்து போய்விட்டன. கழனி திருத்தும் வேலைக்குச் சென்ற ஆட்கள் அரை உத்தி வேளையோடு வீடு திரும்புகிறார்கள்.

நிழல் சரியும் நடுப்பகல் வேளையில் எங்கும் ஆள் அரவமே இல்லை. கூரைகளில் படர்ந்த சுரையும் பூசணியும் அவரையும் பீர்க்கமும் புடலையும் பாகலும் காய்கள் காய்த்து இலைகள் கருகி நரம்பெனப் பின்னிக் கிடக்கின்றன கூரைகளில். வேலிப் படலைகளில் பற்றிய தூதுவளையும் கோவையும் காயாக் கொடி நீலமும் வேருக்கு நீர் வார்க்க ஆளின்றிச் சீவனை ஆவியாக்குகின்றன.

வெம்மையின் வேதனை படர்ந்து... முதுவேனிலைத் தொடர்கிறது...

இலையுதிர்த்த மரங்களில் துளிர்த்த துளிர்களும், தளிர்த்த தளிர்களும் கருகிக் கிடக்கின்றன. தனமணி வீட்டுப் பெரிய வேம்பு கருகி பெரும் குச்சிப் பொதி யாய் நிற்கிறது. ஏரிக்கரை, மந்தைவெளி, பனந்தோப்பு, சுடுகாட்டுப் பாதை, பாக்கப்பாதை, நாகலா மலைச்சாரல் எனத் தூரமான திசையெங்கும் பச்சையில்லை. குப்பைச் சாண ஈரத்தில் முளைத்திருந்த குப்பாமேனியும், குடப் பாசலையும், கண்டங்கத்தரியும் பசலைக் கொடியும், தண்டும் காய்ந்து எருவாகி விட்டன.

பாதையெங்கும் வளர்ந்திருந்த ரம்பப்பூண்டு, ஆடாதொடை, சிறுகுறிஞ்சான், சிறு மஞ்சள் பூக்கும் சிற்றாமுட்டி, சங்கு வரிச் சக்கரம் காய்க்கும் துத்தி, தேன் பூத்து வாடும் தும்பை, துளசி, நெருஞ்சி, இம்பூரல் என இருக்கப்பட்ட அத்தனை செடி வர்க்கமும் குமைந்து காய்ந்து அடர்ந்தன குச்சிகளாய்.

அடுப்பெரிக்கச் செடி பிடுங்கும் சேரியர்கள் பாலை படர்ந்த பகல் நேரப் பொழுதுகளை வெறுத்து ஒதுங்கினர் வீடுகளில். வீட்டுப் பானைகளில் குளிரும் நீர் கூட கொதிக்கிறது பகலில்.

மேயப்போன மந்தைகள் நா நனைக்க நீரின்றி, மகிழ மரமோ, ஆல மரமோ, கல்லத்தி மரமோ எனக் காணும் இடங்களிலெல்லாம் சோர்ந்து படுக்கின்றன பொடியர்களுடன்.

வெடித்த நிலங்களில் கருகிய நாற்றுகள் களை மண்டிய செடிகளோடு காய்ந்து மண்ணாகி விட்டன. அனலும் வெறுப்பும் ஏறிய பொழுதுகள் கதை கேட்கும் மனங்களை ஒழித்தன. கனவைச் சுட்ட வெம்மை செய்யனை, பித்தனை, சந்தகனை, ஏழு கன்னியரை, குறத்தியையும் சுட்டுப் பொசுக்கியது. பாலை பெருகி எரிந்தது..

◆ ◆ ◆

நாள்மேல் நாளும் அனலாய்க் கழிந்த ஒரு நாள் குறத்தி வந்தாள். காலையில் காணத் தவறிய சேரியர் பலர் வேனிற் கால நாற்றுகளைப் போல வாடியிருக்க மாலை திரும்பி வந்தாள் குறத்தி..

பேறுவரி ஒளிர்ந்த கும்பி தளர்ந்து, தோளில் கட்டிய தூளித் துணியில், பச்சையோடிய பசலை பூத்த முகம் காட்டிச் சிரிக்கும் சிசுவின் பிரகாசம் கண்டு வியந்தது சனமெல்லாம். வெட்கம் சிந்திய அவள் குறுநகையின் வாஞ்சை கண்டு பேசத் துணிந்த பெரிசுகளை, ஓடி வந்து தொடவரும் சின்னஞ்சிறு பொடிசுகளையும் கடந்து ஆற்றுப் பாதை பிடித்துப் போனாள் குறத்தி....

பிடிபடாத அவளின் வருகையில் புதைந்த மாயம் புரியாச் சேரியர் துவண்டனர். பேசத் துணியும் பொழுதுகளில் அவள் வியந்து காட்டிப் போகும்

போக்கு போல்லாத போக்காய் குமைந்தது இளவட்டப் பிள்ளைகளை..

ஆற்றங்கரை மேட்டின் அருகில் வேகம் விறு வேகமாய் போய்க்கொண்டிருந்தவள் சற்று நிதானித்தாள். தூரத் தெரியும் ஒரு மாட்டுக்காரப் பையனைப் பார்த்து..

ஆற்றங்கரை மேட்டின் வேல மர நிழலில் சாய்த்திருந்த நோத்தடியில் முதுகு சாய்ந்து ஓய்வெடுத்துக் காத்திருந்தான் மத்தி. வெடித்த நிலத்தில் வெடிப்பினை மாடோட்டும் அவன் தார் குச்சியில் விளையாட்டாய் புரட்டிப்போட நெளிந்த வெம்புழுக்களைக் காட்டுப் புறாக்கள் விழுங்கிக் கொண்டிருந்தன. நாகலா மலைச் சாரலில் சூரியன் விழுந்த அந்தி மாலையில் வந்தவாறு இருந்த குறத்தியைக் கண்டு ஆச்சர்யம் மேலிட பாட்டைக்கு நடுவில் வந்தான் மத்தி..

கிட்ட வந்த குறத்தியை மறித்துக் கேட்டான்..

ஓ.... குறத்தி! நான் கேட்ட சேதி சரிதானா சொல்...? என்றான் மத்தி

அதிசயக் குரல் கேட்டதுபோல் வியந்து, கேட்ட அவன் முகத்தைப் பார்த்து; தோள் தூளியில் துஞ்சும் குழந்தையை முன்னால் எடுத்துத் தலையைக் கோதியபடி..

..என்ன சேதி சொல்...? என்றாள்

எதிராய் எதிர்பாரா அவள் குரலைக் கேட்ட மத்தி நோத்தடி சாய்ந்து விழுந்த சத்தம் கேளாமல் குறத்தியிடம் கேட்டான்.

..மாயப் பாதையில் நாள்தோறும் தேயும் மாயக் குறத்தியே.. ராவெல்லாம் எங்கிருப்பாய்..? போகும் பகலெல்லாம் எங்கிருப்பாயோ யார் அறிவார்..? ஆயினும் அதை நான் அறியத் துணியவில்லை..!

மாயத்திலும் மாயமானவளாய் வந்து போவதால் உனக்கு ஏழு கன்னியரைத் தெரியுமா? அந்த ராக்குளியல் தேவதையரைக் கண்டாயா நீ...? செம்பேட்டான் சொன்ன செய்யனின் புத்திரிகளா எனச் சொல்..?

கலகலவெனச் சிரித்தாள் அந்த வசியக்காரி குறத்தி, கேலியாய் அவனைப் பார்த்து:

..அதைத் தேவதையரிடம் போய்க் கேள்...!

என்று கூறி அவன் முகம் காணாமல் மேடிறங்கி மணல் ஆற்றைக் கடந்து போனாள் குறத்தி...

போன குறத்தி நாள் சில தென்பட்டாள். பல நாள் காணாமல் போனாள். வெளிகள் மாறி.. வெளிச்சங்கள் மாறி.. வெம்மைகளும் மாறிப் போயின.. நாள்கள் போனபடி...

◆ ◆ ◆

மழையின்றித் தொடங்கிய கார் திங்கள்கள் போயின. வீசும் அனலில் தகித்து நெளியும் திசைகளைக் காண வற்றிய கண்களில் ஏக்கங்கள் நிறைகின்றன. வீதிகளில் தலை காட்டப் பயந்த யாவரும் அடங்கினர் வெம்மைக்குப் பயந்து.

தணலாய்த் தகித்த நாளொன்று வந்தது.. அது கொடும் நாளோ யார் அறிவார்..?

என்றுமில்லா அதிசய நாளாய்; அதிகாலை அனல் தகித்த அந்தக் காலையில் வந்தாள் குறத்தி...! தன் மாயப் பாதையில் வழமைபோல் சென்றாள். மொண்ணேட்டைக் கடந்து சென்றாள். ஆளரவமற்ற காலையைக் கண்டும் காணாமல் கடக்கிறாள்.

கடந்தவள்.. அமைதியின் கொடூரமாய்.. காலனின் கனவாய்.. அனலின் பொழுதாய்.. தக தகவெனத் தகித்த பகலின் பாதியில் திரும்புகிறாள் குறத்தி..

மக்களெல்லாம் அடங்கி வெறித்த தெருக்களைப் பார்த்துக் கிலி கொள்கிறாள்.. மக்களின் அரவமே இல்லை எங்கும்.

மொண்ணேட்டுத் தெருக்களில் ஆட்களில்லை; திண்ணைகளில் பெரிசுகளுமில்லை; மரந் தொங்கி விளையாடும் பொடிசுகளுமில்லை; வெயிலில் வற்றிய தொட்டிகளில் நீரில்லை; நிரைகளுக்குக் கத்த நெஞ்சில் ஈரமுமில்லை; பேயமைதி தாண்டவமாடிய தெருக்களைக் கடந்தபடி.. போகிறாள் குறத்தி... ஆறு நோக்கி...

31

குரத்தியின் ஊழ்

அனல் கொதிக்கும் கொடு உச்சி நேரம்... மணல் கருகிய ஆற்று வெளியெங்கும் பதிந்து கலைந்திருந்த காலடித் தடங்களில் வேறொரு அடி பதியவில்லை. மீந்திருந்த சிறுகுட்டை நீரும் வற்றி ஓடாகி; வெந்து மிதந்த மீன் குஞ்சுகள் கருவாடாகி; எழுந்த நாற்றம் முகர்ந்து தின்ன விருப்பின்றி காக்கைகள் ஏதும் வரவில்லை: பனந்தோப்பின் சல சலப்பு மருளாடிக் கொண்டிருந்தது கனல் நேரமாய்...

நாணல்கள் கருகித் தேய்ந்து மண் தட்டிய ஆற்றுப் பாதையில் கலப்பைகள் தேய்ந்த வரிகள் பாம்புரித்த இரு சட்டைகளெனக் குறுக்காய்க் கிடக்கின்றன மணல் மட்டும் மீந்த ஆற்றில். கரைகளில் சடைத்திருந்த பொடு தலையும், வசம்பும், கீழாநெல்லியும், கோரையும், அருகமும் முளைத்த சுவடின்றி மண்ணாகிக் கிடக்கின்றன. பிரண்டை வற்றிக் காய்ந்து கள்ளி முள் அடைகளில் சுற்றிய கூனி மேட்டில் ஆவாரம் பூச் செமைகளைக் காணோம்...

தெள்ளென கொதித்த வானில் அனலைத் தவிர வேறில்லை. நாகலா மலைச்சாரலில் தங்கும் வெண் மஞ்சப் பொதிகள் ஊழ் காட்டும் கோலமோ எனப் பார்த்துத் திரண்டிருந்தன.. கருத்தும் வற்றியும் இருக்கக் காய்ந்து கொதிக்கின்றன சாரல் பொறைகள்.

ஆறோடும் மணல் தகிக்கிறது. அனல் தாங்காப் பெரு மணல் வெடித்துச் சிறுமணலாக, சிறுமணலும் வெடித்துப் பூ மணலாகிறது ஆறெங்கும்..

அனல்.. அனல்.. எங்கும் கொடும் அனல்...

நடக்கத் துணிந்தாள் குறத்தி....

கால் மாற்றி கால் மாற்றி வெம்மை தாங்கா வெற்றுப் பாதத்துடன் ஆற்றங்கரை வேல மர நிழலில் நின்ற குறத்தி ஆற்றைப் பார்க்கிறாள். விநோதமாய் நெளியும் வாலயம் குவிந்த ஆறு தக தகக்க, ஆற்றின் நடுத் திட்டுகளில் கொடியோடிய ஆட்டுத் தும்டிக் காய்கள் பட படத்துச் சாம்பலாகி விட்டன. வெம்மையின் வேக்காடு குழந்தையை வருத்த அது முதுகில் தொங்கும் தூளியில் துவண்டிருந்தது. குழவி மயக்கம் அறியாச் சிறுக்கி வீடு சேரும் வேகத்தில் வேகும் ஆற்றைக் கடக்க நிழல் நீங்கி மேடிறங்கினாள் குறத்தி.

அழைத்தது ஊழ்...!

இடது காலை வைத்த வேளை ஆற்றில் சகுனக் கேடுகள் விளைந்தன. தகிக்கும் அனல் காற்று வேகமெடுக்க வீசியது. ஆற்றின் மணலில் இறங்கிய குறத்தி குழந்தையைப் பாசம் பற்றி நடக்கிறாள்...

முதலடி வைத்த பாதத்தின் அடிமணல் பொறிந்தது. பதித்த காலில் ஓராயிரம் நெருப்பூசி எனக் குத்துகின்றன மணல் துகள்கள்... குறத்தி கலங்கவில்லை.. மனதில் உரமேறி.. நடையில் வலுவேறி.. வைரமேறிய மனமாகி ஊழ் கொடுத்த நம்பிக்கையில் அடுத்த காலடி வைக்கிறாள்.

இரண்டாமடி வைத்த பாதம் பட்டு விழுந்த பள்ளம் வீசும் காற்றால் சட்டென நிறைந்தது அனல் வீசிய மணலால். அடி வைத்து.. அடி வைத்துக் கால்வாசி ஆறு தாண்டிய குறத்தி காலிரண்டில் கொப்புளங்கள் அரும்பிச் சிவந்தன. ஊழ் வேதனைகள் தொடங்கின. அனலாற்றைக் கடந்து விடும் நம்பிக்கையில் வெடித்துச் சிதறும் பெருமணல் நெருப்பு அம்பெனத் துளைத்தும் நடக்கிறாள் குறத்தி.

கெடு ஊழ் தள்ள; வீடடையும் வேகத்தில் நடக்க நடக்கத் துவண்டிருந்த தூளியில் துஞ்சும் சிசு அனல் தாங்கா அலறும் அலறலில் அதிர்கிறது ஆறு...!. நெருப்புக் காற்று மூச்சடைக்க, மூச்சடைக்க மூர்ச்சையான சிசுவைப் பற்றி அதிர்ந்த குறத்தி பாசம் பிணைக்கப் பித்தேறி நின்றாள் வேகும் பாதமதை அறியாமல். பெற்ற பித்துக் குழப்பியடிக்கச் செய்வதறியாது திகைக்கிறாள்.

வெந்து நோகும் தன்னைக் காப்பதோ? செத்துப் போகும் சிசுவைக் காப்பதோ? மனக்கிலேசம் மாய்க்கிறது நட்ட நடு நெருப்பாற்றில். நிழலொதுங்கி

நிற்கக் கரையெட்டிப் போவதற்குள் பாதச் சதை வெந்து; அடி எலும்பு மிஞ்சக் கரையேற வாய்க்குமா...? முடிவெடுக்கக் குதிராத யோசனை யோசனையை விழுங்க; வெம்மணலில் வெந்து புதைந்த காலையெடுத்துத் துளைக்கும் மணல் உதறி ஓட நினைக்கிறாள் குறத்தி..

ஓரடி எடுத்தாள் ஓட.. வெந்த காலில் கொப்புளங்கள் தள தளத்து அடி முதல் தலை வரை வலியாய் வலிக்க நிலை குலைந்தாள்: எடுத்த காலை மீள வைக்க முடியா வலியில் உறைந்தாள்.

செய்யப் போவது எதுவென அறியாப் பெண்ணாய், யாரும் காப்பாற்ற வகையற்ற அவலத் தாயாய்; சிசுவைச் சுற்றிய தூளித் துணியை அவிழ்த்தாள். சுற்றித் துணியோடு சிதைந்த மனத்தோடு மணலில் போட்டு துணிமேல் நிற்கிறாள் குறத்தி. மணல் வெம்மை ஏறி கருகிய துணி புகைகிறது... கருகிய புகை நெடியேறி கடுத்தது மண்டை.

கிலி கொண்ட குறத்தி சிசுவைப் பார்க்கிறாள். மூச்சில் ஏற்றமில்லை. தொட்ட உடல் சில்லிட்டுக் கிடக்க ஓ... வென அரற்றி அலறுகிறாள். சிசுவைக் காக்க வெறியுடன் நிழல் தேடி ஓட வெடித்தன பாதக் கொப்பளங்கள். வெடித்துச் சிதைந்த கொப்புள வெடிப்பில் ஏறிய சிறுமணல், பெருமணல்கள் நெருப்புத் துணுக்களாய்த் துளைக்கின்றன பாதச் சதையை..

நெருடும் உயிர் வலி வேதனையை உதற நினைக்கிறாள்... கால்களை நகர்த்த முடியா துன்பம் கொடுந்துன்பம். கொரூர வெம்மையைத் தாண்ட வழி காணாத குறத்தி கெடுஊழ் தள்ள வீழ்ந்தாள் மதிகெட்டு; சித்தம் குலைந்தாள்.. பூலோகம் காணாத காரியத்தைச் செய்யும் கொடுஊழ் வினையில் வீழ்ந்தாள்.

வான் உறை தேவாதி தேவர்கள் பார்க்க; காப்பாற்றத் துணியாத தெய்வங்கள் பார்க்க; முக்கோடி முனிவர்கள் பார்க்க; திசைகள் பார்க்க; அண்ட சராசரங்களும் பார்க்க: மானுடர் யாரும் செய்யக்கூடா ஒரு கொடுங் கொடுமையைச் செய்தாள்...!

நட்டநடு மணலாற்றில் தன் நிழலை எரித்து கருக்கும் நடு உச்சி அனலாய்த் தலைமேல் நிற்க; நிழலற்ற பாதத்தை பார்க்கவொண்ணாப் பித்தோடு தோளில் சுமந்த சுரணையற்ற குழந்தையை கீழே போட்டாள் குறத்தி.

கொடு மணல் சூடுபட்டு உறைக்காத சிசு வதனம் கருத்தது. முகத்தில் பொலிந்த பசலை ஒழிந்தது: கொடியோடிய கன்னங்கள் கன்றி, மூடிய இமைகளின் மென்முடிகள் பொசுங்கின. தலைமீது அடித்த மணல் துகள்கள் செந்நிறமாக்கின குழவிக் கருமுடியை. குறத்திக் குழவி சீவன் விட்ட குறை தொட்ட குறையாய் நின்றதா என யார் அறிவார்?..

வெறித்த மனதுடன், குழம்பிய பற்றுடன், வெந்தக் காலெடுத்துப் பெற்ற குழந்தை மீது ஏறி நிற்கத் துணிந்தாள்.. நின்றாள்.. கெடுக்கும் கொடும் ஊழின் வினையாய் நின்றாள் குறத்தி தான் பெற்ற குழவிமீது..

வலதுகாலை எடுத்து ஏறி நின்றாள்.. சூடு தணிந்தது ஒரு காலுக்கு... உயிர் வலி குறைந்தது... கொப்புளம் அடங்கியது. கண் மூடி பற்கடித்து இடது காலது எடுத்து வைத்தாள்.. எல்லாம் அடங்கின. ஊழின் மனமும் கனமும் அடங்கின.

ஆசுவாசம் குறைய; பேய்க் காற்று எழுந்து சுழன்றடிக்க; தடுமாறும் நிலைப்பில் தோன்றிய சுரணையில் குனிந்து கீழே பார்க்கிறாள் குறத்தி தன்

குழந்தையை. குறத்தி காணா ஊழின் கொடுமையாய்ப் பூத்த கண்களென விழிகளை அகலத் திறந்தது அவலச் சிசு. தாயை வெறித்து ஊடுருவப் பார்த்து உயிர் வலிக்கப் போகும் கணத்திலொரு மாயப் புன்னகையோடு விட்டது உயிரை..

ஐயிரண்டு மாதங்கள் அருந்தவமீட்டிப் பெற்ற பிள்ளை உயிர்விட்ட கோலம் கண்டு குறத்தி நடுங்கினாள்.. இடுக்கண் கால கொரூரம் குறைக்கப் புன்னகை காட்டி உயிர் விட்டுப் பெத்தவளைக் காத்ததா சிசு...?

யாதும் அறியாத சிசு தெய்வங்களுக்கெல்லாம் தெய்வமெனக் காத்ததா பெற்ற தாயை..? பேதலித்துப் போன குறத்தி ஓ..வென அலறினாள்... அலறினாள்... அலறினாள்... சிசுவைவிட்டு இறங்காமலே.

குறத்தியின் ஓலம் பெருத்து எழுந்தது.. எழுந்தது... எழுந்த ஓலம் கேட்டு கூனிமேடு நடுங்கியது. வளை உறையும் நாகம் நடுங்கியது. பொறை தங்கும் தேரை நடுங்கியது. நாகலா மலைச்சாரல் நடுங்கியது. பல்சாதிச் சேரிசனம் நடுங்கின.

மரங்கள், காய்ந்த செடிகள், பறந்த பறவைகள், எறும்புகள் என யாவும் நடுங்க, மூவுலகும் நடுங்கிய நடுக்கத்தில்... சுட்ட சூடு குறையவில்லை; காற்றின் அனல் குறையவில்லை. குறத்தியின் ஓலமும் குறையவில்லை. கேட்டது கேட்டபடி இருந்தது.

சில நாழி கடக்க.. வெந்தணல் காற்று சட்டென மாறியது. வானம் இரண்டாகக் கிழிய எழும் அந்தகாரப் பெருவோசை தொடங்கியதோ என அடி வானிலிருந்து நடுக்கம் எழுந்தது. தாழத் தும்பிகள் இல்லை; மழை காட்டும் அறிகுறி ஏதுமில்லை; இடியான இடிச்சத்தம்

கீழ் வானம் தொட்டு அடிவானம் வரை உருண்டது...! மாயத்தில் மாயமோவெனச் சட்டென அடிவானம் கருத்து நாகலா மலையும் மேகம் மூடி மறைந்தது தூர தூரத்தில்.

குறத்தி நின்ற ஆற்றில் அனலும் காற்றும் நிலைத்தன. சிசு மீது நின்ற குறத்தி இறங்கவில்லை. அனலின் கொரூரம் மாய்க்க மாய்க்கக் கால் சிசுவோடு ஒட்டிக்கொள்ள காலடிகளைப் பிரிக்கவொண்ணா வேதனையில் துடிக்கிறாள் குறத்தி....

அவள் செய்வது கொடுமையோ? கொடுமணலாற்று அனல் ஊழ் செய்தது கொடுமையோ? என எழுந்த ஓலம் அதிர அதிர நடுங்கிய பெருமணல் மேலும் கருக, காய்ந்த புதர்கள் கருகி எரிகின்றன ஆற்றிலும் கரையிலும்... நெடித்த புகை சூழ்கின்றது. கரைப் பக்க வெளிகளெங்கும் காய்ந்து சருகெனப் படர்ந்த பொடுதலை இலைகள் வெம்மையேறி வெடிக்கின்றன நெருப்பில்.

கால் முகூர்த்தம் கழிந்த நேரம் காட்சி ஏதும் மாறாத கடூர நிலையில் குறத்தி ஓலம் குறையவுமில்லை; அவள் இறங்கவில்லை.. நிலைத்த அனலில்..

காலில் மிதிபட்ட குழவி நெகிழத் தொடங்கியது, புதிய உருக்கொண்டு மணலாய்; மணலின் பொடியாய்; பொடியின் தூசாய்க் கரையத் தொடங்கியது. கால்களின் கனம் தாங்கா மணல் உடலாய் நெகிழ்ந்து, அமிழ்ந்து சரிந்தது. ஊழின் ஒரு கணமாய் நிகழ்ந்தது.

ஆயின், நதி செய்த மாயம் அப்போது நிகழ்ந்தது. வானவர் கோபமோ..! நதியின் சாபமோ..! என யோசிக்கத் தோன்றும் ஒரு வெள்ளம் சட்டென வந்தது. பெரு வெள்ளப் பெருக்கெனப் பாய்ந்தது ஆற்றில்...!

ஆளிரண்டு உயரப் பெருவெள்ளம் வந்த வேகம் வாயுவும் அறியாத வேகம். கல்லையும் பெரும் பாறை களையும் உருட்டியது.. வனத்தில் மேய்ந்த ஆனைகளை உருட்டியது.. எருமைகளை, காளைகளோடு மேய்ந்த ஆவினக் கூட்டத்தை, கரு மயிர் அடர்ந்த கரடிகளை உருட்டியது.. வளைவாழ் முயல்களையும், எலிகளையும் உருட்டியது..

நாகலா மலையே பெயர்ந்து உருண்டதோவென மலையடிவாரச் சாரல் மேய்ந்த வன உயிர்களும், சிற்றுயிர் பேருயிர் எல்லாம் உருண்டன. பெரும் புனலோட்ட வேகத்தில் உருண்டவை புரண்டு புரண்டு பெரும் அலைகளென அடித்து வர.. வந்த பெரு வெள்ளம் இரக்கம் இன்றி மோதி அடித்தது குறத்தியை..

வந்த வெள்ளம் காலடியில் சரிந்த மணலாய்க் கிடந்த குழவியை நனைத்தது; ஆறோடும் மணலோடு கரைத்தது: குழவியும் கரைந்து மறைந்தது நீருள் மணலாக.

கரைந்து மறைந்த குழவியைக் காணா மயக்கத்தில் தானும் கரையக் கண்டாள் குறத்தி. அவள் கால்களில் வலியில்லை; உயிர் போகும் பதட்டமுமில்லை; ஆனாலும் ஓலமிட்டாள்.. கரையும் கால்களோடு எல்லாம் கரைந்து மணலாகி, மணல் உருளும் நீராகிக் கரைந்தாள்..

மணலும் நீரும், நீருள் உயிருமான ஆறாக... சென்றாள் தன் ஊழ் வழியில்.. சென்றவள் சென்றபடி இருக்க.. ஓலம் அடங்கியது.. பற்றியெரிந்த பக்கங்களும் அடங்கின.. அந்தகார நடுக்கங்களும் அடங்கின...

குறத்தியவள் குழவியோடு கரைந்துபோன பாதை மாய நீர்ப் பாதை.. அவள் போகும் பயணம்

மாயப் புனல் பயணம்.. புதிர் விலகாப் பாதைகள் தீய்ந்து; நனைந்து அவள் கரைந்து போன பாதையும் புதிராய் இருந்தது. ஊழின் இழுப்பில் போன குறத்தி விண்ணவர் அழைத்துப் போகாப் பாதையில் போனாளா..? விண்ணுலகமே பூச்சொரிந்து புகழோ சாபமோ இட்டாலும் யார்தான் இனி அறிவார்..? கடவுள்கள் சாட்சியாக அவள் கரைந்தாள்.. சுவனத்தில் நீராகவோ ஆற்றின் மணலாகவோ, ஆறுறையும் கயலாகவோ அவள் போனாள் தடுப்பார்தான் யார்..? வீடுபேறு குறத்திக்கு ஆறுபேறாகவே வாய்க்க போய்க் கொண்டிருக்கிறாள் புனலோடு புனலாக..

புனல் சுழித்தோடும் ஆற்றைத் தவிர எங்கும் எரிந்தது வெயில். ஆற்றில் பெரு வெள்ளம் போகும் புதிரறியாச் சேரியர்கள் சட்டெனக் குளிர்ந்த நிழல் தங்கி மாய்ந்தபடி ஓட்டினர் பொழுதை.

கூனி மேட்டுக் குழி முயலும், வளை எலியும், பாறையிடுக்குப் பூரானும் தேளும் நீர் போகும் மாயமறியாக் குளிர்ந்த வெயில் ஒதுங்கித் தங்கின அதனதன் இடத்தில்.

பேறு வரிகள் ஒளிர்ந்து, பசலை பூத்து, போய் வந்த மாயக்காரி, மந்திரக்காரி, மேனியெங்கும் பச்சை குத்திய வண்ணக்காரி, அவள் பாதம் தேய்ந்த மாயப் பாதைகளை இனி யார் தேய்ப்பார்? பேசாமல் பேச வைப்பவள் யார் இனி..?

பனி மூடிய நாட்களில் சால் பழம் குதப்பி, தண்டைகள் அதிர.. அதிர... சாமந்தி சூடி இனிப் போவது யார்...? பச்சை வரியோடிக் கன்னம் கழித்த குழவியையும் இனி சுமப்பதுதான் யார்...? ஆற்றில் போன குழவியும் குறத்தியும் மீள்வார்களா

மாள்வார்களா...? ஆற்றில் மாண்டார்களா அல்லவெனில் ஆறாகிப் போனார்களா...?

வெள்ளம் பெருக்கெடுத்துக் கூடியது மேலும் மேலும்.. மந்தாரம் கூடியது; அடிவானச் சாரலில் எழுந்த மேகம் பெருகிப் படர்ந்து கீழ்வானம் தொட்டு அடிவானம் வரை அடர்ந்து கூடியது: சூரியன் ஒழிந்தது: வெம்மை அடங்கியது: சுழன்றது பேய்க் காற்று.. பெரு மரங்கள் கிளையெலாம் முறிந்து சாய; தரையோடு தரையாய் அடித்தது வன் வளி....

எங்கும் மழை..!

பெருத்தது பெரு மழை..!

பெருத்தபடி இருந்தது....

பெரு மா மழை...!

32
ஆறாய் குறத்தி

எங்கும் பெரு மழை.. பெருமாமழை... பகல் நேரப் பூமி, கேது விழுங்கிய சந்திரனைப்போல் இருண்டு பொழிந்தது. கண்ணுக் கெட்டிய தூரம்வரை தொழில் புரியும் அசைவே இல்லை. மொண்ணேட்டுச் சேரியர் யாவரும் தொழில் மறந்து, வேளை மறந்து ராவெது பகலெது எனக் குழம்பக் குழம்ப விடாது கொட்டியது அடை வசி.

ஏழு பகல், ஏழு ராத்திரி கொட்டியது மழை. எட்டாம் நாள் குறைந்து தூறிய வானம் தூவானமாய்த் தெறித்த சாரல் காலையில்

மெல்லிய வெளிச்சம் கண்டது மொண்ணேட்டுக் கூட்டம். வெளிச்சம் பார்த்துப் பகலென உணர்ந்து வெளிவந்த மாந்தர் தரையெது பள்ளமெது, மடுவெது, மலையெது எனக் குழம்ப; வான் முடியும் தூரம்வரை சமநீர்க் காடாய் இருந்தது.

சுடுகாட்டுப் பாதையண்டை சேர்ந்த கூட்டம் பாதி மூழ்கிய கூனி மேடு முகடு தெரியக் கண்டது; கூனி மேட்டு முகடு தொடங்கிச் சுடுகாட்டுப் பாதைவரை பரந்து ஓடும் ஆற்றைக் கண்டு கிலி கொண்டது; என்றுமில்லாத அதிசயமாய் இரண்டு கல் அகலம் பரந்து ஓடும் நீரோட்டம் இந்த ஆறுக்கு அடுக்காது. சுழிக்கும் புனலும் இரு பனை ஆழமாய், செம்மண் நிறமொடு பாய்கிறது பாய்ச்சலில்.

அடை மழை கொட்டும் நாளான நாளிதில் செய்யன் மகளிர் புனலாடி கானம் பாட, பட்ட துன்பம் என்ன துன்பமோ அந்தச் சந்தகனே அறிவான்; என எண்ணிய கடைசி வீட்டு ஊக்கைக்குக் கட்டிய கணவன் பாலன் ஞாபகம் வருத்தியது.

ஒன்பதாம் நாள் கழிந்தது.. தூறிய தூவானம் தூறியபடி இருக்க அரை கல் தூர ஓதம் குறைந்தது ஆற்றில். குளிர் வாட்ட; பல் கிட்டிட; சம்மாங்கூடைகளை மாட்டிய பெரிசுகள் நீர் குறையும் நாளைப் பார்த்தபடி செல்கின்றனர் நீரோடும் கரையில்.

கூந்தல் பனை முழுசாய்த் தெரியவில்லை. மொண்ணேட்டு எல்லைக் கூசிகளாயிருக்குமந்த ரெட்டைப் பனைகள் தொட்டு ஓடும் ஆற்றின் ஓரம் நின்று பார்க்கும் பெரிசுகளுக்குக் கவலை குறையவில்லை. கூட்டமாய் யாவரும் பார்த்துக்கொண்டிருந்த வேளை செம்புல நிறமொத்து ஓடும் ஆற்றில் மிதந்து வரும் வைக்கோல் போர்கள் மிதக்கும் யானைக்

கூட்டமெனப் போகிறது வேகமான வேகத்தில்... கூனிமேட்டுக் காரப் புதர்களில் சிக்கிய போர்கள் மதம் பிடித்த யானைகளோ என இழுத்தபடி இருக்கின்றன புதர்களை.

தூறிய தூவானம் நின்றிருக்க வானம் மெல்ல வெளுத்த வேளை காலை தெரிந்தது. பறவைகள் கீச்சிடும் சத்தங்கள் தொடங்கி நனைந்த றெக்கைகளை உதறிப் பறந்தன ஈரலித்த இரை தேடி.

பெரும் புனலோடும் கரையெங்கும் ஒதுங்கி ஊறிப் பெருத்த ஆடுகளும் மாடுகளும் பன்றிகளும் பாம்புகளும் எலிகளும் முயல்களும் கீரிகளும் கொடுநீர் தாக்கிச் செத்த சீவன்கள் பிணங்களாய் ஒதுங்கிய நீரோட்டக் கரையெங்கும், வல்லூறுக் கூட்டமும் பருந்துக் கூட்டமும் காக்கைக் கூட்டமும் நரிக் கூட்டமும் கூடிப் பிய்த்துத் தின்கின்றன ஊறிய சதைகளை. அழுகிய நாற்றம் முகர்ந்து பிணந் தின்னிக் கழுகுக் கூட்டமும் சேர்ந்தபடி இருக்கின்றது.

கழனிகளில் செத்து மிதக்கும் பாம்புகளைக் கயிறெனச் சுருட்டி விளையாடும் பொடியர் கூட்டம் கதைகளை மறந்து; குறத்தியை வரப்புக் களிப்புகளில் வழுக்கி விளையாடிக் கழித்தனர் நேரத்தை.

நனைந்த விறகுகளை ஊதி ஊதி அடுப்பெரிக்க எழும் புகை வீடுகளெங்கும் இருமலாய்க் கேட்க; ஏறும் ஓதத்தைச் சபிக்கும் பெண்கள் வசி குறையும் நாள் பார்த்துச் சலித்திருந்தனர் வீடுகளில்...

குளிரும் நடுக்கமும் பற் கிட்டும் போய் நாள் மூன்றானது. கழனிகளில் நிறைந்த நீரை வரப்பு வெட்டி ஆற்றுப் பக்கம் திருப்பி விடுகின்றனர்; வெட்டிய வரப்பு நீரோடும் வேகத்தில் பெரிதாக மேயும் நண்டுக் குஞ்சுகள் அடித்துச் செல்கின்றன பெருக்கில்.

நாளிரண்டு கழிந்து வானம் வெளுத்து வெண் மஞ்சு மிதக்கக் குளிர் வளி வீசியது இதமாய். நிரம்பிய ஏரி உடைந்த கரைப் பக்கம் பாய்ந்து சுடுகாட்டை அரித்து ஆற்றைச் சேர்ந்துவிட்டது. புனலோட்டம் குறைந்து இரு கரை தொட்டுச் செல்கிறது ஆறு. மழை விட்ட நாளெங்கும் புதுப் பச்சை பொலிந்தது. புதுசாய்த் துளிர்த்த பசுமைகள் கூனி மேட்டெங்கும் படர்ந்திருக்க ஆவாரம், கூந்தல் பனை, மகிழம் எல்லாம் புதிதாய் இருக்கின்றன.

வீட்டுக் கூரைகளில் காய்ந்து ஒட்டிய கொடிகள் மேல் பெண்கள் விட்டெறிந்த தலையேறிய சாமந்திச் செடியென முளைத்துத் தோட்டமென இருக்கின்றன கூரைகள். சாலையோர கொருக்கலிக்காய் காய்ந்து குலை குலையாய்த் தொங்குகின்றன. பச்சைப் பசலைகளை மேயக் கிளம்பிய நிரைக் கூட்ட மேய்ப்பர்களின் குரல்கள் கேட்கத் தொடங்கிவிட்டன.

வெயில்பட்ட ஈரம் நசிந்த நிலம் இலவந்தியாகும் பகல் நேரப் பொழுதுகளில் சேடையும் நடவும் எனப் பாட்டுகள் ஒலிக்கும் கழனிகளில் களிப்பெய்திய சேரியர்க்கு இனிக் கதை பேச நேரமில்லை: அந்தி சாய்ந்து தண்டேறும் விளக்கொளியில் நெல் சோற்றைத் தின்று சொளை போடும் பொடியரோடு போட்டி போட யாரும் தயாரில்லை: கீழ் வான வெளுப்பில் கழனிக் காட்டுக்குப் போயாக வேண்டும்..

கரைகளில் சிதறிக் கிடந்த செத்த நிரைகளைக் கழனிகளில் புதைத்து எருவாக்க தலையில் கட்டிய துண்டு வியர்வையில் நனைய; வெட்டும் பள்ளங்களில் ஊற்று நீர் கிளம்ப; சலித்த கூட்டம் நீரிலேயே போட்டு புதைத்துக்கொண்டிருக்கின்றது. வேலை முடிந்த மாலையில் கரை மேட்டு வெளிப் புதர்களில் சிக்கிய வைக்கோல் போர்களை மேயும் நிரைகளை

ஓட்டிக்கொண்டு, கட்டிய வைக்கோல் செமைகளை வீடுகளில் சேர்க்கிறார்கள்.

அரவமற்ற பொழுதுகள் இனி இல்லை. அங்கிங்கெனாத படி எங்கும் பெய்யும் மழை இன்னும் விட்டகுறை தொட்ட குறையாய்ப் பெய்கின்றது. மாடு மேய்க்கும் புத்தாளும் முருவனும் இன்னும் சில பொடியரும் நிரை களை ஓட்டி ஏரிக்கரை தாண்டி நாகலா மலைச்சாரல் போகும் பாதையில் ஆறு நோக்கி ஓட்டிப் போனார்கள். எங்கெங்கும் துளிர்த்த பச்சைகளை மேய்ந்து நகர மறுக்கும் நிரைகளை அடித்து விரட்ட, விரட்டத் தலை தெறிக்க ஓடுகின்றன தேர் மடுத் துறை நோக்கி..

ஓதம் குறைந்த ஆற்றில் அரைப் பனை உயரம் ஓடும் நீரில் யாரும் நீந்தவில்லை. புனலோட்டம் பெருவோட்ட மாய் இருக்க நீர்ச் சூழல் தடுக்கிறது யாவரையும். கரை நின்று வேடிக்கை பார்க்கும் மேய்ப்பருக்கு முதலில் தென்பட்டது ஒரு சப்பரம். முதலில் பார்த்த புத்தாள் கேட்டாள்

..அது என்ன? புரண்டோடும் நீரில் ஆடாமல் அசையாமல் நிலைக்கிறதே அது என்ன...?

எனக் கேட்க யாருக்கும் புரியவில்லை. முகடு வெளியே தெரிய மற்றதெல்லாம் புனலோட்டம் மறைக்கப் புரியாமல் கிளம்பியது கூட்டம்.

◆ ◆ ◆

வெயில் அடங்கி, வெயில் துளிர்த்த காலையில் கால் பனை உயரமாய் நீர் போன ஆற்றில், தேர் மடுத் துறையின் இரு பக்கமும் பெருங் கூட்டம் கூடியது. சக்கரங்கள் மண்ணில் புதைய காய்ந்து சிக்கியிருந்த சப்பர மொன்று சிலைகளும், அணிகளும் மணல் மறைக்க இருந்தது.

வாய் பிளந்து அதிசயித்த கூட்டமெல்லாம், தேர் வந்த மாயமென்ன..? அது அரசனது தேரோ அல்லது அம்பிகையம்மன் தேரோ..? என எழுந்த சங்கைகளைப் போக்க யாரும் காணோம். வேடிக்கை பார்க்க வந்த கூட்டம் வந்தபடி இருக்க, தேர் வந்த மூலச் சேதி மட்டும் வந்து சேரக் காணோம்.

நாள் மேல் நாள் போகப் புனலோட்டம் குறைந்து பழைய ஓட்டம் தொடங்கியது ஆற்றில். பழைய ஆட்களும், நிரைகளும் போகத் தொடங்கின. மொண்ணேட்டுச் சேரியர்க்குக் கதையும் பாட்டும் இராக்களில் கேட்டன. செம்பேட்டுக் கிழவனோ, ஓசூரானோ யாரும் கதை சொல்வதில்லை.. கதை கேட்ட கூட்டமோ கேட்ட கதைகளைத் தினுசு தினுசாய், நாளொரு நாளும் புதுசாய் அவிழ்த்துக்கொண்டிருந்தது.

குறத்தியும், செய்யனும், பித்தனும், சந்தகனும் கன்னியரும் முன்போல் நாளும் வலம் வந்த கதை நேரங்களில் பாலனைக் காணாத ஊக்கை வைக்கும் ஒப்பாரி ஓலமாய் கேட்கிறது இருள் தொடங்கும் நேரங்களில். தேற்றுவாரில்லை; ஆற்றுவாரில்லை; தலைவிரி கோலமாய் ஊக்கை அழ தனமணியும் இன்ன பிற பெண்களும் தேற்றினார்கள் ராக்களில்.

சலங்கை ஒலிக்க ஒலிக்க குறத்தி போகும் மாயப் பாதையில் போன பாலன் வர நாளாகக் காரணம் என்னவென ஊகிக்க ஊகிக்க ஒன்றும் தோன்றாத பெங்கிக் கிழவனுக்கு.. வருங்கால் வரட்டும், தான் நினைத்த நினைப்பு பலிக்கட்டும்.. என வாளாயிருந்தான்.

நட்ட நாற்றுகள் பச்செனெ வளர்ந்து தலையசையும் காலம் தொடங்கி விட்டது. திக்கெட்டும் தொலைவரை பச்சை படர்ந்திருக்க மாடுகளும், ஆடுகளும்

மந்தைகளில் கொழுத்திருக்க வண்டிகள் தாண்டிப் போகின்றன ஆற்றில்.

ஒரு நாள்: நடு உச்சி கதிர் இதமாய் இருந்த வேளையில்; தெள்ளென ஓடும் ஆற்றில் நீராவி லேசாகப் பறக்க, சலங்கை ஒலிக்கப் பாட்டிசைத்து வந்து நின்றான் கரையில் பாலன்.

நீர் கண்டு மிரண்ட மாடு ரெண்டையும் நிறுத்தி; தண்ணி காட்டி ஆற்றில் விட்டான் வண்டியை. ஆற்றில் இறங்க இறங்க முன்னில் வரியோடிய பாதை பிடித்து நகர்ந்த வண்டியில் பாரம் கூடி இழுத்தது. திணறிய மாடுகளை விடாது அடிக்க, மூச்சுக் கட்டி வண்டியிழுத்த மாடுகளை இழுப்பது எதுவெனக் குழம்பினான் பாலன்.

இழுப்பது ஆறா..? ஆறான குறத்தியா..? என ஒரு பொறி தட்டியது பாலனுக்கு. புதிய சிந்தனை ஏன் வந்தது என்பது யோசிக்கும் முன்னே குறத்தி நினைப்பை நினைத்துச் சொடுக்கினான் வார் கட்டிய தோட்டியை. சுலபமாய் நடந்த மாடுகள் ஆற்றை இழுத்துக் கரையேறின. கரையேறி மேடேறி சாலையடைந்த மாடுகளை ஆசுவாசப்படுத்தியச் சிறு நேரம் போக அடித்து விரட்டுகிறான் ஓட்டமாக..

வண்டிச் சலங்கை ஒலிக்க.. கடையாணிச் சலங்கை ஒலிக்க.. கொம்புகளில் கோர்த்த சலங்கை ஒலிக்க ஒலிக்கப் பெரு ஓட்டமாய்ப் பாய்கின்றன மாடுகள். சகடம் உருளும் ஓசையும், அவன் பாடியோட்டும் சத்தமும் சேரியெங்கும் கேட்டது தூரத்தில். வந்த சத்தம் புதுச் சத்தம். அதுவும் மாயச் சத்தம். அது பாலனின் வண்டிச் சத்தம் எனக் கண்டு கொண்டது சேரி சனம். பாலனின் வருகையுணர்ந்த நொடியில் தொட்ட வேலையை விட்டபடி ஓடிக் கூடியது லூக்கை வீட்டண்டை சேரி சனம்.

புது ஒளி மின்னும் வண்டியில் கட்டிய மூட்டைகள் அடுக்கியிருக்க; மனமெல்லாம் மகிழ்ச்சி பொங்க; சிந்தனையில் வண்ணம் சிந்த; புதுப் பொலிவும், புது வலுவும் கூடிவந்தான் பாலன். பாலனைக் கண்ட ஊக்கை நெய் பூசி, தலை சீவி, கூரையில் பூத்த சாமந்தி சூடி வந்து சடுதியில் நின்றாள்...

சகடம் விட்டிறங்கி யாருடனும் பேசாமல் போன பாலன் அசதி அழுத்த ஓலைப் பாய் விரித்து உறங்கிப் போனான். பின், பகல் தூங்கி; ராத் தூங்கி அவன் விழித்த வேளை காலையாய் இருக்கக் கண்டான்.

வண்டி மூட்டைகளை வீட்டுக்குள் அடுக்கி வைத்திருக்க, சேரியடைந்த கோலமனைத்தும் கேட்டறிந்தான் எல்லோரிடமும். பித்தனின் கதையும், ஓசூரானின் சேதியும், பாலைக் கடுத்துத் தளர்ந்த காலத்தினைத் தொடர்ந்து, வசிக்குப் பின் வீணே கழிந்த நாள்களில் மொண்ணேட்டுச் சனங்கள் பட்ட வாதைகளைச் சொன்னவர்கள்: அந்தக் கதை, இந்தக் கதை என யாவற்றையும் எல்லோரும் சொல்லிவிட்டுப் பின் கேட்டார்கள் அவனிடம். ஊக்கை பட்ட வதையையும் சொன்னார்கள். யாவற்றையும் கேட்ட பாலன் அமைதியாய் இருந்தான். மனதில் யோசனையோடிருந்தான்.

பாலனின் அமைதியைக் கண்ட பஞ்சம் துணிந்து கேட்டாள்..

..பாலனே! நீ போனவிடம் எங்கே? கண்டதுதான் என்னே? குறத்தி போன பாதையில் மாயமாய்ப் போன நீ கண்ட கதையைச் சொல்வாயா..? எனக் கேட்க ஆழ மூச்சு விட்ட பாலன்..

..சொல்கிறேன்... எனத் தொடங்கினான்....

33
பேர் கண்ட பயணி

உப்பு வட்டம் கட்டி, ஒற்றைக் கால் காவல் நின்று பெற்ற மழை நிற்க நான் போனேன் சகடமோட்டி, ஆறு தாண்டி; கூனி மேடு தாண்டி; குறத்தியவள் போன பாதை தாண்டிப் போனேன். செய்யனின் எல்லூர் கண்டு பொன்னும் பொருளும் மணியும் விடுத்து; சப்தக் கன்னியர் பூமியைக் கண்டு தெரிசிக்கக் காதம் பல தாண்டிப் போனேன். திக்குத் தெரியா காடுகள் தாண்டி; பெயரோடு ஓடும் ஆறுகளையும் தாண்டி; நான் விந்தமலை போய்ச் சேர எங்கும் காணக் கிடைக்கவில்லை கன்னியர் பூமி...!

..கதைவெளி மங்கையரைக் காண்பது தகுமோ! விடுப்பது தகுமோ! குழம்பிக் குழம்பி வண்டி போக வழியின்றி; திரும்பும் வழியெல்லாம் நாடு பல கண்டேன். எல்லா நாட்டு ராசனும் எனைக் கண்டு வரவேற்க நான் வந்த நோக்கமதைச் சொன்னேன்...

..கேட்டு அதிசயித்த ராசனெல்லாம் நான் போகும் வழி மாயவழி.. மயக்கும் மர்மவழி.. என்று சொல்லி வாழ்த்துகளும் பரிசுகளும் அள்ளிக் கொடுக்க; அதை வண்டியிலேற்றி நாடுகளெல்லாம் கடந்து வந்தேன்...

..நான் சொன்ன கதை கேட்ட மன்னவரெல்லாம் செய்யனின் எல்லூர் காண ஆவல் கொண்டு அவன் பொக்கிசம் மேல் மோகம் கொண்டு; அவன் மகளிர் மேல் மையல் கொண்டு; அவையெலாம் எனைக் கண்டு சொல்லும்படி; காரியத்தைச் சீக்கிரமே முடிக்கச் சொல்லிப் பரிசுகளை அள்ளிக் கொடுத்தார்கள். அவற்றையும் வண்டியிலேற்றி மற்றும் சில நாடுகளெல் லாம் கடந்து வந்தேன்...

..நான் சொன்ன கதையை ஒற்றுக் கேட்டு உளவறிந்த ஒரு மன்னன் சேவுகர்களையனுப்பி எனை அழைத்தான் ஒரு சேதி கேட்க. விந்தையோடு பயம் துரத்த அரசவை போன எனை அன்போடு அழைத்த மன்னன் கேட்டான்...

..ஐயனே நின் கதைவெளிப் பயணம் அறிந்தோம்! எனக்குச் செய்யனும் வேண்டாம், அவன் பொன்னும் வேண்டாம், அவன் மகளிரும் வேண்டாம், அவன் ஏழு பெண்கள் புனலாட்டமாடும் நதியெது..? அதன் பேரெது எனச் சொல்வாயா..? என்றான்...

..ராசனுக்கு ராசனே பேரில்லா ஆற்றை எப்படி நான் சொல்வேன். நான் கடந்து வந்த ஓர் ஆறு பேர்

ஒன்றும் அறியாது. அது பேர் பெறும் நாளன்று ஓடி வந்து சொல்வேன்.. என்றேன் நான்.

..நல்லது! செல்க, சீக்கிரம் வருக.. எனச் சொல்லிப் பொன்னும் மணியும் அற்ற பரிசுகளை ஏற்றினான் வண்டியில். ஏற்றியதை நான் பிரிக்கவில்லை, அவிழ்க்கவில்லை, வண்டியது ஓட்டி வந்தபடி இருந்தேன்.

..நான் கண்ட நாட்டு ராசனெல்லாம் நினைவெளியில் கரைந்தபடி இருக்க.. என் வண்டி வேகம் கூடியபடி இருக்க.. ஒரு நாள் நான் கண்டேன் நம் பித்தனை!....

..வெறுத்த முகத்தோடு, சடைத்த தலையோடு தேவக் களையோடு இருந்த பித்தன் என்னைக் கண்டு கொள்ளவில்லை. விந்தமலைக் காட்டில் இருள் தங்கும் மரங்களை ஒத்த ஆழ விழிகளோடு அவன் போனான். அவனில் நிதானமில்லை..! நிலைப்பில்லை..! நினைப்பில்லை..! கடந்து போனான்.. போனவன் போனபடி...

..துக்கித்து, விக்கித்து நான் வந்தேன்.. ராசன்கள் கொடுத்த கட்டளை மெய்க் கட்டளையா! மாயக் கட்டளையா? என நினைத்து வந்த வேளை குறத்தி ஞாபகம் எனை அழுத்திச் சாய்த்தது. அந்த மாயக்காரி, மந்திரக்காரி, பச்சை குத்திய மேனிக்காரி என்னை அருவமாய் வந்து அழுத்தும் நிலையென்ன நிலையோவெனத் தவித்து வண்டியை விட்டேன். நான் போன நோக்கமும் மறந்து விட்டேன். ஆனதினாலே நான் வரும் பாதை புரியவில்லை; பாதை பழகிய மணி மாடுகள் இழுத்த இழுப்பில் விட்டுவிட வந்தன மாடுகள்.

..ஓட்டமாய் ஓடி வந்த நாளில் பிடித்தது மழை.. கடும் சூல் மஞ்சு பொழிந்த கடும் வசி நான் கண்டிராத

வசி. ஏழு பகலும் ஏழு ராவும் அடித்த மழையில் பகலெது ராவெது அறியாமல் வீணே கழித்தேன் ஒரு காட்டுச் சத்திரத்தில். மாரி முடிந்து விசும்பு வெளுக்க ஓட்டம் தொடங்கப் பார்த்தேன்.. எங்கும் நீர்க் காடு. இடம் மாறிக் கடலில் இருந்தேனோ என்று கிலி கொண்டு அடைந்திருந்தேன் சத்திரத்தில்.

..பின்; நீர் வற்ற வற்ற, வற்றும் நீரதன் விளிம்பினைத் பிடித்தேன். அது வேகமாய் இறங்கி வழிகூட்ட; வழிகூட்ட வந்து சேர்ந்தேன் கூனி மேட்டு அடியில். நின்ற மாடுகள் நதியிறங்க மறுத்தன. நாழி சில கழித்து நீர் காட்டி ஆசுவாசப்படுத்தி மாடிறங்கி இழுக்க இழுக்க வண்டி கனம் கூடியது. இழுக்கத் தெம்பில்லாமல் திணறிய மாடுகளை விரட்டினேன்.. விரயமான நேரத்தை எண்ணி மருகினேன். கூடாக் குறளிகளின் ஏவலோ? குலத்தைக் கலைக்கும் பேய்களோ? எனக் கலங்கிய நேரத்தில் மண்டைக்குள் மின்னலாய் ஏதோ ஒன்று வெட்டித் தெறிக்க ஆற்றை உற்றுப் பார்த்தேன்...

..மணல் கொதித்த ஆற்றில்; அனல் பொறுக்காக் குறத்தி தாம்பெற்றப் பச்சிளம் மகவைப்போட்டு அதன்மேல் நின்ற மதிகெட்டக் குறத்தியை மனம் பொறுக்கா ஆறு பொங்கிப் பாய்ந்து அடித்துப்போக வந்த ஊழ்வர.. அப்போது தொடங்கிய கடுஞ்சூல் மழையில் கரைந்த குழவியும் குறத்தியும் ஆற்றோடு போனார்கள்.. குறத்தி ஆறாகிப் போனாள்... என நமதாறு கூறக் கேட்டேன்...

..ஆற்றின் குரல் கேட்டு என் சிந்தை குலைந்தது. உண்மையோ பொய்யோ என மதி மயங்கியது. மாயமோ மயக்கும் உள்மனமோ என யோசித்த வேளையில் சல சலக்கும் நதி சொன்னது அதன் மொழியில்...

..என் மனக்குரலை நீ நம்பினால் புனைவாய் எனைத் தொடர்வாய்.. நம்பாமல் போனால் குறத்தியாய் எனைத் தொடர்வாய்.. என் மூலத்தைப் போல உன் மூதாதையர் மூலமும் மர்மம்தான். அவர்கள் மனமது எண்ணிக்கை யற்ற மணல் துகள்களைப்போலப் பெருகும் பெரு மனம். உன் கேள்விக்கு அப்பாற்பட்ட காலம் தாண்டும் பெருமை மனம். அவர்களின் தொடர்ச்சியை உன்னில் காண்கிறேன்! என் தொடர்ச்சியைக் குறத்தியில் காண்...!

..எனச் சொல்லாமல் சொல்லிய குரலது நீரில் கரைந்து மறையக் கண்டேன். குரலது மறைய சிந்தையில் தெளிந்து ஒளியது கூடியது.. குறத்தி தெய்வமானாள் என என்னுள் தோன்றியது: தோன்றியதை நிலைக்க நினைத்துத் தியானித்தேன்.. நினைத்தச் சடுதியில் மாயம் நடந்தது. சொடுக்கத் தேவையின்றி இலகுவாய்க் கரையேறிய மணி மாடுகளை எண்ணி வியந்தேன்...

..இது குறத்தியின் செயலாய் இருக்குமெனத் தோன்றக் கரையேறி நின்று பெருக்கெடுத்தோடும் ஆற்றைப் பார்த்தேன்.

..அப்போது அது.. குறத்தியாறு.. குறத்தியாறு.. குறத்தியாறு... என என்னுள் ஆரவாரமாய் ஒலிக்க, ஒலிக்க ஒளிரும் பாட்டு பிறந்தது, சலங்கை ஒலித்தது...!

..வாக்களித்த ராசன்களுக்கு எப்போது போய்ச் சொல் வேனோ யார் அறிவார்..? எனச் சொல்லி நிறுத்திய பாலன் ஆசுவாசமானான்...

பாலன் பின்னிய கதைவெளியில் வெளிர்ந்த வதனமாய்க் கூடி நின்ற சேரியரில் பேச்சில்லை; சங்கைகளில்லை; தெளிவுமில்லை. திண்ணையெங்கும் குந்தியவர் போக மீந்தவர்கள் எறவான ஓரமெங்கும் குந்திப் பார்த்தபடி இருந்தனர் பாலன் வாயை.

பெருமிதனாய்த் திகழ்ந்த பாலன் தான் கொண்டு வந்த மூட்டைகளை அவிழ்க்கத் தொடங்கினான். பார்த்தவர் பார்த்தபடி; நிலைத்தபடி இருக்க மூட்டைகளைப் பிரித்தான்.

முதல் மூட்டையில் தூய சிறு மணியரிசி மின்னியது;

இரண்டாம் மூட்டையில் குறு வெண் வரகு மின்னியது;

மூன்றாம் மூட்டையில் பொன்னொத்த தினை தெரிந்தது;

நான்காம் மூட்டையில் மங்க மின்னும் பச்சை கூடிய கம்பும் கொட்டியது;

ஐந்தாம் மூட்டையில் வெளிர்ந்த மஞ்சளாய்த் தந்த நிறமொத்த மணிமுத்துச் சோளம் தெறித்தது;

ஆறாம் மூட்டையில் கண் பறிக்கும் ஒளி சிந்தும் பொன்னும் மணியும் அணியும் கொட்டிச் சரிந்தன;

பிரித்த மூட்டைகளைக் கண்ட சேரியர் வியந்தனர். பிரித்த மூட்டைகள் ஒவ்வொன்றும் பெரும் உறைகளில் சேர்த்து; அது மிஞ்ச பானைகளில் சேர்க்க; கடைசி மூட்டையின் பொருளென்ன பொருளோவென ஏக்கம் மேலிட வீங்கி நின்றனர் ஒட்டாரமாய் எல்லோரும். மனத்தில் பூத்த மகிழ்வில் விம்மிப் பெருமூச்சு விட்டவனாய், சிரித்தும் சிரிக்காமல் சொன்னான்,

.. கடை மூட்டை; அது ஏழாம் மூட்டை. கதிர் சாய்ந்து, இருளேறும் ராவில் பிரிப்பேன் என்றான்.. அவன் சொல்லின் உறுதி கேட்ட கூட்டமும் கலைந்தது.

◆ ◆ ◆

காலை கழிந்து.. உச்சி கூடி.. மாலை மயங்கி.. மினுக்கட்டான்கள் பெருகிய ராவில் சேரியே கூடியது

பாலன் வீட்டடியில். குந்திய கூட்டத்தில் தனித்திருந்த செம்பேட்டான் எடுத்து விட்டான் ஒரு கூத்துப் பாட்டை வழமைபோல.. ஒத்துக் குரல் கொடுத்த பெங்கியும் ஓசூரானும் பாடிய நீண்ட பாடல் முடிய... தயாரானான் பாலன்..

அடுக்குப் பானைகள் முட்டுக் கொடுக்கச் சாய்த்து வைத்த ஏழாம் மூட்டையைச் சுமக்கமாட்டாமல் சுமந்து வந்தான். கூடி நின்றவர் ஒத்தாசை செய்ய இறக்கி வைத்தான் பாலன்.

எதுவென அறியக்கூடிய ஆவலைத் தூண்டிய பாலன் சொன்னான்.

..ஏழாம் மூட்டையில் இருப்பதெதுவும் எனக்கில்லை; கூடிய எல்லோரும் பங்கிட்டுக் கொள்ளலாம்...

எனச் சொல்லி அவிழ்த்து விரித்துப் போட்டான் அந்தக் கன மூட்டையை...

கனமான கனம் கனத்தது மூட்டை... மாய மூட்டை.... கண்டு புலப்பட அதில் ஏதுமில்லை; நிறமில்லை; மணமில்லை; எண்ணிச் சொல்ல வகையுமில்லை; திரும்பக் கட்ட வாட்டமுமில்லை; விரித்த மூட்டை வெறுமையாய் இருந்தது: யாருக்கும் புலப்படாமல் புடைத்த மூட்டையாய் அது இருந்த மாயம் மட்டும் யாருக்கும் புரியவுமில்லை..!

..அதிலென்ன அதிலென்ன என எல்லோரும் கேட்கக் கேட்க... சிரித்தபடிச் சொன்னான் பாலன்..

இது மாய மூட்டை; இது பயணத்தில் கடைசியில் ஒரு ராசன் கொடுத்தனுப்பிய மூட்டை, அவனுக்கு அவன் முன்னோர்கள் கொடுத்த மூட்டை; ஆனதினாலே

எம் முன்னோர்கள், நம் மூத்தோர்கள் கொடுத்தனுப்பிய மூட்டை. இது மாயக் கதைகளைக் கட்டிய மூட்டை. இது எனக்கும் சொந்தமல்ல உங்களுக்கும் சொந்தமல்ல, அன்னிலும் நம் யாவருக்கும் சொந்தம்.. விடாத சொந்தம்.. என்றும் தொடாமல் தொடரும் சொந்தம்...

என்று சொல்லியபடியே பிரித்து முதல் முறை உதறினான். உறைந்து கல்லோ மரமோவெனச் சமைந்தனர் எல்லோரும். பிரித்த மூட்டையில் உரு பொருளற்ற மாய வடிவங்கள் வெளியேறக் கண்டனர் யாவரும்.

கண்கூசும் ஒளியோடு தோன்றிய மாய உருவங்கள் சிதறி மிதந்தன. தூரக்காணும் நாகலா மலைச்சாரல் பக்கம் இடியோசைகள் மலை பிளக்க எழுந்தன. மேகங்களற்ற வானில் வெட்டும் பெரு மின்னல்கள் தோன்றின. கூசிய ஒளிகள் உருவற்ற வடிவுகள் பெற்றன.

ரசவாதிக் காலரவம் கேட்டுச் சிதறிய சுடுகாட்டு அரவுகள் பல்கிப் பெருகி மாயப்பெரும் வடிவம் கொண்டு சடைத்துத் தோன்றின; ஊர்ந்தன. யாவரையும் சுற்றிப் படமெடுத்து ஆடின. அரவுகளின் ஆட்டம் கொடுஞ் சினமாட்டமாய் இருந்ததைக் கண்டு யாவரும் மிரண்டனர்.

ஆடியவை ஆடியபடி இருக்க முசுடனின் தலைச்சன் மகவு ஒரு தடப் பாம்பின் வாய் பிளந்து எட்டிக் குதித்தது; கத்தியது; ஓடியது சுடுகாடு நோக்கி. ஓடிய மகவு ஓடி மறைந்த இருள்வெளி நோக்கி மாயப் பாம்புகளும் சிதறியோடின தாமும் மறைய...

மறைந்த நொடிகள் சில கழியும் முன்னே

..வூக்கையின் வீட்டுக் கூரையில் முற்றிய பூசணி பட்டெனவெடிக்க எழுந்த பெருவொலி எல்லோரையும் அடைத்தது. வெடித்த பூசணியில் வெளிப்போந்தான் பித்தன். கையில் ஆளுயரச் சுரக்குடுவையோடும், பார்வையில் வெறுப்போடும், ஏக்கத்தில் கனவோடும் வந்தான். சுற்றி நின்ற சேரியரைக் கண்டும் காணாமல் கொண்டு வந்த குடுவையைக் கவிழ்த்தான்.

கவிழ்த்த சுரக் குடுவை குலுங்க முதலில் செய்யன் வந்தான்; சர மடி கொண்ட நாயான எல்லி வந்தாள்; யானையேறிப் பெருஞ் சந்தகன் வந்தான்; சப்தக் கன்னியர்கள் வந்தார்கள்; வந்தவர்கள் ஓட்டமும் பெருநடையுமாய் ஆறு நோக்கி ஓடினார்கள்.. குறத்தியாறு நோக்கி ஓடினார்கள். பித்தனும் ஓடினான். ஓடியவர் ஓடி மறைந்தார்கள் ஆறோடும் பக்கம், குறத்தியாறோடும் பக்கம்.

எல்லாம் மறைந்து நிலைக்கு வரப் பார்த்த சேரியர் மாயக் காட்சிகளில் திளைத்துத் திணற; இரண்டாம் முறை உதறினான் பாலன் தான் கொண்டு வந்த மாய மூட்டையை.

யுகங்கள்தோறும் தொடர்ந்து வரும் மூத்தோர் கனவுகளும், மிதந்தலையும் வார்த்தைகளும், பெரும் யோசனைகளும், அருவாய் ஏங்கியலையும் ஏக்கங்களும், முன் சொன்னவையும், பின் சொல்ல வந்தவையும்; எனக் கதைகளும்: கதைகளின் வேர்களும், கதையின் கிளைகளும், எரித்தவைகளும், சிதைத்தவைகளும், மிஞ் சியவைகளும் என எல்லாம் வெளியேறிக் கூடி நின்ற சேரியருள் யாரும் கேட்காமலும், கூடாமல் எங்கோ, எங்கெங்கோ வாழும் யாவருக்கும் ஆளுக்கொரு கதையெனப் பிரிந்து; மணமும் நிறமும் கூடிச் சேர்ந்தன

கதைவெளி நினைவுகளில். தொடரும் தலைமுறைக் கதைகளில்.

மொண்ணேட்டுச் சேரியும் ஊரும் தம் குடிகளும் கதைகளில் உறையும் உயிரானார்கள்; குறத்தியோடு வாழும் தலைமுறைகளானார்கள் என்று மாயக் கதைகள் தம் பயணத்தைத் தொடர்ந்த மாயமதை யாரும் உணராத பெரு வெளி பெருத்தது..

பெருத்தது..

பெருத்தபடி இருக்கின்றது.

34
தலைமுறைப் புனலோட்டம்

மேலுயரும் பாலூறுங் கள்ளியடை சுற்றி
முள்ளேறிக் காயம் பட்ட பிரண்டைகள்
சுனைச்சாற்றின் கணமேறி நெளிந்து தவழ
கரை மேட்டுக் காரப்புதர் மொட்டுகளோடு
மஞ்சளாய் சடைத்த ஆவாரம்பூ காலமது.

தூக்கனாங் கூடுகளைத் தாலாட்டி யாடும்
ஏகாந்தக் கூந்தப்பனை வான்துருத்தி நிற்க
அலகுரசிக் காதல்பேசும் குருவிக் கீச்சங்கள்
மிதந்து மோதிச் சில்லிடும் கூழாங்கற்களில்
நத்தைகள் ஊர்ந்து செல்லும் நேரமுமது.

சும்மாட்டில் ஏற்றிய தயிர்ப்பானைப் பெண்கள்
வடதிக்குக் கூனிமேட்டுப் பாதையேறி வந்தமர
நொப்பும் நுரையும் பொங்கப்பாயும் புனலில்
மூழ்கி மீந்திருக்கும் குறத்தியாற்றுக் கரைப்பாதை
காத்திருக்க வைத்த குளிர்நேரக் காலையது

நிமிர்ந்த கொம்புகளில் ஒலிக்கும் சலங்கை
திமிலேறிவரும் மாட்டுச் சகடம் வரும்திக்கில்
தயிர்ப்பானைப் பெண்டீர் மனம் காத்திருக்கும்
சால்மூழ்கும் குபுக்கோசை மீட்டும் ஏற்றப்பாட்டு
வெளுக்கும் திசையிலமிழத் தயங்கின செவிகள்

பாட்டு முடிந்த தருணமதில் வந்த சகடமதில்
காத்திருந்த தயிர்ப்பானை பெண்டீர் ஏறிக்குந்த
கரைமீறும் வேகப்புனலில் கடந்தது மறுகரைக்கு
வானேறும் கீழ்க்கதிர் முளைத்து ஒளியூட்ட
குறத்தியற்ற பானைகள் பிரிந்தன கிராமந்தோறும்

கடந்த காலங்கள் கரைக்கும் இலவந்தியாய்
கள்ளமற்றச் சிறுவயது காணாக் காலமாய்
கனவில் பெருகக் காணும் வெள்ளமாய்
வெடிக்காமல் வெடித்துப் பிளந்த விடுகதையாய்
குறத்தி போகிறாள் ஞாபகம் மீந்த ஆறாய்

வெந்தணல் வாட்டிய குழவி கரைந்து
தன்நிழல் சுட்டுத் தெறித்த குறத்தி
ஊழ்த்தள்ளிய தாயாய்ச் சேயோடு போக
தூரத்தில் வசியென தானே தோன்றிய
புதினக் கதையாய்ப் பெருகினாள் குறத்தி

பேரற்ற ஆற்றிற்கு உயிர்தந்து பேரானாள்
வெந்து கரிந்த தரைக்கு நீரானாள்
பொடிந்து வெடித்த மணலுக்குள் ஊற்றானாள்
கனவெரிந்த மாந்தருக்கு உயிரோடு விடையானாள்
காலங்கள் கடந்து செல்லுமொரு ஆறானாள்
திக்கெங்கும் மனவெளிகளில் ஓடியவளாய்
கரைகளிலடங்கி புலத்தினுள் இறங்கி
வழுவழுத்த மின்னும் மாயப்
பெரும் பாம்பென நீள்கிறாள்.

ஓடி.
நடந்து..
தவழ்ந்து..
பாய்ந்து..
தேங்கி..
சலசலத்து..
கரையரித்து..
விளைவித்து..

எங்கும்
கதை வெளிகளில்
வியாபிக்கின்றாள்...
தலைமுறைச் சொப்பனங்களில்
உலவுகிறாள்...

ஓடுகிறாள்
புனலாய்ப் பாய்கிறாள்
உயிர்களைப் பெருக்கி
ஓடும் வெளியெங்கும்
எண்ண வகையற்ற
நீர்த் துளிகளாய்
மணல் துணுக்குகளாய்ப்
பெருகுகிறாள்..

பெருகுகிறாள்...
பெருகுகிறாள்....
கொற்றலையே...
குறத்தி..யா..றா..ய்....!

குறத்தியாறு முற்றிற்று

◆ ◆ ◆

35
மங்களப் பா

விண்ணின் மாய கங்கைக் கதை
மண்ணின் உருவொரு கங்கைக் கதை
தென்னகத்தின் காவிரித் தாய் கதை
திசைமாறிக் கடலோடிய பாலாற்றுக் கதை
ஆயினும் ஒப்பிலாதது குறத்தியாற்றுக் கதை
1

வருணனின் குறுமதி வீசிய மென்வளி
பிரமனின் சினமது ஏவிய சாபம்
மண்ணில் வந்து மாந்தனாய் உழல
வருணக் காதலி இணைந்தாள் ஊழால்
இல்லறம் ஏகிப் பெற்றனர் எழுவரை 2

ஆறுமகவை ஆற்றில் அழுத்திடக் கொன்று
செத்தவை மிதக்கக் களிப்பேறிப் பார்த்தாள்
பெற்ற மக்களைக் கொன்ற மனைவியை
வெறுத்தான் வருணன் ஏழாம் மகவதை
ஆற்றில் தள்ளும் கொடுஊழ் தடுத்தான் 3

ஆறு சேய்களைக் கொன்ற தாயானவள்
வேதங்கள் போற்றும் கங்கையே ஆவாள்
தன்னுள் நதியாய் கொல்லும் தாயாய்
தன்சேய்களைக் கொன்றவள் தெய்வ நதியெனில்
ஒற்றைச்சேயை விதிஏவக் கொன்றவள் குறத்தி 4

குறுமுனி கமண்டலம் தவறிட வருணி
சடைமுனி கைபடப் பிறந்தவள் வைகை
கமண்டலம் மீறிப் புனலானாள் பொன்னி
கதிரவன் மகளே மாயோன் யமுனை
ஊழால் கரைந்த வினையே குறத்தி 5

முகடில் தோன்றிய ஆறுகள் பலவுண்டு
வனத்தினில் ஓடும் பெரும் ஆறுகளுமுண்டு
பாலையில் பெருகும் ஆறுகள் சிலவுண்டு
கனவினில் தோன்றி நினைவினில் வாழ்ந்து
கரைந்து புனலாய்ப் பெருகிய பாவையே 6

குறத்தியே வாழி வாழி வாழியவே.......!
கொற்றலை அம்மனே வாழி வாழி வாழியவே....!!

◆ ◆ ◆

www.ingramcontent.com/pod-product-compliance
Lightning Source LLC
LaVergne TN
LVHW090311051026
849518LV00005B/1742